Author: Dr. Amporn Pechrach

Civil Servants Salary in Thailand

History and Research

Edited by Dr. Kesorn Pechrach

English/Thai

เงินเดือนข้าราชการ
ในประเทศไทย

แต่งโดย ดร. อัมพรเพ็ชราช

แปลและเรียบเรียงโดย ดร. เกษร เพ็ชราช

Civil Servants Salary in Thailand

History and Research

Author: Dr. Amporn Pechrach

Edited by Dr. Kesorn Pechrach

Pechrach Publishing
England

Civil Servants Salary in Thailand
Author: Dr. Amporn Pechrach
Edited by Dr. Kesorn Pechrach

เงินเดือนข้าราชการ ในประเทศไทย

แต่งโดย ดร. อัมพรเพ็ชราช

แปลและเรียบเรียงโดย ดร. เกษร เพ็ชราช

พิมพ์ครั้งแรก พ.ศ. 2558

ISBN 978-0-9931178-5-5

จัดพิมพ์ และ จำหน่ายโดย

PECHRACH PUBLISHING
7 Boundary Road, Bishops Stortford, Hertfordshire, CM23 5LE, England, United Kingdom. Tel: (+44) 1279 508020, +44(0) 7779913907

Published 2015 by Pechrach Publishing

This book is dedicated to Varinthorn Pechrach.

Acknowledgments

Many Thanks to my family for always understand my research study under my own funding.

Special thanks to Associate Professor Rangsan Saengsuk, former Chancellor at the Ramkhamhaeng University, Associate Professor Kim Chaisansuk, Acting Chancellor at the Ramkhamhaeng University, Assistant Professor Pimol Pupipit and faculty staffs for all their support.

คำนำ

การวิจัยในที่นี้มีวัตถุประสงค์ เพื่อสร้างตัวแบบคำนวณและตารางอัตราเงินเดือนพื้นฐานของข้าราชการทหารที่ปรับตัวสอดคล้องกับภาวะเศรษฐกิจ โดยอาศัยวิธีการ ทางเศรษฐมิติ แบบ Stochastic Frontier Analysis - SFA ซึ่งประมาณค่าด้วยวิธี Maximum Likelihood Estimations-MLE ทดสอบความเชื่อถือได้ของสมการตัวแบบ และสัมประสิทธิ์ด้วยค่าสถิติ LR test กับ t value ตามลำดับที่ระดับความเชื่อมั่นร้อยละ 95 ศึกษาจากข้อมูลรายปีระหว่าง พ.ศ. 2523-2552 โดยกำหนดให้ค่าความควรจะเป็นสูงสุดเท่ากับอัตราเงินเดือนขั้นสูงสุด/ต่ำสุดของโครงสร้างอัตราเงินเดือนที่ปรับตัวสอดคล้องกับภาวะเศรษฐกิจ สมการตัวแบบคำนวณ ประกอบด้วยตัวแปรดัชนีราคาผู้บริโภคทั่วไป (CPI) ตัวแปรผลิตภัณฑ์มวลรวมภายในประเทศต่อหัว (GDPCAP) ตัวแปรรายจ่ายโดยรวมด้านค่าจ้างเงินเดือนของรัฐบาล (GOS) ตัวแปรรายจ่ายโดยรวมด้านสวัสดิการของข้าราชการ (GOW) และตัวแปร

อัตราเงินเดือนขั้นสูงสุด/ต่ำสุด (YMAX/YMIN) ของ
โครงสร้างอัตรา-เงินเดือนข้าราชการทหาร

ด้วยรักและนับถือ

ดร. อัมพร เพ็ชราช

5 มิถุนายน 2558

กรุงเทพฯ ประเทศไทย

Introduction

I edit this book in Thai and English because I want to distribute this knowledge of Civil Servants Salary in Thailand to people around the word.

This research work have been done by my brother, Dr. Amporn Pechrach, and I think the information is very interesting. Also, there are not a lot of information about civil services salary in anywhere else.

This book can use as guides to comepare and can learn from the history. How to catch up with the economic growth while the income of a whole family depends on only a salary.

Dr. Kesorn Pechrach

6 June 2015

England, UK

Table of Contents

List of Figures

List of Tables

Chapter 1

History of civil servants salary in Thailand

ความเป็นมา อัตราเงินเดือนของข้าราชการไทยในอดีต

ความเป็นมาและความสำคัญของปัญหา

มนุษย์ทุกคนในโลกนี้ดำรงชีพอยู่ได้ด้วยปัจจัยพื้นฐาน คือ อาหาร เครื่องนุ่งห่ม ที่อยู่อาศัย และยารักษาโรค ซึ่งเป็นความต้องการด้านร่างกาย แต่การได้มาของปัจจัยพื้นฐานดังกล่าว ต้องมีสื่อกลางในการแลกเปลี่ยน คือ เงินตรา ทุกคนจึงจำเป็นต้องทำงานในหลากหลายรูปแบบ เพื่อให้ได้รับผลตอบแทน คือ ค่าจ้างเงินเดือนหรืออัตราเงินเดือน กรณีผลตอบแทนของผู้ประกอบการธุรกิจอาจปรับตัวได้ตามภาวะเศรษฐกิจ แต่ผู้มีเงินเดือนประจำนั้น ขาดความคล่องตัวในการที่จะปรับตัวตามภาวะเศรษฐกิจ ผู้มีเงินเดือนประจำที่น่าสนใจศึกษา คือ ข้าราชการ เพราะเป็นอาชีพที่มีความมั่นคง ได้รับการยอมรับจากสังคมโดยทั่วไป มีเกียรติยศศักดิ์ศรีในสังคม ซึ่งเป็นความต้องการของมนุษย์ในขั้นที่สูงกว่าความต้องการทางด้านร่างกาย ดังนั้นเงินเดือนหรืออัตราเงินเดือน จึงมีความสำคัญอย่างยิ่งต่อข้าราชการ

History

Every man in this world is to live by their fundamentals, food, clothing, shelter and medicine. The physical needs, however, the acquisition of such fundamentals need a medium of exchange, money, which everyone require. Therefore, people have to perform in a variety of working forms in order to get a return which is wages or salary. The return of trader may adapt to the economy situation but the salary is not. It is not the flexibility to adapt to the economic when the market is slowdown. The salary study here is the civil servant salary.

Not only the stability has been recognized by society in general but also there is dignity in society which is in the advanced human needs. This may be more than the needs of the body. Therefore, the salary is the most important thing to the government staff.

อัตราเงินเดือน

อัตราเงินเดือนเป็นสิ่งจูงใจให้ข้าราชการหรือแรงงานที่มีความรู้ความสามารถ เลือกที่จะตัดสินใจทำงานร่วมกับองค์กรต่อไป อัตราเงินเดือนทำให้เกิดการแข่งขันการคัดเลือกและการทดสอบ แรงงานทุกคนจึงปฏิบัติงานอย่างเต็มขีดความสามารถและรักษาตำแหน่งงานของตนไว้ อัตราเงินเดือนเป็นเครื่องชี้วัดอย่างหนึ่งที่แสดงให้เห็นถึงขีดความสามารถในการดึงดูดและรักษาคนเก่งคนดีขององค์กร อีกทั้งเป็นสิ่งจูงใจให้แรงงานที่มีความรู้ความสามารถ ได้เลือกตัดสินใจที่จะทำงานร่วมกับองค์การนั้น ๆ ต่อไป สิ่งเหล่านี้เป็นส่วนหนึ่งของการวางแผนกำลังคนซึ่งมีความสำคัญมากต่อความสำเร็จของการบริหารองค์การ

ระบบอัตราเงินเดือนเริ่มมีความเป็นระบบมากขึ้นตั้งแต่ช่วงก่อนสงครามโลกครั้งที่ 2 สืบเนื่องจากภาระค่าใช้จ่ายต่าง ๆ มีราคาเพิ่มสูงขึ้นอย่างต่อเนื่องตามภาวะเศรษฐกิจที่ขยายตัว แต่อัตราเงินเดือนไม่ได้รับการปรับเพิ่มอย่างเพียงพอ เนื่องจากโครงสร้างอัตราเงินเดือนไม่มีความเป็นระบบ จึงไม่

สามารถปรับตัวให้สอดคล้องกับภาวะเศรษฐกิจที่เปลี่ยนแปลงไปได้ ประกอบกับฝ่ายนายจ้างไม่ได้กำหนดโครงสร้างอัตราเงินเดือนที่สามารถปรับตัวตามความจำเป็นทางเศรษฐกิจไว้ ทำให้ลูกจ้างมีอัตราเงินเดือนน้อยกว่ารายจ่ายที่จำเป็น ส่งผลให้อำนาจในการซื้อลดลง ซึ่งเป็นปัญหาในการดำรงชีพของแรงงานและครอบครัว ปัญหาดังกล่าวได้ทวีความรุนแรงมากขึ้น เนื่องจากลูกจ้างไม่สามารถแบกรับภาระค่าใช้จ่ายที่เพิ่มขึ้นอย่างต่อเนื่องได้ แต่ลูกจ้างทุกคนมีความประสงค์ที่จะทำงานด้วยความมั่นคง จึงเกิดแรงผลักดันให้มีข้อกฎหมาย เพื่อกำหนดอัตราเงินเดือนให้เป็นระบบ และเป็นธรรมมากขึ้น

Rate of salary

Salary is the competent incentives to civil servants. People choose to work with the organization when the rate of salary is attractive.

The way to screen the level of the workers' ability workers, thus the salary is use as the indicator. Therfore, whoever can operate at high capacity and they can keep their jobs. Often the salary level can demonstrate the ability to attract and retain the best talent people into the organization. It can serve as an incentive for the workers who are competent. This is an important part of the workforce planning in every company, which is critical to the success of the organization management.

The salary system has started since pre-World War 2. This is due to the costs of a price increase as the economy continues to expand. However, the salary has not been increased sufficiently. Also, it can not be adapted to meet the changing economic conditions. Most of the employer do not set the salary structure that can adapt to the economic changing. They always pay their employees the rate which less than their expenditure. This resulted in a decrease in purchasing power.

The living condition of workers and their families, the problem has become more severe. This is because the employee is unable to bear the burden of cost increases continuously. However, most of employees want stability work place. It was the impetus for the legislation to determine the salary for a fair for employer and employee.

อัตราเงินเดือนของข้าราชการไทยในอดีต

สมัยกรุงสุโขทัย

ก่อนสมัยกรุงสุโขทัย ไม่พบหลักฐานทางประวัติศาสตร์ใด ที่ยืนยันถึงรูปแบบของอัตราเงินเดือนข้าราชการไทย แต่จากข้อมูลหลักศิลาจารึกพ่อขุนรามคำแหง และหลักฐานอื่น ทำให้ทราบว่าข้าราชการไทยในสมัยกรุงสุโขทัย ไม่ถูกนับว่าเป็นอาชีพ และไม่พบหลักฐานการจ่ายเงินเดือน ถ้าเกิดสงครามเมื่อใด พลเมืองซึ่งเป็นชายฉกรรจ์ทุกคนต้องรับราชการเป็นทหาร โดยมีเจ้านายและเจ้าขุนมูลนายเป็นผู้ควบคุม และเมื่อเสร็จสิ้นสงคราม จึงได้มีการตอบแทนแก่ผู้ที่มีความดีความชอบเป็นพิเศษ ซึ่งเป็นการตอบแทนด้วยสิ่งของหรือเงินทอง ตามพระราชอัธยาศัยของพระมหากษัตริย์ คือ การปูนบำเหน็จความดีความชอบตามประเพณีที่ปฏิบัติสืบต่อกันมา โดยไม่ได้กำหนดอัตราค่าตอบแทนที่แน่นอนไว้ จึงอาจได้รับไม่เท่ากันแม้ว่าจะกระทำความดีความชอบในลักษณะเดียวกัน และเป็นการยกฐานะทางเศรษฐกิจของข้าราชการผู้นั้นให้สูงขึ้น

อย่างเหมาะสมกับตำแหน่งที่ได้รับพระราชทาน (ถนอม อานามวัฒน์, สมคิด ศรีสิงห์, ไพฑูรย์ มีสกุล, พวงร้อย กล่อมเอี้ยง และทวีศักดิ์ ล้อมลิ้ม, 2522, หน้า 94-97) สำหรับภาวะปกติไม่พบหลักฐานใดที่แสดงถึงการให้ค่าตอบแทนการทำงานแก่ข้าราชการแต่เจ้านายและเจ้าขุนมูลนายยังคงเป็นผู้ควบคุมบ่าวไพร่เพื่อเตรียมพร้อมสำหรับภาวะสงคราม ดังนั้นข้าราชการจึงต้องดำรงชีพเช่นเดียวกับพลเมืองทั่วไป คือ ทำการเกษตร อุตสาหกรรม การค้า และอาชีพอื่นๆ โดยใช้เงินเบี้ยและเงินพดด้วงเป็นสื่อกลางสำหรับการแลกเปลี่ยนในระบบเศรษฐกิจ (สินชัย กระบวนแสง, 2520, หน้า 73-76)

History of civil servants salary

Before the Sukhothai Period

No historical evidence to prove any form of officers salary in Thailand. However, in the King Ramkhamhaeng, there is an evidence that the government officers in the Sukhothai did not count as a career. There is no evidence of paying. In event of the war, all the men citizens must serve in the military under the Master and bureaucratic controller.

Upon completion of the war, they would receive their reward such as good or money. This is the reward from the Royal Command. The King reward is the merit traditional practices of his people. Without remuneration system, it may not have been the same even if two people do the same thing.

To improve the economic status of the official rate, an appropriate position has been bestowed (2522, pages 94-97) This is again, cannot find any evidence that shows the remuneration of civil servants. However, the bureaucratic would control the people to prepare for civil war while people have to make a living at the same time. Most of the population is in agriculture, industry, trade and other professionals. (2520, pages 73-76).

สมัยกรุงศรีอยุธยา

สมัยกรุงศรีอยุธยาได้กำหนดให้ตอบแทนการทำงานของข้าราชการหรือขุนนางตามบรรดาศักดิ์ ขุนนางแต่ละคนได้รับเงินปี ดาบ หีบหมาก และทาส ในจำนวนที่แตกต่างกันตามตำแหน่ง ตั้งแต่ ออกญา ออกพระ ออกหลวง ออกขุน และออกหมื่น เงินปีที่ได้รับ คือ เหรียญกษาปณ์ทำด้วยโลหะเงินมูลค่าเป็น บาท สลึง เฟื้อง และสองไพ สำหรับข้าราชการชั้นผู้ใหญ่จะได้รับพระราชทานส่วนรายได้จากหัวเมืองที่ได้รับมอบหมายให้บริหารกิจการ ซึ่งปริมาณการตอบแทนต่าง ๆ กำหนดให้เปลี่ยนแปลงได้ตามพระราชอัธยาศัย แต่สิ่งของพระราชทานจะไม่ตกทอดเป็นมรดก ทรัพย์สินที่ครอบครองทั้งหมดจึงถูกส่งคืนเมื่อสิ้นชีวิต สำหรับทหารประจำการ เป็นการเกณฑ์-แรงงาน จึงไม่มีการจ่ายค่าตอบแทนใด ๆ รวมทั้งดาบ หอก หมวก โล่ ลูกดอก ลูกธนู ตลอดจนเสบียงอาหาร ซึ่งทหารแต่ละคนจะต้องเสาะหามาเอง ยกเว้นข้าราชบริพารในพระบรมมหาราชวัง (แชรแวส, 2550, หน้า 110-112, 123-125, 232-235)

ข้าราชการในสมัยกรุงศรีอยุธยาได้รับเงินปีหรือเบี้ยหวัด ถือเป็นส่วนหนึ่งของรายจ่ายพระราชทรัพย์ โดยมีอัตรา คือ เจ้าพระยามหาอุปราชปีละ 100 ชั่ง เจ้าพระยาอัครมหาเสนา ปีละ 50 ชั่ง เจ้าพระยาจักรี ปีละ 50 ชั่ง พระยาในจตุสดมภ์ ปีละ 40 ชั่ง ข้าราชการผู้ใหญ่อื่น ๆ ได้รับเบี้ยหวัด ปีละ 40 ชั่ง 30 ชั่ง 20 ชั่ง 10 ชั่ง ตามลำดับตำแหน่ง สำหรับข้าราชการผู้น้อยได้รับพระราชทานคนละ 5 ชั่ง 4 ชั่ง 3 ชั่ง และ 1 ชั่ง แตกต่างกันไป ซึ่งงบประมาณสำหรับเบี้ยหวัดได้ถูกกำหนดแยกจากงบประมาณ ราชการทัพ และงบประมาณพระราชพิธีพิเศษ ("สำนักพิมพ์แสงดาว," 2553, หน้า 186-187, 212-213)

Ayutthaya

The government officers in Ayutthaya have specific rewards for work as civil servants. This could be title, annuity sword chest piece and slave. This is different from position to position such as Phraya may receive money as income .

Annuity and the coins made of silver dimes worth. For senior officers receive the income from the districts assigned to administrative affairs. The rate of return are set to change the King's pleasure. However, things are not conferred upon the trustee. Possession of the property was returned when he died. For the regulars criteria of labour, it does not pay any compensation, including swords, spears, shields, hats, darts, arrows, as well as food supplies. Which each soldier must seek their own. (2550, page 110-112, 123-125, 232-235).

The officers in Ayutthaya receive annuity as part of the expenditure from the Royal estate at the rate of scale unit. Officials have given the small scales varies from the budget official army special ceremonial. (2553, p. 186-187, 212-213)

สมัยกรุงรัตนโกสินทร์ตอนต้น

ข้าราชการในสมัยกรุงรัตนโกสินทร์ตอนต้น ไม่ได้รับเงินเดือนแต่สามารถยังชีพได้ด้วยส่วยและแรงงานของไพร่ เพราะไพร่ในสังกัดมีหน้าที่ส่งส่วยให้เจ้านายของตนเอง สำหรับข้าราชการที่ปกครองส่วนภูมิภาค ได้รับอนุญาตให้มีรายได้จากการเก็บค่าธรรมเนียม เช่น การตัดสินคดีพิพาท ทะเบียนที่ดิน ทะเบียนทาส และอื่น ๆ ข้าราชการจึงต้องมีคุณสมบัติตามพระราชกำหนด พ.ศ. 2383 คือต้องมาจากตระกูลอัครมหาเสนาบดี มีความรู้ดีทั้งด้านการทหารและพลเรือน มีความเฉลียวฉลาด ตั้งอยู่ในศีลธรรม ขยันหมั่นเพียร กล้าหาญชาญชัยในสงคราม มีความสามารถในการวินิจฉัยเกี่ยวกับการฟ้องร้อง อย่างไรก็ตาม ผู้ที่โดดเด่นในสงคราม และพระสงฆ์ผู้มีความรู้ความสามารถ อาจได้รับโอกาสให้เข้ารับราชการในกรณีที่ลูกหลานขุนนางมีจำนวนไม่เพียงพอ สำหรับไพร่ที่มีความรู้ความสามารถอาจได้รับการพิจารณาให้รับราชการได้ เช่น เป็นมหาดเล็กหลวงและมหาดเล็กของเจ้านายเป็นต้น

(ประกายทอง สิริสุข และพรรณี สรุงบุญมี, 2518, หน้า 151-153, 174-175, 322- 323, 327-330)

สมัยกรุงรัตนโกสินทร์ตอนต้น การบังคับแรงงานให้เข้ารับราชการมีความเข้มข้นลดลง การกำหนดอัตราเงินเดือนประจำ ตำแหน่งจึงกำหนดให้มีจำนวนเงินมากพอที่จะเป็นสิ่งจูงใจให้มีผู้สมัครใจเข้ารับราชการในตำแหน่งต่าง ๆ มีการกำหนดงบประมาณสำหรับจ่ายเป็นเงินเดือนข้าราชการ แต่โครงสร้างอัตราเงินเดือนของแต่ละตำแหน่งในแต่ละพื้นที่ไม่เท่ากัน บางตำแหน่งถ้าไม่มีผู้ใดสมัครใจเข้ารับราชการ จะถูกกำหนดให้มีอัตราเงินเดือนสูงกว่าปกติ โดยกำหนดให้มีจำนวนเงินมากขึ้นจนกระทั่งมีผู้สมัครใจเข้ามาทำงานในหน้าที่นั้น ๆ จึงส่งผลทำให้อัตราเงินเดือนของข้าราชการตำแหน่งเดียวกันของแต่ละพื้นที่มีอัตราเงินเดือนแตกต่างกัน แม้ว่าจะทำหน้าที่เดียวกันก็ตาม เพื่อจูงใจให้มีผู้สมัครใจเข้ารับราชการในทุกตำแหน่งตามที่กำหนด โดยแบ่งข้าราชการออกเป็นชั้นเอก โท ตรี จัตวา และกลุ่มชั้นสัญญาบัตรกับกลุ่มชั้นราชบุรุษ การจ่ายเงินเดือนข้าราชการมีหลายรูปแบบหลายลักษณะ เช่น พ.ศ. 2396

(รัชกาลที่ 4) จ่ายเงินเดือนด้วย "หมาย" ซึ่งคือ เงินกระดาษชนิดแรกของไทย ผลิตออกใช้เพื่อทดแทนเงินพดด้วงที่มีมาแต่โบราณ และในช่วงที่เงินตราโลหะขาดแคลนระหว่าง พ.ศ. 2399- 2403 ได้จ่ายเงินเดือนให้ข้าราชการด้วยใบพระราชทานเงินตรา สำหรับการจ่ายเงินเดือนให้ข้าราชการด้วย ทองทศ ทองพิศ และทองพัดดึงส์ แทน "หมาย" พบใน พ.ศ. 2405 (ธนาคารแห่งประเทศไทย, 2545, หน้า 11-15)

การจ่ายเงินเดือนให้แก่ข้าราชการไทยในอดีตนั้นกำหนดให้มีจำนวนเงินตามพระราชอัธยาศัยของพระเจ้าแผ่นดิน เช่น อายุ 21 ปี ใน พ.ศ. 2425 รับราชการในตำแหน่งเสมียนตรีกองบัญชีกลาง ได้รับเงินเดือน ๆ ละ 15 บาท อายุ 24 ปี ใน พ.ศ. 2428 เลื่อนตำแหน่งเป็นขุนวิเศษสมบัติเจ้าจำนวนอากรบ่อนเบี้ย ได้รับเงินเดือน ๆ ละ 60 บาท อายุ 30 ปี ใน พ.ศ. 2434 เลื่อนตำแหน่งเป็นสารวัตรชั้น 3 กรมอากรค่าที่ ได้รับเงินเดือนเท่าเดิมคือ 60 บาท เป็นต้น ("ประกาศกรมยุทธนาธิการ," 2434, หน้า 416-417) สำหรับการกำหนดให้มีการจ่ายเงินเดือน แก่ข้าราชการ

โดยการตราเป็นพระราชบัญญัติ เช่น พระราชบัญญัติสำหรับกรมทหาร พ.ศ. 2431 โดยกำหนดให้มีการจ่ายเงินเดือนแก่ข้าราชการทหารเป็นประจำทุกเดือน และการกำหนดให้เรื่องเกี่ยวกับเงินเดือนข้าราชการเป็นกฎหมาย แต่ไม่ระบุจำนวนเงินเดือน (“ประกาศเพิ่มเติมความในพระราชบัญญัติสำหรับกรมทหาร,” 2458, หน้า 150-151) รวมถึงข้าราชการในหัวเมืองที่มีการกำหนด ชื่อตำแหน่ง และจำนวนคนที่จะบรรจุในตำแหน่งต่าง ๆ เป็นกฎหมาย แต่อัตราเงินเดือนนั้น กำหนดให้เป็นไปตามพระราชอัธยาศัยของพระเจ้าแผ่นดิน (“กฎเสนาบดีกระทรวงพระคลังมหาสมบัติ ว่าด้วยอัตราเงินเดือนข้าราชการหัวเมือง รัตนโกสินทร์ ศก 121,” 2445, หน้า 461-462)

การรวบรวมโครงสร้างอัตราเงินเดือนข้าราชการให้เป็นระบบมากขึ้น โดยการออกเป็นพระราชบัญญัติเพื่อรวบรวมข้อกำหนดที่เกี่ยวข้องกับเงินเดือนที่ได้รับพระบรมราชานุญาตตามระเบียบอัตราเงินเดือนของกระทรวงต่าง ๆ ไว้ด้วยกัน (“พระราชบัญญัติระเบียบข้าราชการพลเรือน พุทธศักราช 2471,” 2471, หน้า 293-296)

การจัดระเบียบโครงสร้างอัตราเงินเดือนตามกลุ่ม และประเภทของข้าราชการได้ดำเนินการอย่างเป็นรูปธรรมมากขึ้นภายหลังการเปลี่ยนแปลงระบบการปกครอง พ.ศ. 2475 เช่นโครงสร้างอัตราเงินเดือนของข้าราชการพลเรือนตามกระทรวงที่สังกัดและตามประเภทของข้าราชการ เช่น ข้าราชการพลเรือนการเมืองมีอัตราเงินเดือนเป็นตัวเงินระหว่าง 400-1,600 บาทต่อเดือน ข้าราชการพลเรือนสามัญรัฐพาณิชย์ในพระองค์ ชั้นเสมียนพนักงาน มีอัตราเงินเดือนเป็นตัวเงินระหว่าง 20-1,000 บาทต่อเดือน และชั้นตั้งแต่ประจำแผนกขึ้นไป มีอัตราเงินเดือนเป็นตัวเงินระหว่าง 80-1,000 บาทต่อเดือน ("พระราชบัญญัติระเบียบข้าราชการพลเรือน พุทธศักราช 2476," 2477, หน้า 43-51)

โครงสร้างอัตราเงินเดือนแบ่งออกเป็น 3 กลุ่ม โดยกลุ่มที่ 1 บัญชีหมายเลข 1 มีอัตราเดียวจึงไม่มีการเลื่อนขั้นประจำปี กลุ่มที่ 2 บัญชีหมายเลข 2 ซึ่งแบ่งออกเป็น 2 กลุ่มงาน คือ 2ก และ 2ข โดยในแต่ละกลุ่มงานมี 17 ขั้น และ 30 ขั้น ตามลำดับ กลุ่มที่ 3 บัญชีหมายเลข 3 ไม่ได้ระบุอัตราไว้เป็นการแน่นอน แต่จะพิจารณากำหนดจำนวนเงินประจำอัตรา

เป็นครั้งคราว การปรับปรุงโครงสร้างอัตราเงินเดือน พ.ศ. 2479 คือ บัญชีหมายเลข 2 ปรับจาก 2 กลุ่มงาน เป็น 5 กลุ่มงาน คือ ชั้นจัตวา ชั้นตรี ชั้นโท ชั้นเอก และชั้นพิเศษ โดยแต่ละกลุ่มงานมี 2-4 ขั้น แต่ในบางกลุ่มงานกำหนดไว้เพียงขั้นเดียวเท่านั้น (“พระราชบัญญัติระเบียบข้าราชการพลเรือน พุทธศักราช 2479,” 2479, หน้า 937-941) จากลักษณะโครงสร้างอัตราเงินเดือนตามที่กล่าวมา การปรับเพิ่มจำนวนเงินของแต่ละขั้น และปรับจำนวนขั้นของแต่ละกลุ่มงานในช่วงเวลาต่าง ๆ คือ พ.ศ. 2482 พ.ศ. 2485 พ.ศ. 2491 พ.ศ. 2495 พ.ศ. 2502 พ.ศ. 2510 พ.ศ. 2515 และ พ.ศ. 2517

การเปลี่ยนแปลงลักษณะของโครงอัตราเงินเดือนให้เป็นรูปแบบใหม่ใน พ.ศ. 2518 โดยโครงสร้างที่ปรับปรุงใหม่มี 11 กลุ่มงาน แต่ละกลุ่มงานมี 7-18 ขั้น (“พระราชบัญญัติระเบียบข้าราชการพลเรือน พุทธศักราช 2518,” 2518, หน้า 1-5)

จากนั้นได้มีการปรับเพิ่มจำนวนเงินในแต่ละขั้นของกลุ่มงานในช่วงเวลาต่าง ๆ อีกหลายครั้ง คือ พ.ศ. 2521 พ.ศ. 2523 พ.ศ. 2525 พ.ศ. 2532 พ.ศ. 2533 พ.ศ. 2535 พ.ศ. 2537 และ พ.ศ. 2547 โครงสร้างอัตราเงินเดือนข้าราชการพล เรือนถูกปรับเปลี่ยนเป็นลักษณะแบบแถบกว้างใน พ.ศ. 2551 โดยแบ่งออกเป็น 4 ประเภท คือ ประเภทบริหาร ประเภทอำนวยการ ประเภทวิชาการ และประเภททั่วไป โดยกำหนดจำนวนเงินเป็นอัตราขั้นสูงสุด อัตราขั้นต่ำสุด และอัตราขั้นต่ำสุดชั่วคราวของแต่ละประเภท (“พระราชบัญญัติระเบียบข้าราชการพลเรือน พุทธศักราช 2551,” 2551, หน้า 1-5)

สำหรับข้าราชการตำรวจ พบหลักฐานในพระราชบัญญัติลักษณะเกณฑ์ทหารรัตนโกสินทร์ ศก 124 (พ.ศ. 2448) ให้เกณฑ์กำลังพลเพื่อเป็นข้าราชการตำรวจในกรมตำรวจภูธร กรมกองตระเวน พลชาววัง และขยายผลไปยังมณฑลต่าง ๆ ใน พ.ศ. 2451 (“ประกาศ เรื่องให้รวมการเรียกคนรับราชการ ตำรวจภูธร พลตระเวน พลชาววัง เข้าในพระราชบัญญัติลักษณะเกณฑ์ทหาร,” 2451, หน้า 1162-1163)

การกำหนดอัตราเงินเดือนของข้าราชการตำรวจ ซึ่งเป็นข้าราชการพลเรือนสามัญสังกัดกระทรวงมหาดไทย ใน พ.ศ. 2477 นั้น ได้รับอัตราเงินเดือนตามโครงสร้างอัตราเงินเดือนของข้าราชการพลเรือนสามัญทั่วไป คือ 4-1,000 บาท (“พระราชกฤษฎีกากำหนดอัตราเงินเดือนข้าราชการพลเรือนสามัญ กระทรวงมหาดไทย ฉบับที่ 1 พุทธศักราช 2477,” 2477, หน้า 508-510)

จากนั้นได้ปรับอัตราเงินเดือนข้าราชการตำรวจใน พ.ศ. 2480 คือ ชั้นพลตำรวจ มีอัตราเงินเดือน 7 ขั้น ระหว่าง 4-30 บาท ชั้นประทวนมีอัตราเงินเดือน 16 ขั้น ระหว่าง 16-75 บาท และชั้นสัญญาบัตรมีอัตราเงินเดือน 33 ขั้น ระหว่าง 80-1,000 บาท (“พระราชกฤษฎีกากำหนดอัตราเงินเดือนข้าราชการตำรวจ และกำหนดคุณสมบัติ พื้นความรู้ วิธีคัดเลือก และวิธีสอบคัดเลือก เพื่อบรรจุและแต่งตั้งข้าราชการในกรมตำรวจ พุทธศักราช 2480,” 2480, หน้า 782-785) และปรับอัตรา-เงินเดือนของบางชั้นยศ ใน พ.ศ. 2491 พ.ศ. 2493 พ.ศ. 2495 สำหรับการปรับโครงสร้างอัตราเงินเดือนข้าราชการตำรวจ พ.ศ. 2500

เพื่อเพิ่มเติมข้าราชการตำรวจที่ไม่มีชั้นยศ คือ ข้าราชการตำรวจ ชั้นจัตวา ตรี โท เอก และชั้นพิเศษ จากนั้น ได้ปรับอัตราเงินเดือนของบางชั้นยศ ใน พ.ศ. 2501 พ.ศ. 2502 พ.ศ. 2510 พ.ศ. 2514 พ.ศ. 2515 พ.ศ. 2517 พ.ศ. 2521 พ.ศ. 2522 พ.ศ. 2524 พ.ศ. 2531 พ.ศ. 2535

สำหรับการปรับโครงสร้างอัตราเงินเดือนข้าราชการตำรวจให้สอดคล้องกับข้าราชการอื่นใน พ.ศ. 2554 โดยกำหนดให้มี 14 กลุ่มงาน คือ นายตำรวจชั้นสัญญาบัตร 9 กลุ่มงาน อัตราเงินเดือนระหว่าง 6,470-70,930 บาท นายตำรวจชั้นประทวน 3 กลุ่มงาน อัตราเงินเดือนระหว่าง 4,870-26,990 บาท และนายตำรวจชั้นพลตำรวจ 2 กลุ่มงาน อัตราเงินเดือนระหว่าง 1,360-15,290 บาท ("พระราชกฤษฎีกาการปรับอัตราเงินเดือนข้าราชการตำรวจ พ.ศ. 2554," 2554, หน้า 1-2)

ข้าราชการทหารมีโครงสร้างการจัดหน่วยทหารมาตั้งแต่อดีต โดยพบหลักฐานใน พ.ศ. 2430 (นพ ศก 1249) กล่าวถึง การมีผู้บัญชาการกรมทหารทั่วไป

มีกรมทหารมหาดเล็ก รักษาพระองค์ ("ประกาศกรมยุทธนาธิการ," 2430, หน้า 342) มีการกำหนด

ชั้นยศทางทหาร ซึ่งพบหลักฐานใน พ.ศ. 2443 แสดงชั้นยศทหารเรือกับศักดินา ในพระราชบัญญัติศักดินาข้าราชการทหารเรือ รัตนโกสินทร์ ศก 119 และ การเกณฑ์แรงงานเพื่อรับราชการทหารใน พ.ศ. 2448 ตามพระราชบัญญัติลักษณะเกณฑ์ทหารรัตนโกสินทร์ ศก 124 สำหรับอัตราเงินเดือนของข้าราชการทหาร พบหลักฐาน

ใน พ.ศ. 2456 คือ ตารางอัตราเงินเดือนข้าราชการทหารเรือซึ่งแบ่งเป็น 9 ชั้นยศ ตั้งแต่เรือตรีถึงพลเรือเอก อัตราเงินเดือนระหว่าง 80-2,800 บาท โดยชั้นยศเรือตรีถึงนาวาโทมีชั้นยศละ 6 ขั้น ชั้นยศนาวาเอกถึงพลเรือเอก มีชั้นยศละ 3 ขั้น ("ประกาศแก้กฎเสนาบดีที่ 1/130-00020 ว่าด้วยอัตราเงินเดือน," 2456, หน้า 24-27) สำหรับการปรับปรุงอัตรา-เงินเดือนข้าราชการทหารให้เป็นมาตรฐานเดียวกันใน พ.ศ. 2521

โดยการกำหนดตารางอัตราเงินเดือนไว้ล่วงหน้าตั้งแต่เริ่มแรกจำนวน 3 ตาราง เรียกว่าบัญชีหมายเลข 1 บัญชีหมายเลข 2 และบัญชีหมายเลข 3 ซึ่งทุกบัญชีมีโครงสร้างที่แบ่งตามชั้นยศ คือ ชั้นยศสัญญาบัตร มี 11 กลุ่มงาน ครอบคลุมตั้งแต่ร้อยตรี/เรือตรี/เรืออากาศตรี ถึงพลเอก/พลเรือเอก/พลอากาศเอก โดยชั้นยศร้อยโทถึงพลโท มีชั้นยศละ 2 กลุ่มงาน ทุกกลุ่มงานแบ่งเป็นขั้น ซึ่งมากที่สุด คือ 6 ขั้น สำหรับชั้นยศประทวนมี 7 กลุ่มงานตั้งแต่จ่าสิบเอก/พันจ่าเอก/พันจ่าอากาศเอก ถึง สิบตรี/จ่าตรี/จ่าอากาศตรี โดยชั้นยศสิบเอก และชั้นยศจ่าสิบเอกมี 2 กลุ่มงาน มีจำนวนขั้นมากสุด คือ 9 ขั้น กลุ่มสุดท้าย คือ พลทหาร 1 กลุ่มงาน และนักเรียนทหาร 2 กลุ่มงาน ประกาศใช้บัญชีหมายเลข 2

ใน พ.ศ. 2523 และประกาศใช้บัญชีหมายเลข 3 ใน พ.ศ. 2524 จากนั้น ได้ปรับเพิ่มจำนวนเงินในแต่ละขั้น โดยใช้โครงสร้างเดิมใน พ.ศ. 2527 การกำหนดตารางอัตราเงินเดือนข้าราชการทหารไว้เป็นการล่วงหน้าได้ดำเนินการอีกครั้งใน พ.ศ. 2531

โดยกำหนดตารางอัตราเงินเดือนไว้ในคราวเดียวกันจำนวน 4 ตาราง คือ ตารางบัญชี ก บัญชี ข บัญชี ค และบัญชี ง โดยกำหนดให้ใช้ตารางบัญชี ก ใน พ.ศ. 2531 จากนั้นจึงพิจารณาให้ใช้ตารางบัญชีถัดไปเมื่อถึงเวลาอันเหมาะสม ตารางบัญชี ข ถูกนำมาใช้ใน พ.ศ. 2533 สำหรับตารางบัญชี ค และตารางบัญชี ง ไม่มีโอกาสนำมาใช้งานเนื่องจากจำนวนเงินในแต่ละอัตรามีจำนวนน้อยเกินไป ไม่สอดคล้องกับสภาวะทางเศรษฐกิจที่เป็นจริง จึงได้ปรับอัตราเงินเดือนเพิ่มเติมอีกใน พ.ศ. 2535 พ.ศ. 2538 พ.ศ. 2547 พ.ศ. 2551 พ.ศ. 2548 พ.ศ. 2550 และ พ.ศ. 2554

Rattanakosin

Officials in the early Rattanakosin period did not get salary. Labour recruitment under a duty to pay tribute to the King. However, the provincial government were allowed to receive their revenue such as fees from the trial court, land registration and other government servants, however, it must qualify under Decree BE 2383. They must have a good knowledge both military and civilian. Discretion is moral perseverance Bravura in the war who is capable of ruling on impeachment. However, the outstanding in the war and priests who are competent may have the opportunity to serve in the aristocracy family units.

If there is not enough people who have knowledge, general people may be considered to serve as a master's servants Mahadlekluang etc. (2518, pages 151-153, 174-175, 322-. 323, 327-330

Early Rattanakosin period, people receive small salary and they also work as volunteer to serve various positions under the budget of the civil servants. The salary of each position in each area was different. Some positions if no one volunteered to serve, will receive higher salary than normal until the volunteer is undertaking. As a result, the salary of civil servants, the same location but different area may be different.

To encourage more people volunteered to serve, the position is divided into class such as master's servant quarter or the king's man commissioned to the floor. Payroll servant has multi format which paid by "meaning". This is the first paper produce to replace the northern part of the ancient. During the metal shortages between 2399- 2403, the salaries were paid to officiers with the Royal Exchange. For the payment of salaries to civil servants with a stare and tagts gold instead of "meaning" in July 2405 (Bank of Canada, 2545, pages 11-15).

Thailand paying salaries to civil servants in the past. For example, the Majesty as the age 21 in 2425, served in the clerk's Division of Finance. He received a salary of 15 baht, age 24 years old in 2428 promoted to fertilize the magical properties of the casino tax rate, receive a salary of 60 baht, aged 30 years in 2434 promoted to inspector at the 3rd floor of duty was unchanged at 60 baht salary, etc. (2434, page 416-417) for.

The payment of salaries to civil servants act as enacted by the 2431, the military to pay their army on a monthly basis but did not specify the amount of salary ("The Act for the Department of the Army announced," 2458, pages 150-151) as well as government officiers in cities and people who fill the position. ("2445, page 461-462), it calls the collection of officers salaries system. The salary received from the royal permission according to the salary of the ministries organized under the salary structure and the type of government staff. ("the Civil Service Act, BE 2471," 2471, pages 293-296).

There is a more concrete after the change in regime, 2475, as the salaries of civil servants specify by the Ministry of affiliation and by category, such as civil servants' salary politics is between 400-1600 baht per month. Civil servant interstate commerce, clerk, in his class Salary is between 20-1000 Baht per month and The higher salary is between. 80-1,000 Baht per month ("the Civil Service Act, BE 2476," 2477, pages 43-51) The salary structure is divided into 3 groups: Group 1, Appendix 1 provides a single rate, no annual promotion group. 2 Appendix 2

They are divided into 2 groups of 2 and 2 b, each group has 17 steps and 30 steps, respectively, in Group 3 Appendix No. 3 does not specify the rate of course. It determines the amount of rates from time to time.

The restructuring of the salary adjustment Appendix 2 of 2 Group 5 Group is a rising class grade floor master and doctoral level floor, each with 2-4 group stage, but a certain task. only a single step ("The Civil Service Act, BE 2479," 2479, pages 937-941) The salary structure increase the amount of each step and adjust the level of each group at the time of the 2482, 2495, 2491, 2485, 2502, 2515 and 2510.

In 2517, there changed the nature of the project as a new form of salary. The structure was renovated in 2518 with 11 groups and each group has a 7-18 ("the Civil Service Act, BE 2518," 2518, pages 1-5). Then there was the increase in the minimum amount of work many times over the course of the 2521, 2523, 2525, 2532, 2533, 2535, 2537 and 2547. The civil service salary structure is characterized by a wide strip was modified in 2551, divided into 4 types: executive, director, academic and common. The amount is the maximum, minimum and the minimum rate of temporary. ("Civil Service Act BE 2551," 2551, pages 1-5)

For police there is the evidence in the manner drafted Rattanakosin era 124 (2448), the criteria for an official police force. Police departments in the Royal Air Patrol, and an extension to the various counties 2451 (2451, pages 1162-1163). Determining the salaries of police officers. This is a civil servant in the Ministry of the Interior, 2477 was based on the salary rate structure - the salary of civil servants is generally 4-1000 Baht ("Decree salaries of civil servants. Ministry of Interior, No. 1, BE 2477, "2477, pages 508-510).

Then the salary adjustment police in 2480 is a top salary for Police Officers 7 steps between 4-30 baht salary, between 16-75 baht minimum salary and commissioned 33 steps between 80-1,000 Baht ("decree salary for police officers. Configuration and background selection method, and how to attend. For recruitment and appointment of officials in the police force, BE 2480, "2480, pages 782-785), and the rate - the salaries of some rank in 2493, 2495, 2491 for restructuring salary aaddition to Commissioner of Police, 2500 to the Commissioner of Police with no grade.

The Police Lieutenant Colonel Brigadier floor adjust the salaries of some rank in 2510, 2514, 2501, 2502, 2515, 2517, 2521, 2522, 2524, 2531 and 2535 restructuring rate - in line with government officials, police officers in 2554 were assigned to be 14 groups of police officers and salary between 6470-70930 baht. The noncommissioned officer salary between 4870-26990 THB group 3 and group 2 police sergeant salaries between 1360 to 15,290 baht. ("Decree 2554 salary rates for police officers," 2554, page 1-2).

Military officials have structure for the military from the past. The evidence found in 2430 (Dr. ERA 1249) discusses the regimental commander General. A

Department of the Army - Guards. (The 2430, page 342)

Military rank, the evidence presented in 2443 with the rank of naval landholders, Navy officials in the feudal era Rattanakosin 119 and forced labor, for military service in 2448 under the military aspects the Rattanakosin era 124.

In 2456, the officials of the Navy, which is divided into 9 rank from Lieutenant to Admiral , the salary is between 80-2800 baht. The Lieutenant Commander with the rank of 6 steps salary leads up to the rank of Captain, Admiral is the rank of 3 (2456, pages 24-27) to improve the military officers to the same standard in 2521.

Appendix 2 and Appendix 3, have a structure that is divided by grade. Grade officers with 11 groups ranging from Lieutenant / Lieutenant / Pilot Officer to. General / Admiral / ACM. The top lieutenant to lieutenant general with the rank of 2 groups.

Entry into the 6 steps for officers with the rank of sergeant 7 Group / Chief warrant officer / sergeant to Lance Corporal / Sergeant Major / Air Force sergeant rank. Sergeant and sergeant rank have a minimum of 2 and a maximum of 9 which is the final step. The first group of soldiers and military students 2 groups shown in Appendix 2.

In 2523 in Appendix No. 3 which in 2524 raised the amount in each stage. The original structure in 2527, military officials in advance compare to 2531.

The salary table when the time is right next fiscal accounts were used in 2533 for the table accounts and the accounts table never used because the amount of the rates are too few in unconsistent with economic reality. Therefore, the salary rates increase in 2535, 2538, 2547, 2551, 2548, 2550 and 2554.

Chapter 2

Problems of the salaries of civil servants

ปัญหาอัตราอัตราเงินเดือนของข้าราชการไทย

อัตราเงินเดือนของข้าราชการไทย

จากผลการศึกษาที่ผ่านมาทำให้ทราบถึงสภาพปัญหาต่าง ๆ ซึ่งมีสาเหตุจากโครงสร้างอัตราเงินเดือนของข้าราชการ เช่น ปัญหาการกระจายรายได้ที่ไม่เหมาะสมเนื่องจากความไม่สมบูรณ์ของโครงสร้างอัตราเงินเดือน ปัญหาอัตราเงินเดือนของข้าราชการต่ำกว่ามากเมื่อเทียบกับอัตราเงินเดือนของภาคเอกชนและรัฐวิสาหกิจ เนื่องจากโครงสร้างอัตราเงินเดือนข้าราชการไม่สามารถปรับตัวตามการเปลี่ยนแปลงของภาวะเศรษฐกิจได้ และในที่สุดได้ก่อให้เกิดปัญหาการดำรงชีพของข้าราชการ

โครงสร้างอัตราเงินเดือนข้าราชการได้ถูกศึกษาและเสนอแนวทาง เพื่อปรับปรุงแล้วหลายครั้ง แต่ความรุนแรงของปัญหาอันเนื่องมาจากโครงสร้างเงินเดือนข้าราชการยังคงทวีความรุนแรงเพิ่มมากขึ้น เพราะความเจริญเติบโตทางเศรษฐกิจที่ขยายตัวตลอดเวลา จึงจำเป็นต้องปรับเพิ่มอัตราเงินเดือนของข้าราชการทุกอัตรา และค่าครองชีพให้กับข้าราชการชั้นผู้น้อย เพราะอัตราเงินเดือนไม่เพียง

พอต่อการดำรงชีพภายใต้ภาวะเศรษฐกิจที่เปลี่ยนแปลงเพิ่มขึ้น ซึ่งเป็นเพียงการแก้ปัญหาเฉพาะหน้า เนื่องจากโครงสร้าง อัตราเงินเดือนไม่สามารถปรับตัวตามภาวะเศรษฐกิจได้

The salaries of civil servants in Thailand

The results of a recent study made aware of the problems, which are caused by structural problems, such as salaries of civil servants income distribution is not appropriate due to the structural integrity of the salary. The salaries of civil servants are much lower compared to the salaries of private and state enterprises. The rate structure can not adapt to the changing of the country economy and eventually it causes problems of living condition of the civil servants.

The studied and proposed have been done several times to improve but the severity of the problems caused by the civil servants still more severe. Economic growth is expanding all the time, it needs to increase the salaries of civil servants for every levels. The main problems are the salary is not enough to live under the fast growth economy and the salary structure can not adapt to the present economy.

ปัญหาอัตราเงินเดือนของข้าราชการไทย

อัตราเงินเดือนข้าราชการเป็นสิ่งที่รัฐบาลในฐานะผู้บริหารประเทศได้ พยายามแก้ไขปรับปรุงตลอดเวลา แต่ด้วยความผันผวนทาง เศรษฐกิจที่เกิดขึ้น ประกอบกับความไม่สอดคล้องและความไม่ยืดหยุ่นของโครงสร้างอัตราเงินเดือนจึงเป็นอุปสรรคต่อการปรับปรุงอัตราเงินเดือนข้าราชการให้ทันต่อการเปลี่ยนแปลง โดยเฉพาะอย่างยิ่งการปรับปรุงอัตราเงินเดือนภายใต้โครงสร้างอัตราเงินเดือนปัจจุบันเพื่อให้ใกล้เคียงกับภาคเอกชนหรือรัฐวิสาหกิจ เป็นสิ่งที่ดำเนินการได้ค่อนข้างยาก เนื่องจากความจำเป็นในการบริหารงบประมาณซึ่งมีจำกัด ดังนั้นปัญหาความไม่สอดคล้องของโครงสร้างอัตราเงินเดือนข้าราชการกับภาวะเศรษฐกิจที่เติบโตอย่างรวดเร็ว จึงเป็นปัญหาสำคัญและมีความรุนแรงเพิ่มมากขึ้นทุกปี อีกทั้งเป็นสิ่งบ่งบอกถึงปัญหาอื่น ๆ ที่อาจเกิดขึ้น กับข้าราชการไทยหรือระบบราชการไทยในอนาคต

โครงสร้างอัตราเงินเดือนข้าราชการ ต้องถูกกำหนดให้เพียงพอแก่รายจ่ายภายใต้ปัจจัยแวดล้อมต่าง ๆ เพื่อให้สามารถรักษาเกียรติยศในสังคมได้ เช่น การปรับอัตราค่าจ้างขั้นต่ำทั่วไปสำหรับแรงงานไร้ฝีมือย่อมส่งผลให้เกิดภาวะเงินเฟ้อส่งผลต่อข้าราชการในฐานะผู้บริโภค ซึ่งได้รับผลกระทบจากการเพิ่มของอัตราค่าจ้างขั้นต่ำตามกฎหมายอย่างหลีกเลี่ยงไม่ได้ ทำให้การดำรงชีพของข้าราชการเป็นไปอย่างไม่สอดคล้องกับภาวะเศรษฐกิจอย่างแท้จริง

โครงสร้างอัตราเงินเดือนข้าราชการมีความไม่สอดคล้องกับภาวะเศรษฐกิจ และมีความชัดเจนมากขึ้น เมื่อกำหนดให้การปรับปรุงอัตราเงินเดือนข้าราชการ โดยออกเป็นพระราชบัญญัติ เนื่องจากภาวะเศรษฐกิจเปลี่ยนแปลงอย่างรวดเร็ว แต่ด้วยเงื่อนไขของกระบวนการปรับแก้ไขพระราชบัญญัติไม่สามารถดำเนินการได้ทัน จึงจำเป็นต้องกำหนด ตารางอัตราเงินเดือนข้าราชการแนบท้ายพระราชบัญญัติ หลายตาราง เมื่อจำเป็นต้องเพิ่มอัตราเงินเดือนข้าราชการให้สอดคล้องกับภาวะเศรษฐกิจ จึงให้ออก

พระราชกฤษฎีกาเปลี่ยนการบังคับใช้ตารางบัญชีเงินเดือนข้าราชการตามที่แนบท้ายพระราชบัญญัตินั้น ๆ แต่บัญชีอัตราเงินเดือนแนบท้ายพระราชบัญญัติมีความไม่ทันสมัยและไม่สอดคล้องกับภาวะเศรษฐกิจที่เปลี่ยนแปลงไป ทำให้บัญชีอัตราเงินเดือนข้าราชการที่แนบท้ายพระราชบัญญัติ ไม่สามารถแก้ไขปัญหาความไม่สอดคล้องกับภาวะเศรษฐกิจของอัตราเงินเดือนข้าราชการได้ ปัญหาโครงสร้างอัตราเงินเดือนข้าราชการซึ่งไม่สอดคล้องกับภาวะเศรษฐกิจมีความรุนแรงและชัดเจนมากขึ้น เมื่อกำหนดให้ปรับปรุงอัตราเงินเดือนข้าราชการได้ โดยการออกเป็น กฎ ก.พ. เพื่อให้สามารถแก้ไขอัตราเงินเดือนข้าราชการได้ทันตามภาวะเศรษฐกิจ ซึ่งสามารถแก้ปัญหาด้านกระบวนการและระยะเวลา ได้ แต่ด้วยต้นเหตุ

ที่แท้จริงของปัญหาคือโครงสร้างของอัตราเงินเดือนข้าราชการที่ไม่สัมพันธ์กับตัวแปรทางเศรษฐกิจเท่าที่ควรจะเป็น การกำหนดโครงสร้างอัตราเงินเดือนเฉพาะขั้นต่ำสุดและขั้นสูงของแต่ละกลุ่มงาน อาจไม่สามารถแก้ไขปัญหาอื่นที่เกิดขึ้นอย่างต่อเนื่องได้ ในทางปฏิบัติ จึงต้องออกมาตร

การต่าง ๆ เพิ่มเติมอีกจำนวนมาก ซึ่งส่งผลให้ข้าราชการเกิดความสับสน และไม่มั่นใจต่อรายได้ในอนาคต อาจส่งผลกระทบต่อประสิทธิภาพการทำงานของข้าราชการได้

จากนโยบายเศรษฐกิจและเครื่องมือในการบริหารระบบเศรษฐกิจของภาครัฐส่งผลทำให้ความแตกต่างด้านสวัสดิ การ ระหว่างภาคเอกชน รัฐวิสาหกิจ และราชการมีความต่าง กันน้อยลง เช่น นโยบายด้านความมั่นคงทางสังคมเพื่อ เสริมสร้างความมั่นคงทางด้าน รายได้ให้กับพนักงานใน ภาคเอกชนโดยทุกคนมีการประกันสังคมภาคบังคับในรูป ของภาษีประกันสังคมซึ่งเรียกเก็บจากทั้งนายจ้าง พนักงาน และส่วนรัฐบาลสมทบจึงทำให้ความมั่นคงในชีวิตระหว่าง ข้าราชการกับพนักงานในภาคเอกชนซึ่งมีระบบประกันสังคมมีความแตกต่างกันไม่มากนัก รวมทั้งระบบการรักษาพยาบาล ภายใต้โครงการบัตรทองรักษาทุกโรค ซึ่งไม่แตกต่างจากข้าราชการโดยทั่วไป

ดังนั้นภายใต้ภาวะที่ข้าราชการมีอัตราเงินเดือนต่ำกว่าภาคเอกชนมากขณะที่ระบบสวัสดิการต่างกันเพียงเล็กน้อย จึงมีความจำเป็นต้องปรับโครงสร้างอัตราเงินเดือนของข้าราชการให้สอดคล้องกับภาวะเศรษฐกิจที่ปรับตัวเพิ่มขึ้น และเป็นภารกิจจำเป็นเร่งด่วนของรัฐบาล เพื่อขจัดความเหลื่อมล้ำและสร้างความเป็นธรรมให้เกิดแก่ข้าราชการทั่วประเทศซึ่งส่งผลต่อความมั่นคงแห่งชาติโดยตรง

ปัญหาโครงสร้างอัตราเงินเดือนของข้าราชการ คือ ความไม่สมดุลในหลายด้าน เช่น ค่ากึ่งกลาง ค่าความเหลื่อมล้ำ อัตราเงินเดือนขั้นต่ำสุดและขั้นสูงสุด รวมทั้งอัตราเงินเดือนที่ติดตันในกรณีที่ภาคราชการไม่มีตำแหน่งในกลุ่มงานที่สูงขึ้นรองรับ ซึ่งเป็นผลมาจากลักษณะของโครงสร้างอัตราเงินเดือนที่ไม่สามารถตอบสนองได้ และปัจจุบันไม่พบลักษณะโครงสร้างอัตราเงินเดือนแบบใดที่จะสามารถแก้ไขปัญหาดังที่กล่าวมาได้ทั้งหมด การแก้ไขปัญหาภายใต้โครงสร้างอัตราเงินเดือนที่ถือปฏิบัติต่อ ๆ กันมาจึงเป็นการดำเนินการแบบชั่วคราวเท่านั้น เช่น พ.ศ. 2550 กระทรวงกลาโหมมีข้าราชการทหาร ซึ่งอัตราเงิน

เดือนเต็มขั้นตามชั้นยศที่บรรจุ ทั้งหมด 55,734 นาย หรือประมาณ 1 ใน 4 ของแต่ละชั้นยศ (สำนักกรรมาธิการ 2, 2551, หน้า 1-2)

การแก้ไขปัญหาเฉพาะหน้าโดยการขยายอัตราเงินเดือนขั้นบนสุดที่ติดตันให้ได้รับอัตราเงินเดือนของชั้นยศที่สูงกว่า ("พระราชบัญญัติระเบียบข้าราชการทหาร ฉบับที่ 7 พ.ศ. 2551," 2551, หน้า 1-6) อย่างไรก็ตามปัญหาขั้นอัตราเงินเดือนติดตันตลอดจนปัญหาอื่น ๆ อาจเกิดขึ้นอีกครั้ง อย่างหลีกเลี่ยงไม่ได้

โดยสรุปแล้วโครงสร้างอัตราเงินเดือนข้าราชการไทย ได้ปรับตัวตามภาวะเศรษฐกิจที่เปลี่ยนไปอย่างไม่เป็นระบบ ไม่ก่อให้เกิดแรงจูงใจสำหรับข้าราชการที่ทำงานอย่างทุ่มเทและเต็มประสิทธิภาพ ไม่เอื้อให้ข้าราชการที่มีความรู้ความสามารถรับราชการอย่างต่อเนื่อง ไม่มีตัวแบบสมการในการคำนวณที่แน่นอน และความไม่สอดคล้องกับภาวะเศรษฐกิจของโครงสร้างอัตราเงินเดือนเป็นสาเหตุสำคัญที่ก่อให้เกิดปัญหาอื่น ๆ ตามมา เช่น ปัญหาการติดตันของ

อัตราเงินเดือน ปัญหาข้าราชการมีรายจ่ายมากกว่ารายรับ ปัญหาความไม่เป็นธรรมภายในกลุ่มงานเดียวกัน ปัญหาความไม่เป็นธรรมระหว่างกลุ่มงาน ปัญหาความไม่เป็นธรรมระหว่างอาชีพต่าง ๆ ในสังคมเดียวกัน เป็นต้น ข้าราชการส่วนใหญ่ของประเทศจึงจำเป็นต้องแก้ปัญหาเฉพาะหน้า โดยการนำเงินอนาคตมาใช้จ่ายในรูปแบบต่าง ๆ เช่น การกู้หรือการผ่อนชำระระยะยาว ซึ่งเป็นส่วนหนึ่งที่ทำให้ไม่สามารถผดุงเกียรติของความเป็นข้าราชการไว้ได้มากเท่าที่ควรจะเป็น ข้าราชการบางส่วนจำเป็นต้องทำงานพิเศษหรือทำงานอื่น ๆ นอกเวลาราชการมากขึ้น ข้าราชการที่มีความรู้ความสามารถจำนวนหนึ่ง จำต้องยอมรับอัตราเงินเดือนที่สูงกว่าจากภาคเอกชน โดยการขอลาออกจากความเป็นข้าราชการ

จากปัญหาที่กล่าวมาข้างต้นไม่พบว่ามีตัวแบบคำนวณใดที่จะ สามารถคำนวณและสร้างตารางอัตราเงินเดือนของข้าราชการไทยให้ปรับตัวตามภาวะเศรษฐกิจได้ ทั้งในส่วนของข้าราชการทหาร/ตำรวจ ข้าราชการพลเรือน ตลอดจนข้าราชการส่วนอื่น ๆ เพื่อการแก้ไขปัญหาในระดับประเทศ

ที่เกิดสะสมมานาน และมีแนวโน้มที่รุนแรงมากขึ้นในอนาคต การศึกษาต่อไปนี้จึงเป็นการสร้างตัวแบบกำหนดอัตราเงินเดือนพื้นฐานของข้าราชการที่ปรับตัวตามภาวะเศรษฐกิจ เพื่อให้ข้าราชการไทยได้รับเงินเดือนในอัตราที่สอดคล้องกับภาวะเศรษฐกิจสามารถดำรงชีพในสังคมได้อย่างสมเกียรติอันพึงมี

Problems of the salaries of civil servants in Thailand

The government tried to improve the salaries of civil servants in Thailand all the time but with economic fluctuations that occur with inconsistencies and lack of flexibility of the salary structure. It is a barrier to improve public servants' salaries to keep pace with the changes. In particular, the improvement rate of salary under the current salary structure, to close the gap with the private enterprises. It is quite difficult to do because of the budget is limited. It is a major problem and a violent increasing every year. It is indicative of other problems that may occur in the government officials or agencies in the future.

The official salary must be given sufficient expenditure under various conditions, to maintain the honor of the society, such as the general minimum wage rate for unskilled labor. This leads to higher inflation affect government as a consumer which has been affected by increasing the minimum wage law. The livelihood of officials is not consistent with the economic changing.

The officials data analysis are not in line with economic conditions and with greater clarity when set to government decision. The rapidly changing economic conditions with the terms of the revised, the action can not be implemented immediately. It is necessary to schedule the officials attached to the table when the need to raise rates in line with economic. The action is outdated and not in line with the changing economic climate. The payroll officers are unable to resolve the inconsistency with the economic condition.

When set to improve the civil servants by issuing a rule to be able to keep up with the economic growth rate, process and duration. The problem is the salary structure of civil servants who were not associated with economic variables as they should be. Defined the minimum salary rate and the height of each group could not resolve problems that occur constantly in practice. There are many measurement as a result of confusing and does not ensure against the future income. It may affect the performance of the officials, economic policy and the government's economic management. The result is the difference between private enterprise and public welfare There is less social security policy to strengthen the income of the employees in the private sector. They have compulsory social insurance in the form of Social Security taxes which are levied on employers, employees and the government subsidy. Therefore, a stable life between officers and employees in the private sector with a Social Security system. There is not much difference including the healthcare system under the gold card for every treatment. This is no different from the Commissioner General. Thus, under the official salary much lower than the private sector, while the welfare system different a little bit. Therefore it is necessary to restructure the salary of civil servants in line with the economic rise. It is an urgent task for the government to eliminate inequality and fairness to civil servants across the country.

Structural problems salaries of civil servants is uneven in many areas such as the center of the disparity, the minimum and maximum salary. This is including rates of salary when the government does not support the higher position in the group. This is due to the nature of the salary structure is not responding. The current salary structure is not in any of the aforementioned problems can be solved at all.

It is performed only temporary as 2550 Department of Defense military. The salary by grade, all packed full of 55,734, or about 1 in 4 of each grade. (Office of the Commissioner 2, 2551, pages 1-2) to fix the problem by extending the top with the salary to gain a higher salary grade. ("Military Service Act No. 7 of 2551," 2551, page 1-6) However, the problem with gross salary as well as other problems may happen again.

In conclusion, the official salary in Thailand has adapted to the economic system which can not be changed. This caused no incentive for government officials to work hard and efficiently and unfavorable to officials with knowledge continuous service. The inconsistent with the economic structure of the salary is a major cause other problems such as the problems caught a top ceiling of salary, the injustice within the same job, the injustice between groups and the injustice between the various careers in the civil service. The country is required to solve the problem by long-term loans or installment. This is impossible to uphold the dignity of the government as much as it should be a public servant.

Some need extra work or other work outside office hours, more bureaucracy. A competent one bound to the higher salaries from the private sector and leave the government jobs. From the problems mentioned above, there was no model calculations shall be calculated and create tables salaries of civil servants to adapt to in Thailand's economy. The military, police, civil servant as well as other government officials to resolve the problem at the national level was retained and tend to be more intense in the future. Further studies, it creates a custom base salary of civil servants affected by economic conditions in Thailand.

.

คำถามการวิจัย

ตัวแบบคำนวณอัตราเงินเดือนพื้นฐานของข้าราชการไทย ควรกำหนดอย่างไร จึงจะปรับตัวสอดคล้องกับภาวะเศรษฐกิจ

Research questions

How to find the models to calculate basic salary of civil servants in Thailand to be line with economic conditions.

วัตถุประสงค์ของการศึกษา

เพื่อสร้างตัวแบบคำนวณและตารางอัตราเงินเดือนพื้นฐานของข้าราชการทหารที่ปรับตัวสอดคล้องกับภาวะเศรษฐกิจ

Objectives of the study

To generate a basic salary calculations that cab adjust to the economic conditions.

ขอบเขตของการศึกษา

1. ศึกษาเฉพาะขั้นตอนการสร้างตารางอัตราเงินเดือนพื้นฐานแบบขั้นบันไดเท่านั้น โดยไม่รวมกระบวนการอื่น ๆ ในการบริหารเงินเดือน เช่น การตีราคาตำแหน่ง การจัดตำแหน่งงานให้เหมาะสมกับอัตราเงินเดือน เป็นต้น

2. วิเคราะห์เพื่อสร้างตัวแบบคำนวณอัตราเงินเดือนพื้นฐานสำหรับข้าราชการพร้อมทั้งทดลองสร้างตารางอัตราเงินเดือนพื้นฐาน สำหรับข้าราชการทหารเท่านั้น เพราะเป็นข้าราชการที่มีชั้นยศและเป็นข้าราชการกลุ่มใหญ่ของประเทศ

3. ศึกษาเฉพาะกรณีของอัตราเงินเดือนพื้นฐานสำหรับข้าราชการทหารเท่านั้น สำหรับรายได้อื่น ๆ เช่น เงินเพิ่มพิเศษ เงินประจำตำแหน่ง ตลอดจนผลประโยชน์เกื้อกูลต่าง ๆ รวมทั้งการจำลองด้านงบประมาณนั้น ไม่ทำการศึกษาในครั้งนี้

4. ข้อมูลที่ใช้ในการศึกษาเพื่อคำนวณค่าความควรจะเป็นสูงสุด คือ ดัชนีชี้วัดเศรษฐกิจไทยระดับมหภาค ซึ่งรวบรวม

โดยสำนักงานคณะกรรมการพัฒนาการเศรษฐกิจและสังคมแห่งชาติ สำนักนายกรัฐมนตรี ธนาคารแห่งประเทศไทย ข้อมูลจากกระทรวงการคลัง และข้อมูลอัตราเงินเดือนข้าราชการที่ประกาศในราชกิจจานุเบกษา ระหว่าง พ.ศ. 2523-2552 ศึกษาโดยใช้เศรษฐมิติ ด้วยวิธีการวิเคราะห์เชิงเฟ้นสุ่ม (SFA) ซึ่งประมาณค่าพารามิเตอร์ด้วยวิธีความควรจะเป็นสูงสุด (MLE) และประมวลผลด้วยโปรแกรม Frontier 4.1

Scope of the Study

1. Study the process of creating a stepped square base salary only, excluding other processes such as payroll management for revaluation and alignment to suit the salary.

2. The modeling analysis to calculate basic salary for government officials and test the basic salary rate schedule only for military. It was an official with the rank and a large group of civil servants.

3. A case study of the basic salary for military purposes only. No studied in other income, such as extra, moluments as well as fringe benefits and a simulation of the budget.

4. The data used in this study to calculate the maximum likelihood, which is the macro-economic indicators in Thailand. This compiled by the Office of the National Economic and Social Development Board Prime Minister's Office Bank of Thailand

Data from the Ministry of Finance Rate data and officials of its publication during the 2523-2552 study using econometrics by means of stochastic analysis (SFA), which estimate the parameters by using the maximum likelihood (MLE) and processed by Frontier 4.1.

ประโยชน์ที่คาดว่าจะได้รับ

1. คณะกรรมการพิจารณาโครงสร้างเงินเดือน คณะกรรมการพิจารณากำหนดงบประมาณ และคณะกรรมการพิจารณากำหนดค่าจ้างขั้นต่ำ สามารถนำเทคนิคการกำหนดอัตราเงินเดือนที่นำเสนอ ไปปรับใช้กับระบบราชการในการกำหนดอัตราเงินเดือนหรือค่าจ้าง เพื่อให้สอดคล้องกับภาวะเศรษฐกิจได้

2. ฝ่ายบริหารงานบุคคล สามารถปรับประยุกต์เทคนิคการกำหนดอัตราเงินเดือนแบบขั้นบันไดที่นำเสนอ สำหรับใช้ในภาคเอกชนและรัฐวิสาหกิจ เพื่อกำหนดอัตราเงินเดือนพื้นฐานของพนักงาน ให้สอดคล้องกับการเปลี่ยนแปลงทางเศรษฐกิจและเกิดความเป็นธรรมต่อพนักงาน รวมทั้งการประมาณการต้นทุนแรงงานได้อย่างถูกต้องมากขึ้น

3. รัฐบาลสามารถนำผลการวิจัยไปใช้เป็นแนวทางในการกำหนดนโยบาย เพื่อสร้างตารางอัตราเงินเดือนพื้นฐานของข้าราชการให้เหมาะสม และสอดคล้องกับภาวะเศรษฐกิจของไทย รวมทั้งนำผลการวิจัยไปใช้ เพื่อการ

บริหารงานในด้านต่าง ๆ ที่เกี่ยวข้องได้ เช่น ด้านงบประมาณ ด้านกำลังพล ตลอดจนด้านค่าตอบแทน รวมทั้งการกำหนดแผนงานอื่น ๆ ให้สอดคล้องกันในระดับมหภาคได้

4. องค์ความรู้ที่เป็นสมการพื้นฐาน เพื่อการคำนวณตารางอัตราเงินเดือนที่สอดคล้องกับภาวะเศรษฐกิจ และสามารถใช้เป็นหลักการเหตุผลในการประยุกต์สำหรับกรณีต่าง ๆ ได้

Benefits expected to be received.

1. The Committee considered the salary structure, the Budget committee, and The Board of Directors can determine the minimum wage. The techniques can be the salary rate adapted to the bureaucracy to comply with the economic situation.

2. Human Resource Management Technique can be applied to determine the salary step. For the private and state enterprises to determine the basic salary of their employee in accordance with the changing economy and fairness to employees . Also the estimated cost of labor is more accurate.

3. The government can use the findings to guide the policy to schedule a basic salary of civil servants accordingly to the economy of Thailand. Including the results of the research are used for administration in various fields. For example, the budget, the personnel and the remuneration. The other plans are consistent with the macro level.

4. Knowledge of the basic equations in order to calculate the salary schedule consistent with economic and can be used in the application of the principle reasons for the different cases.

นิยามศัพท์

อัตราเงินเดือนพื้นฐาน หมายถึง ค่าตอบแทนที่จ่ายเพื่อตอบแทนการทำงาน โดยไม่รวมเงินเพิ่มต่าง ๆ และไม่รวมผลประโยชน์เกื้อกูลอื่น ๆ ทั้งอยู่ในรูปตัวเงินและไม่อยู่ในรูปตัวเงิน

ดัชนีชี้วัดภาวะเศรษฐกิจ หมายถึง ตัวเลขซึ่งสะท้อนถึงสถานการณ์การเปลี่ยนแปลงทางเศรษฐกิจในระดับมหภาคเป็นราคาปัจจุบัน (current price) หรือราคาปีฐาน (base year = 100) เช่น ดัชนีราคาผู้บริโภคซึ่งสะท้อนถึงค่าครองชีพของประชาชน (Consumer Price Index--CPI) ผลิตภัณฑ์มวลรวมในประเทศเบื้องต้นต่อหัว ซึ่งแสดงถึงมูลค่ารวมของสินค้าและบริการขั้นสุดท้ายที่ผลิตขึ้นภายในประเทศและสามารถจำหน่ายได้ในระยะเวลาหนึ่งต่อประชากร (Gross Domestic Product per Capita--GDPCAP) เป็นต้น

ตัวแบบ หมายถึง สมการทางคณิตศาสตร์ที่ประกอบด้วยตัวสมการ และข้อตกลงเบื้องต้น ซึ่งกำหนดให้อัตรา

เงินเดือนขั้นสูงสุด/ต่ำสุดของโครงสร้างอัตรา-เงินเดือนที่ปรับตัวตามภาวะเศรษฐกิจที่ควรจะเป็นเท่ากับค่าความควรจะเป็นสูงสุด (MLE) ที่เกิดจากผลของความไม่มีประสิทธิภาพ (inefficiency effect) และผลของ

ตัวรบกวน (noise effect) โดยวิธีการวิเคราะห์เชิงเฟ้นสุ่ม (SFA) ความควรจะเป็นสูงสุด (Maximum Likelihood Estimation--MLE) หมายถึงวิธีการหาอนุพันธ์ของฟังก์ชันสมการเทียบกับตัวพารามิเตอร์แต่ละตัว เพื่อให้ได้ค่าพารามิเตอร์ทั้งหมดโดยทำการแก้สมการพร้อมกันในเวลาเดียวกัน

ตัวทวีกลุ่มงาน (kL) คือ อัตราส่วนระหว่างจำนวนขั้นที่บรรจุ อยู่ในส่วนเบื้องต้นของทุกกลุ่มงาน เพื่อคำนวณหาจำนวนขั้นของแต่ละกลุ่มงานที่ทำให้จำนวนขั้นรวมทั้งหมดมีจำนวนตามที่กำหนด

ตัวทวีขั้น (kS) คือ อัตราส่วนระหว่างจำนวนขั้นที่บรรจุอยู่ใน แต่ละส่วนของกลุ่มงานเดียวกัน เพื่อคำนวณหา

จำนวนขั้นของแต่ละส่วนภายในกลุ่มงานเดียวกัน ซึ่งทำให้อัตราเงินเดือนสูงสุดของกลุ่มงานนั้นไม่เกินจำนวนที่กำหนด

ช่วงขั้นบันได คือ ช่วงระหว่างอัตราเงินเดือนขั้นแรกของกลุ่มงานถึงอัตราเงินเดือนขั้นเหลื่อมล้ำเริ่มต้นของกลุ่มงานนั้น ๆ โดยมีอัตราขั้นวิ่งเท่ากันตลอดช่วง

ช่วงกลาง คือ ช่วงที่ต่อจากขั้นเหลื่อมล้ำเริ่มต้นของกลุ่มงานขึ้นไป มีจำนวนขั้นมากกว่าช่วงขั้นบันไดและมีอัตราขั้นวิ่งเท่ากัน แต่อัตราขั้นวิ่งน้อยกว่าช่วงขั้นบันได

ช่วงบน คือ ช่วงที่ต่อจากช่วงกลางถึงอัตราขั้นสูงสุดของกลุ่มงาน มีจำนวนขั้นมากกว่าช่วงกลาง และมีอัตราขั้นวิ่งเท่ากัน แต่อัตราขั้นวิ่งน้อยกว่าช่วงกลาง

ช่วงขยาย คือ ช่วงที่ต่อจากขั้นสูงสุดของกลุ่มงานแต่ไม่เกินขั้นสูงสุดของกลุ่มงานถัดไป โดยมีอัตราขั้นวิ่งเท่ากับอัตราขั้นวิ่งของช่วงบน

ค่ากลาง (Mid) คือ ผลรวมของอัตราขั้นต่ำสุดของกลุ่มงานบวกกับอัตราขั้นสูงสุดของกลุ่มงานเดียวกัน จากนั้นหารด้วยสอง

ค่าเฉลี่ย (Mean) คือ ผลรวมของทุกอัตราเงินเดือนตั้งแต่อัตราขั้นต่ำสุดถึงอัตรา-ขั้นสูงสุดของแต่ละกลุ่มงาน จากนั้นหารด้วยจำนวนขั้นของกลุ่มงาน

ค่ากึ่งกลาง (Median) คือ อัตราเงินเดือนที่มีตำแหน่งอยู่กึ่งกลางของแต่ละกลุ่มงาน ถ้าตำแหน่งกึ่งกลางมีสองขั้นอัตราให้นำมารวมกันหารด้วยสอง

ข้าราชการทหาร หมายถึงนายทหารชั้นสัญญาบัตร
ที่มีชั้นยศตั้งแต่ร้อยตรี/เรือตรี/เรืออากาศตรี (ร.ต./ร.ต./ร.ต.)
ร้อยโท/เรือโท/เรืออากาศโท (ร.ท./ร.ท./ร.ท.)
ร้อยเอก/เรือเอก /เรืออากาศ (ร.อ./ร.อ./ร.อ.)
พันตรี/นาวาตรี/นาวาอากาศตรี (พ.ต./น.ต./น.ต.)
พันโท/นาวาโท/นาวาอากาศโท (พ.ท./น.ท./น.ท.)
พันเอก/นาวาเอก/นาวาอากาศเอก (พ.อ./น.อ./น.อ.)
พลตรี/พลเรือตรี/พลอากาศตรี (พล.ต./พล.ร.ต./พล.อ.ต.)

พลโท/พลเรือโท/พลอากาศโท (พล.ท./พล.ร.ท./พล.อ.ท.)

พลเอก/พลเรือเอก/พลอากาศเอก (พล.อ./พล.ร.อ./พล.อ.อ.)

Definition

Basic salary means compensation paid to work but not including surcharges, and excluding other benefits, both in terms of money and not in cash.

Refers to a number of economic indicators which reflect changing circumstances. Economy at the macro level The current price (current price) or a base year (base year = 100), such as the consumer price index, which reflects the cost of living (Consumer Price Index - CPI) Gross domestic product per capita Gross which represents the total value of final goods and services produced in the country and can be sold in one period per capita (Gross Domestic Product per Capita - GDPCAP) and so on.

The model refers to a mathematical equation that contains the equation and preliminary agreement which provides that the maximum salary rate / lowest rate structure Salary adjustment as the economy should be equal to the maximum likelihood (MLE) is the result of inefficiency (inefficiency effect) and its outcomes.

Disturbance (noise effect) by means of stochastic analysis (SFA).

The maximum likelihood (Maximum Likelihood Estimation - MLE) is the way to find the derivative of the equation with respect to each parameter. For all parameters by solving the simultaneous equations at the same time.

Tween the groups (kL) is the ratio between the number of steps contained in the introductory part of the group to calculate the number of each group and the number of the total of the amount prescribed.

The tween stage (kS) is the ratio between the number of steps in each section. Same workgroup to calculate the number of individual sections within the same job. This makes the maximums of the task is not to exceed a certain amount.

The staircase is the first step of the salary range for the position - minimum salary disparity start of the task to run at a rate equal to the period.

The mid-range is from the start of the disparity higher. A minimum over the ladder and has the same run but its a little over a ladder.

The upper range is the range that goes from the middle to the top of the group. A minimum over the middle and has the same run but its a little over the middle.

Extended range is the range that goes from the top of the group but not more than the maximum next group at a rate equal to the running of the race was on.

The middle (Mid) is the sum of the minimum rate of the group plus the top of the same workgroup then divide by two

Average (Mean) is the sum of all salaries up to the minimum rate - at the top of each group. Then divide by the number of groups.

Midpoints (Median) is the salary of the position in the center of each. If the center of the group is to bring together, the two divided by two.

Military officials Means a commissioned officer With the rank of lieutenant /.

Midshipman / Pilot Officer (RA / RA / RA) Lieutenant / Lieutenant / Lieutenant. (VA / VA / VA).

Captain / Captain / Pilot. (RA / RA / RA) Major / Lieutenant / squadron.

(Maj / SQN LDR / SQN LDR) Lieutenant Colonel / Commander / Wing Commander. (LT COL / N.t. / N.t.) Colonel / Colonel / Captain. (Col. / N.a. / N.a.) Major General / Admiral / Air Force.

Chapter 3

Literature Review

วรรณกรรมที่เกี่ยวข้อง

วรรณกรรมที่เกี่ยวข้อง

การทบทวนวรรณกรรมประกอบด้วยทฤษฎีที่เกี่ยวข้อง เอกสารวิจัยที่เกี่ยวข้อง จากนั้น จึงนำผลการศึกษามากำหนดเป็นกรอบความคิดในการสร้างตัวแบบคำนวณอัตราเงินเดือนข้าราชการ มีรายละเอียด ดังนี้

ทฤษฎีที่เกี่ยวข้อง

โครงสร้างอัตราเงินเดือน

โครงสร้างอัตราเงินเดือนของข้าราชการเป็นสิ่งจูงใจ และดึงดูดให้คนที่มีความรู้ความสามารถสมัครเข้ารับราชการ และช่วยบรรเทาการลาออกจากระบบราชการ นอกจากนี้ โครงสร้างอัตราเงินเดือนยังแสดงให้เห็นถึงสถานภาพทางเศรษฐกิจ และสังคมของข้าราชการ ตลอดจนขวัญ และกำลังใจในการปฏิบัติงานของข้าราชการ ซึ่งเป็นปัจจัยหนึ่งที่ส่งผลทำให้ระบบราชการดำเนินต่อไปได้อย่างมีประสิทธิภาพ โครงสร้างอัตราเงินเดือน (salary structure) โดยทั่วไปมีหลายรูปแบบ เช่นโครงสร้างอัตราเงินเดือน

แบบดั้งเดิม (traditional salary structure) โครงสร้างอัตราเงินเดือนแบบขั้นบันได (step structure) ปัจจุบันโครงสร้างอัตราเงินเดือนซึ่งเป็นที่นิยมมีจำนวนมาก เช่น roadband structure, market based ranges structure เป็นต้น และแต่ละโครงสร้างอัตราเงินเดือนมีวัตถุประสงค์การใช้งานที่แตกต่างกัน (Stoskopf, 2002, pp. 28-29)

สำหรับโครงสร้างอัตราเงินเดือนของข้าราชการไทยก่อน พ.ศ. 2418 พบว่า ไม่มีโครงสร้างอัตราเงินเดือน และไม่มีการจ่ายเงินเดือนให้แก่ข้าราชการ แต่ข้าราชการมีรายได้จากเงินค่าธรรมเนียมในการปฏิบัติราชการ เงินค่าประทับตรา เงินค่าส่วนลดตามที่กฎเกณฑ์กำหนด และได้รับค่าตอบแทนโดยตรงตามอัธยาศัยของพระเจ้าแผ่นดิน ข้าราชการไทยได้รับเงินเดือนครั้งแรกใน พ.ศ. 2418 คือ ข้าราชการผู้มีตำแหน่ง และปฏิบัติราชการในกระทรวงการคลังเท่านั้น ต่อมาข้าราชการไทยในกระทรวงต่าง ๆ จึงได้รับเงินเดือนตามอัตราเงินเดือนกำหนดมาจนถึงปัจจุบัน (สำนักพัฒนาระบบ-บริหารงานบุคคลภาครัฐ, 2535, หน้า 2-3)

Literature

The literature contains theories and documents related research led a study to define the concept of modeling calculation.

Theories

Salary structure

The salaries of civil servants as an incentive and appeals to people who are competent to apply for a government jobs and provide relief to the resignation of the government system. Moreover, the structure of salary to demonstrate economic status and society as well as the morale of civil servants in the performance of civil servants.

This is one of the factors that prompted the government carried out effectively. The salary (salary structure) typically takes many forms of structures such as salary traditional (traditional salary structure), structure salary step (step structure), current structure of salary, which is popular with many such roadband structure, market based ranges structure, etc. (Stoskopf, 2002, pp. 28-29).

For the salaries of civil servants in Thailand before 2418 found that there was no salary structure for the civil servants. However, they receive income from revenue from the fees of government, stamp and money according to the rules set up as special funds. Thailand has the first official salary in 2418 and is the official position. Official in the Ministry of Finance in Thai government officials get salary according to current salary schedule. (Office Manager - Administration Government, 2535, pages 2-3).

ลักษณะโครงสร้างอัตราเงินเดือนพื้นฐาน

โครงสร้างอัตราเงินเดือนพื้นฐานโดยทั่วไปแบ่งได้ 3 ลักษณะ ดังนี้ (กิ่งพร ทองใบ, 2541, หน้า 118-121)

1. กำหนดเป็นขั้นเงินเดือน (step rate structure) โดยแสดงอัตราเงินเดือน ในแต่ละขั้นไว้อย่างแน่นอน ในลักษณะขั้นวิ่ง ตั้งแต่ขั้นต่ำสุด (minimum rate) จนถึงขั้นสูงสุด (maximum rate) ของแต่ละกลุ่มงาน

2. กำหนดพิสัยเงินเดือน (range) โดยแสดงอัตราเงินเดือนเฉพาะขั้นต่ำสุด (minimum rate) และขั้นสูงสุด (maximum rate) ของแต่ละกลุ่มงานเท่านั้น

3. กำหนดเป็นอัตราเดียว (fixed rate/single rate structure) โดยทั่วไปนิยมกำหนดเป็นอัตราค่าจ้าง ดังนี้

3.1 อัตราค่าจ้างรายชิ้น (price rate structure) เป็นอัตราเงินเดือนตามสัดส่วนจำนวนชิ้นงานซึ่งสามารถทำได้ในวงรอบเวลาที่กำหนด

3.2 อัตราค่าจ้างรายชั่วโมง (hourly rate structure) เป็นอัตราเงินเดือนตามสัดส่วนจำนวนชั่วโมงทำงานในห้วงเวลาที่กำหนด

3.3 อัตราค่าจ้างขั้นเริ่มต้น (starting rate) เป็นอัตราเงินเดือนคงที่ตามจำนวนที่กำหนดในห้วงเวลาตามซึ่งได้ตกลงกัน

Basic Salary Structure

The basic salary is generally classified into the following three categories : (King blessing. Gold, 2541, pages 118-121).

1. Determine the minimum salary (step rate structure) by showing salary at the certainly in the running, the Minimum (minimum rate) and Maximum (maximum rate) of each group.

2. The salary range (range) by showing only the minimum salary (minimum rate) and the highest (maximum rate) of each group.

3. Assign a single rate (fixed rate / single rate structure) commonly defined as the wage rate.

3.1 per piece wage rate (price rate structure) is the salary proportionate number of parts which can be done in a loop at a given time.

3.2 hourly wage (hourly rate structure) is the salary pro rata to hours worked in a given timeframe.

3.3 Wage at the starting stages (starting rate) is a fixed salary amount per period of time as agreement.

ประเภทของโครงสร้างอัตราเงินเดือน (Type of structure)

โครงสร้างอัตราเงินเดือนตั้งแต่ในอดีตเป็นต้นมามีหลายประเภท สำหรับโครงสร้างอัตราเงินเดือนซึ่งเป็นที่นิยมในปัจจุบัน สรุปได้ดังนี้ (Stoskopf, 2002, pp. 28-36)

โครงสร้างอัตราเงินเดือนแบบดั้งเดิม (traditional salary structure)

เป็นตัวแบบที่นิยมใช้โดยทั่วไปในช่วง พ.ศ. 2493-2523 แต่มีการใช้งานโครงสร้างแบบดั้งเดิมนี้เรื่อยมาจนถึงปัจจุบัน ลักษณะโครงสร้างโดยส่วนใหญ่แล้วจะมีอัตราพิสัย (range ratio) ระหว่างร้อยละ 20-40 และช่วงห่างนี้อาจจะเท่ากัน หรือไม่เท่ากันก็ได้ สำหรับช่วงบนนิยมมีช่วงห่างที่กว้างกว่าช่วงล่าง และแนวโน้มของจุดกึ่งกลาง (mid) ประมาณร้อยละ 5-10 มีจุดเด่น และจุดด้อยสรุปได้ดังนี้ (Stoskopf, 2002, pp. 28-36)

1. จุดเด่นของโครงสร้างแบบดั้งเดิม คือ สามารถควบคุมการเปลี่ยนแปลงอัตราจ่ายในแต่ละกลุ่มงานได้ดี โดยการกำ หนดอัตราสูงสุด และอัตราต่ำสุดของแต่ละกลุ่มงาน และ สามารถปรับพิสัย (range) ตามมูลค่าในตลาด เพื่อให้เกิด ความเป็นธรรมภายในองค์การ

2. จุดด้อยของโครงสร้างแบบดั้งเดิม คือ ความแคบของพิสัย (range) เป็นอุปสรรคต่อการจ่ายเงินเดือนแก่ผู้ที่มีความชำนาญพิเศษ (skill) ซึ่งปรับตามอัตราตลาด ส่งผลให้ผู้ที่มีความรู้ความสามารถสูงถูกปรับไปยังอัตราบนสุดของกลุ่มงานได้อย่างรวดเร็ว (กรณีที่มีการจ่ายเงินเดือนตามศักยภาพ) ทำให้ต้องเปลี่ยนสายงานเพื่อให้สามารถเพิ่มอัตราเงินเดือนขึ้นได้

โครงสร้างอัตราเงินเดือนแบบดั้งเดิมเหมาะสำหรับองค์การที่ต้องการควบคุมรายจ่ายอย่างใกล้ชิด หรือมีพนักงานในแต่ละกลุ่มงานจำนวนมาก ๆ เช่น โรงงานผลิต บริษัทประกันภัย ธนาคาร องค์การที่ไม่หวังผลกำไร องค์การที่มีรายได้คงที่ เป็นต้น

Salary structure type

The salary in the past, there are many types of salary structure. The popular use in the present are as follows: (Stoskopf, 2002,. pp. 28-36)

Traditional salary structure

Traditional salary structure is a popular model used generally in the range of 2493 to 2523. Most of the structural characteristics of the rate range (range ratio) between 20-40 percent and the same interval or unequal time for the upper popularity has spread wider than the bottom and trends in the middle (mid) percent. Pros and Cons of 5-10 are summarized as follows (Stoskopf, 2002, pp. 28-36).

1. Highlights of the traditional structure is able to control change. Rate of pay for each group works great by determining the maximum rate and the lowest rates of each group and adjustable range (range) value in

the market in order to achieve fairness in organizations.

2. The weakness of the traditional structure is the narrow range (range) as a barrier to pay to those who have special expertise (skill) as adopted by the market rate. As a result, a high efficacy rate was adjusted to the top of it rapidly (if the payments are based on the potential) There is a need to change the line.

In order to increase the rate of salary increase, the traditional salary structure for an organization have to control expenditure closely of employees in each group of tasks, such as manufacturing, banks, insurance companies, non-profit organization and the organizations that have a fixed income and so on.

โครงสร้างอัตราเงินเดือนแบบแถบกว้าง (broadband)

โดยส่วนใหญ่เป็นตัวแบบที่มีช่วงห่างระหว่างร้อยละ 80-120 หรือมากกว่า และจุดกึ่งกลาง (mid) ต่างกันระหว่างร้อยละ 20-25 ช่วงของอัตราเงินเดือนครอบคลุมทั้งองค์การ สามารถจ่ายเงินเดือนได้ตามระดับความสามารถอย่างยืดหยุ่นภายในกลุ่มงานเดียวกัน เป็นการแข่งขันด้านอัตราเงินเดือน เพื่อตอบแทนผู้มีความสามารถโดดเด่นเป็นพิเศษ แต่อาจจะเป็นปัญหาด้านความเป็นธรรมระหว่างบุคคลภายในองค์การได้ มีจุดเด่นและจุดด้อยสรุปได้ดังนี้ (Stoskopf, 2002, pp. 28-30)

1. จุดเด่นของโครงสร้างอัตราเงินเดือนแบบแถบกว้าง คือ ความยืดหยุ่นในการกำหนดอัตราเงินเดือนให้สอดคล้องกับอัตราตลาด และความสะดวกในการจัดกลุ่มงาน ส่งผลให้ระดับความสามารถขององค์การโดยรวมเพิ่มขึ้นได้

2. จุดด้อยของโครงสร้างอัตราเงินเดือนแบบแถบกว้าง คือ ความสับสนที่อาจเกิดขึ้นได้ เนื่องจากความยืดหยุ่น

ที่สูงมาก ผู้บริหารจัดการจึงต้องมีความรู้ความสามารถและประสบการณ์สูงในการบริหารอัตราเงินเดือน

โครงสร้างอัตราเงินเดือนเหมาะสำหรับองค์การที่จำเป็นต้องตัดสินใจเกี่ยวกับการแข่งขันทางด้านค่าจ้าง หรือเป็นองค์การที่เริ่มก่อตั้งใหม่โดยที่ยังไม่ได้กำหนดโครงสร้างอัตราเงินเดือนที่แน่นอน

The salary band width (broadband)

Mostly in the form of a range between 80-120 percent or more in the middle (mid) differ between 20-25 percent of salary cover the entire organization. This can not pay salaries the level of flexibility within the same job. The competition rate of salary in return for the ability distinctive but maybe the problem of fairness between individuals within the organization's strengths and weaknesses are summarized below (Stoskopf, 2002, pp. 28-30).

1. Highlights of the salary band width is flexibility. The salary in line with market rates and facilitate group work affect the ability of the organization increases.

2. Weaknesses of the salary band width is confusioned due to the very high flexibility managers must be competent and experience in administrative salaries.

Salary structure for organizations that need to be decided on competitive wages or a new organization was established. The structure has not yet determined the exact salary.

โครงสร้างอัตราเงินเดือนแบบฐานอัตราตลาด (market based)

ตัวแบบโครงสร้างที่ปรับปรุงมาจากโครงสร้างแบบดั้งเดิม รวมกับโครงสร้างแบบแถบกว้าง โดยส่วนใหญ่กำหนดให้อัตราพิสัย (range ratio) อยู่ระหว่างร้อยละ 30-70 โดยกำหนดให้ระดับล่างมีช่วงกว้างที่แคบกว่าในระดับบน และอัตราก้าวหน้าของจุดกึ่งกลาง (mid) อยู่ระหว่างร้อยละ 10-15 โดยทุกระดับสามารถปรับตามอัตราตลาดให้ครอบคลุมช่วงเปอร์เซ็นต์ไทล์ที่ 25, 50 และ 75 กำหนดขั้นสูงสุด/ต่ำสุด โดยใช้อัตราเงินเดือนตลาด นำมาบวกหรือลบระหว่างร้อยละ 10-15 มีจุดเด่น และจุดด้อยสรุปได้ดังนี้ (Stoskopf, 2002, pp. 30-32)

1. จุดเด่นของโครงสร้างอัตราเงินเดือนแบบฐานอัตราตลาด คือ มีความยืดหยุ่นในการกำหนดอัตราเงินเดือน ให้แตกต่างจากราคาตลาดเพื่อให้สอดคล้องกับระดับความสามารถและระดับความชำนาญ หรือเงื่อนไขอื่น ๆ

2. จุดด้อยของโครงสร้างอัตราเงินเดือนแบบฐานอัตราตลาด คือ ต้องวิเคราะห์-ตลาด เพื่อให้เข้าใจสภาพที่แท้จริง เข้าใจวงรอบของการเปลี่ยนแปลง ตลอดจนรูปแบบของตลาดสมัยใหม่

โครงสร้างอัตราเงินเดือนเหมาะสำหรับองค์การที่ต้องปรับอัตราเงินเดือนตามสภาพแวดล้อม และต้องเป็นผู้นำในด้านค่าจ้าง เพื่อรักษาผู้มีความรู้ความสามารถให้ทำงานกับองค์การนานมากขึ้น

The base salary rates (market based)

The base salary rates is a scheme improving the traditional structure with broad band structure. Mainly due to the range (range ratio) is between 30-70 per cent by requiring lower levels with a wide range narrower than the upper level and the rate of progress of the middle (mid) in between 10-15 percent of all levels can benefit from the market rates to cover the percentile at 25, 50 and 75 define the maximum / minimum. The market salary rate be positive or negative, between 10-15 percent, with strengths and weaknesses are summarized below (Stoskopf, 2002, pp. 30-32).

1. Highlights of the base salary rate is flexible in determining the salary to be different from the market price to comply with the skill level and the skills or other conditions.

2. Cons of a base salary structure is to analyze the market rate in order to

understand the true state, understanding the cycle of change and the format of the modern market.

Salary structure is suitable for an organization to adjust salaries follow the circumstantial and to be a leader in wages in order to maintain the ability to work with the organization longer.

โครงสร้างอัตราเงินเดือนแบบขั้นบันได (step)

เป็นโครงสร้างที่เหมาะสำหรับการจัดกลุ่มพนักงานที่อยู่ในระดับเดียวกันให้อยู่ในกลุ่มงานเดียวกัน โดยส่วนใหญ่กำหนดให้อัตราพิสัย (range ratio) อยู่ระหว่างร้อยละ 20-40 สำหรับแนวโน้มของจุดกึ่งกลาง (mid) อยู่ระหว่างร้อยละ 5-10 และแต่ละกลุ่มงานแบ่งเป็นขั้น ๆ ความห่างของแต่ละขั้นเท่ากัน มีจุดเด่น และจุดด้อยสรุปได้ดังนี้ (Stoskopf, 2002, pp. 32-36)

1. จุดเด่นของโครงสร้างอัตราเงินเดือนแบบขั้นบันได คือ การบริหารจัดการอย่างเป็นธรรมได้โดยอัตโนมัติ ทำให้พนักงานสามารถประมาณการเงินเดือนของตนเองที่เพิ่มขึ้นได้ และผู้บริหารสามารถประมาณการ และควบคุมค่าใช้จ่ายด้านเงินเดือนโดยรวมได้

2. จุดด้อยของโครงสร้างอัตราเงินเดือนแบบขั้นบันได คือ การบริหารค่าจ้างเงินเดือนให้สอดคล้องกับผลงานที่แท้จริงหรือให้สอดคล้องกับระดับความสามารถนั้นทำได้ยาก และการประยุกต์ใช้โครงสร้างอัตราเงินเดือนมีข้อจำกัดมาก

โครงสร้างเหมาะสำหรับองค์การที่ต้องควบคุมงบประมาณอย่างใกล้ชิด และลักษณะงานที่ไม่แตกต่างกันมาก ประสิทธิภาพที่แตกต่างกันของแต่ละคนไม่ส่งผลต่อองค์การ นอกจากที่กล่าวมาแล้วยังมีโครงสร้างอัตราเงินเดือนประเภทอื่น ๆ อีก เช่น

อัตราเงินเดือนทางเลือก (salary structure alternative) ซึ่งเป็นการปรับโครงสร้างจากประเภทหนึ่งไปเป็นอีกประเภทหนึ่ง เมื่อเกิดปัญหาขึ้นในขณะที่ใช้งานโครงสร้างอัตราเงินเดือนเดิม ตัวอย่างเช่น การปรับโครงสร้างอัตราเงินเดือนจากแบบดั้งเดิม (traditional structure) เป็นโครงสร้างแบบแถบกว้าง (broadband structure) สามารถทำได้โดยการรวมหลาย ๆ ชั้นเงินเดือนซึ่งอยู่ติดกันของโครงสร้างแบบดั้งเดิม จากนั้นกำหนดให้เป็นแบบแถบกว้าง โดยแต่ละแถบที่รวมกันเป็นแถมใหม่ของโครงสร้างแบบแถบกว้าง (Fortier and Fusco, 2002, pp. 1-4)

The salary step (step)

The salary step is a structure that is suitable for a group of employees at the same level in the same group in the region. Determines the range (range ratio) is between 20-40 percent for the trends.

The middle (mid) is between 5-10 percent, and each group is divided into stages, each stage as well as geographical advantages and disadvantages are summarized below (Stoskopf, 2002, pp. 32-36).

1. Highlights of the salary step is to manage fairly automatic. Employees can estimate their salaries and administrators can estimate and control payroll costs overall.

2. Weakness of the salary structure is regressive ompensation salary in accordance with the real works or in accordance with the skill level. The application of the salary is very limited.

Structure is ideal for organizations that need to control the budget closely and the work is not very different. Different performance of the individual does not affect the organization.

In addition to the above, there are other types, such as salary structure. Alternative salary (salary structure alternative), which was restructured from one type to another. When a problem occurs while using the structure. For example, the salary restructuring salary from the traditional (traditional structure) is a broad band structure (broadband structure) can achieved by combining multiple layers adjacent salary of traditional structures. Then defined as a broad band. Each bar is supplied by the combination of broad band structure (Fortier and Fusco, 2002, pp. 1-4).

องค์ประกอบโครงสร้างอัตราเงินเดือน พ.ศ. 2418

โครงสร้างอัตราเงินเดือนของข้าราชการไทย ตั้งแต่ช่วงเริ่มต้นของการจ่ายเงินเดือน ให้กับข้าราชการกระทรวงการคลัง ใน พ.ศ. 2418 และจ่ายเงินเดือนให้กับข้าราชการสังกัดกระทรวงมหาดไทย กระทรวงกลาโหม กระทรวงธรรมการ ซึ่งเป็นการจ่ายเงินเดือนแบบไม่มีโครงสร้างอัตราเงินเดือนที่เป็นระบบ จนกระทั่ง พ.ศ. 2476

จึงได้กำหนดโครงสร้างอัตราเงินเดือนข้าราชการขึ้นโดยเริ่มจากข้าราชการพลเรือนก่อน เพื่อให้ข้าราชการที่มีคุณวุฒิเท่ากันได้รับเงินเดือนเท่ากัน โดยกำหนดโครงสร้างอัตราเงินเดือนให้เป็น 3 กลุ่ม (3 บัญชี) กลุ่มที่ 1 มีขั้นเดียว กลุ่มที่ 2 แบ่งเป็น 2 ระดับ แต่ละระดับแตกออกเป็นขั้น โดยมีขั้นวิ่งแตกต่างกันไป และกลุ่มที่ 3 ไม่กำหนดอัตราไว้เป็นที่แน่นอน จึงพิจารณากำหนดเป็นครั้งคราว

(สำนักพัฒนาระบบบริหารงาน-บุคคลภาครัฐ, 2535, หน้า 2-9)

โครงสร้างอัตราเงินเดือน โดยทั่วไปมีองค์ประกอบที่มีลักษณะเชื่อมโยง และสัมพันธ์กันระหว่างองค์ประกอบต่าง ๆ เช่น อัตราเงินเดือนขั้นสูงสุด อัตราเงินเดือนขั้นต่ำสุด ค่ากึ่งกลางของอัตราเงินเดือน เป็นต้น ซึ่งแต่ละองค์ประกอบสรุปได้ดังนี้ (สวัสดิ์ สุคนธรังษี, 2528, หน้า 28-33)

อัตราเงินเดือนขั้นสูงสุด (**maximum rate**) คือ อัตราเงินเดือนที่มีปริมาณเงินมากที่สุดของโครงสร้าง สำหรับอัตราเงินเดือนที่มีปริมาณเงินมากที่สุดในแต่ละกลุ่มงาน เรียกว่าอัตราเงินเดือนขั้นสูงสุดของกลุ่มงานนั้น ๆ คำนวณได้จากสมการ

$$\text{maximum rate} = (\text{mid}) \times \sqrt{1 + \frac{(\text{spread})}{100}}$$

อัตราเงินเดือนขั้นต่ำสุด (minimum rate)

หรืออัตราเงินเดือนขั้นเริ่มต้น คือ อัตราเงินเดือนที่มีปริมาณเงินน้อยที่สุดของโครงสร้าง สำหรับอัตราเงินเดือนที่มีปริมาณเงินน้อยที่สุดในแต่ละกลุ่มงาน คือ อัตราเงินเดือนขั้นต่ำสุดของกลุ่มงานนั้น ๆ สามารถคำนวณได้จากสมการ

$$\text{ninimum rate} = \frac{(\text{mid})}{\sqrt{1 + \frac{(\text{spread})}{100}}}$$

กรณีที่กำหนดอัตราเพิ่มของขั้นเงินเดือนไว้แน่นอน หรือกำหนดอัตราขั้นวิ่ง (up rate) ที่แน่นอนไว้ แล้วสามารถคำนวณได้ ดังนี้

$$\text{minimum rate} = \left(1+\frac{(\text{up rate})}{100}\right)$$

ขั้นวิ่ง *(*up rate*)* คืออัตราเงินเดือนที่อยู่ระบุไว้ในแต่ละกลุ่มงาน ซึ่งกำหนดอัตราไว้เป็นปริมาณเงินที่แน่นอน

ค่ากลางของอัตราเงินเดือน หมายถึง ค่ากึ่งกลาง (mid) ค่าเฉลี่ย (mean)

ค่ามัธยฐาน **(median)** ซึ่งสามารถกำหนดได้ 2 วิธี คือ วิธีการกำหนดตามความเหมาะสม เป็นการพิจารณากำหนดจากข้อจำกัดขององค์การ และวิธีการกำหนดค่ากึ่งกลางตามปรากฏการณ์ของความเป็นจริง โดยการเปรียบเทียบค่ากึ่งกลางกับสภาพการจ่ายขององค์การอื่น ๆ และจากการประเมินค่างาน

เส้นอัตราเงินเดือนเฉลี่ย (trend line) คือ เส้นที่ลากผ่านค่ากึ่งกลาง (mid) ของอัตราเงินเดือนในแต่ละกลุ่มงาน กำหนดได้ 3 วิธี ได้แก่ วิธีการลากเส้นระหว่างขั้นสูงสุดกับขั้นต่ำสุด (low high line) วิธีการลากเส้นตามความเหมาะสม (free hand line) และวิธีการลากเส้นตามค่าที่ได้จากวิธีกำลังสองน้อยสุด (least squares line หรือ best fit line)

ความเหลื่อมล้ำ (overlap) คือ ช่วงของอัตราเงินเดือนซึ่งต่างกลุ่มงานแต่มีอัตราเงินเดือนเท่ากัน หรือกล่าวอีกนัยหนึ่ง คือ ช่วงระหว่างอัตราเงินเดือนขั้นสูงสุดของกลุ่มงานใด ๆ กับอัตราเงินเดือนขั้นต่ำสุดของกลุ่มงานถัดไปซึ่งความเหลื่อมล้ำอาจมีมากได้ถึงร้อยละ 70 และสัมพันธ์กับเส้นอัตราเงินเดือนเฉลี่ย โดยถ้าเส้นอัตราเงินเดือนเฉลี่ยมีความชัน มากขึ้นจะทำให้ค่าความเหลื่อมล้ำมีน้อยลง และในทางกลับกัน ถ้าความชันของเส้นอัตราเงินเดือนเฉลี่ยมีความชันน้อยลงจะทำให้ค่าความเหลื่อมล้ำ

มีมากขึ้น สามารถกำหนดความเหลื่อมล้ำได้ 4 วิธี ดังนี้

1. กำหนดให้ค่ากึ่งกลาง (mid) ของกลุ่มงานเท่ากับค่ามัธยฐาน (median) และให้เป็นขั้นเริ่มต้นของกลุ่มงานถัดไป ดังนั้นช่วงความเหลื่อมล้ำจึงเท่ากับช่วงค่ากึ่งกลางถึงขั้นสูงสุดของกลุ่มงาน

2. กำหนดขั้นวิ่งขั้นใดขั้นหนึ่งให้เป็นอัตราเงินเดือนขั้นต่ำสุดของระดับถัดไป ดังนั้นช่วงความเหลื่อมล้ำจึงเท่ากับช่วงระหว่างขั้นที่กำหนดถึงขั้นสูงสุดของกลุ่มงาน

3. กำหนดโดยการคำนวณด้วยบัญญัติไตรยางศ์ ซึ่งไม่มีสูตรคำนวณที่แน่นอน และค่าที่ได้แตกต่างกันไป เช่น กำหนดจากความแตกต่างของอัตราเงินเดือนขั้นต่ำสุดระหว่างกลุ่มงาน ให้มีอัตราร้อยละเท่ากันทุกกลุ่มงาน คำนวณได้จากสมการ

$$\text{overlap} = 100\times\frac{(\text{minimun rate})-(\text{lower level linimun rate})}{(\text{lower level minimun rate})}$$

หรือ อาจกำหนดได้จากสมการต่อไปนี้

$$\text{overlap} = 100\times\frac{(\text{maximun rate})-(\text{mower level minimun rate})}{(\text{maximun Rate})-(\text{minimun Rate})}$$

4. วิธีขยายความแตกต่างของอัตราเงินเดือนขั้นต่ำสุดของกลุ่มงานกับอัตราเงินเดือนขั้นต่ำสุดของกลุ่มงานถัดไปให้มีความห่างระหว่างร้อยละ 8 ถึง 15

อัตราพิสัย (range ratio) คือ อัตราส่วนของช่วงห่างระหว่างอัตราต่ำขั้นสุดกับอัตราขั้นสูงสุด เทียบกับอัตราขั้นต่ำสุดของแต่ละระดับ หรือของทั้งโครงสร้างอัตราเงินเดือน ซึ่งการเลื่อนขั้นเงินเดือนสามารถทำได้โดยไม่จำเป็นต้องเลื่อนกลุ่มงาน คำนวณได้จากสมการ

$$\text{spread} = 100 \times \frac{(\text{maximun rate}) - (\text{minimun rate})}{(\text{minimun Rate})}$$

ความแตกต่างของอัตราเงินเดือนขั้นสูงสุด (max rate different) คือ อัตราส่วนของช่วงห่างระหว่างอัตราขั้นสูงสุดของกลุ่มงานใด ๆ กับอัตราขั้นสูงสุดของกลุ่มงานที่ต่ำกว่า เปรียบเทียบอัตราส่วนกับอัตราขั้นสูงสุดของกลุ่มงานที่ต่ำกว่า ซึ่งสะท้อนถึงความยากและความสำคัญของแต่ละกลุ่มงาน โดยระดับตำแหน่งงานสูงกว่าจะมีระดับความยากของงานมากกว่า และมีผลกระทบต่อองค์การมากกว่า คำนวณได้จากสมการ

$$\text{max rate differential} = 100 \times \frac{(\text{maximun rate}) - (\text{lower level max rate})}{(\text{lower level max rate})}$$

ความแตกต่างของค่ากึ่งกลาง (midpoint different) คือ อัตราส่วนของช่วงห่างระหว่างค่ากึ่งกลางของระดับกับ

ค่ากึ่งกลางของระดับที่ต่ำกว่า เทียบสัดส่วนกับค่ากึ่งกลางของระดับที่ต่ำกว่า ซึ่งแสดงความกลมกลืนระหว่างระดับแรกถึงระดับสูงสุด ซึ่งควรให้สูงกว่าอัตราการเพิ่มของแต่ละอัตราเงินเดือน เพื่อให้การเลื่อนระดับมีความสำคัญกว่าการเลื่อนขั้นเงินเดือน สามารถคำนวณได้จากสมการ

$$\text{midpoint differential} = 100 \times \frac{(\text{midpoint}) - (\text{lower level midpoint})}{(\text{lower lever midpoint})}$$

The salary structure in 2418

The salaries of civil servants in Thailand since the start of the payroll, the Ministry of Finance in 2418, pay salaries to officers from the Ministry of Interior, Ministry of Defense and Minister of Education, which the Payroll is unstructured salaries until 2476.

The government has set up the salary scale by the start of the Civil Service Officials with the same qualifications to receive a salary equal. The salary structure into 3 groups (3 accounts) group 1 to group 2 is divided into two levels, each level is broken into steps. The process runs vary and group 3 is defined as a certain rate. (Office of Development Administration - Third Sector, 2535, pages 2-9). Salary structure basically there are elements that are linked and the relationship between the various elements such as the maximum salary salary.

The minimum salary which is the midpoint of each component are as follows: (Morning Body Rangsri, 2528, pages 28-33). The maximum salary (maximum rate) is the amount of salary. Most of the structure, the average salary is the amount of money in each group which is called the maximum salary of the work, calculated from the equation.

$$\text{maximum rate} = (\text{mid}) \times \sqrt{1 + \frac{(\text{spread})}{100}}$$

The minimum salary (minimum rate) or a beginning salary is the salary with a minimum amount of structure. The average salary is the least amount of money in each group is the minimum salary of a task can be calculated from the equation.

$$\text{ninimum rate} = \frac{(\text{mid})}{\sqrt{1+\frac{(\text{spread})}{100}}}$$

If the rate of salary increase of the course or determining the run (up rate) certain, can be calculated as follows:

$$\text{minimum rate} = \left(1+\frac{(\text{up rate})}{100}\right)$$

The run (up rate) is the salary that is listed in each group. The rate is determined by the amount of money of course.

Average salary means the middle (mid) average (mean). Median (median), which can be defined in 2 ways which define by the limitations of the organization and how to set up the center of the phenomenon of reality by comparing the center of the state of charge of other organizations and the valuation.

The salary average (trend line) is drawn through the middle (mid) of salary in each group given 3 approaches including plot between the maximum and minimum (low high line), how to draw a line under appropriate (free hand line) and how to draw the values obtained by the least squares method (least squares line or best fit line).

The overlap (overlap) is the range of salaries which different groups, but there is equal salary. In other words, the range between the highest salary of any work on the salary minimum of the next task. This disparity

There may be up to 70 percent and its relation to the average salary. If the average salary has more layers to make the less disparity and on the other hand, If the slope of the average salary is less steep to make the inequality.

There is more to determine the disparity in 4 ways.

1. Set up the middle (mid) and equal to the median of the group (median) and the beginning of the next. Thus, the disparity Is equal to the maximum during the middle of the group.

2. The process of running the stages of a minimum salary of the next level. Thus, the disparity is set to the maximum range of the group's work.

3. determined by calculating the rule. This is no exact formula and values that vary as

determined by the difference between the minimum salary. A percentage equal groups calculated by the equation or may be identified by the following equation.

$$\text{overlap} = 100\times\frac{(\text{minimun rate})-(\text{lower level linimun rate})}{(\text{lower level minimun rate})}$$

$$\text{overlap} = 100\times\frac{(\text{maximun rate})-(\text{mower level minimun rate})}{(\text{maximun Rate})-(\text{minimun Rate})}$$

4. Expand the difference of the minimum salary of group rates - the minimum salary of the next task to be between 8 to 15 percent.

Rate range (range ratio) is the ratio of the distance between the lower end with the highest rates compared to the minimum of each level or the structure of rate of salary which an employee can be done without the need to move the group. Calculated by the equation

$$\text{spread} = 100 \times \frac{(\text{maximun rate}) - (\text{minimun rate})}{(\text{minimun Rate})}$$

The difference of the maximum salary rate (max rate different) is the ratio of the distance between the highest rate of any group with the highest rate of job. The lower the ratio, the maximum rate of the lower, this reflects the difficulty and importance of each group. The higher level jobs are the difficulty of the task is ove and affect the organization over calculated by the equation

$$\text{max rate differenti al} = 100 \times \frac{(\text{maximun rate}) - (\text{lower level max rate})}{(\text{lower level max rate})}$$

The difference in the median (midpoint different) is the ratio of the distance between the center of the level. The center of the lower level proportion to the center of the lower level. In which the harmony between the first level to the highest level. This should provide a higher rate of increase of salary. To the next level is more important than the salary can be calculated from the equation

$$\text{midpoint differential} = 100 \times \frac{(\text{midpoint}) - (\text{lower level midpoint})}{(\text{lower lever midpoint})}$$

Chapter 4

Salary Structure

โครงสร้างอัตราเงินเดือน

ลักษณะทั่วไปของโครงสร้างอัตราเงินเดือน

โครงสร้างอัตราเงินเดือนที่มีประสิทธิภาพจะส่งเสริมให้องค์การมีโอกาสประสบความสำเร็จได้มากยิ่งขึ้น จึงควรมีลักษณะดังนี้ (Stoskopf, 2002, pp. 29-30)

ความยืดหยุ่น (flexibility) สามารถจ่ายได้ตามขีดความสามารถ คือ สามารถที่จะตอบสนองต่อศักยภาพ ได้อย่างหลากหลาย รองรับพัฒนาการของฝีมือได้ตามความต้องการขององค์การ ความกว้างของอัตราเงินเดือนมีความครอบคลุมทุกอัตราทุกตำแหน่งงาน สอดคล้องกับวัฒนธรรมองค์การ (philosophy) เป็นที่น่าดึงดูดใจและสามารถที่จะแข่งขันในตลาดแรงงานได้ แม้ว่าอัตราเงินเดือนพื้นฐานจะปรับตัวสูงขึ้น และโครงสร้างอัตราเงินเดือนอาจจะมีจุดกึ่งกลาง (mid) เท่ากับค่ามัธยฐาน (median) ของอัตราในตลาด สามารถควบคุมต้นทุนเงินเดือนพื้นฐานโดยรวมได้ (control) ซึ่งในแต่ละระดับจะครอบคลุมตำแหน่งงานจำนวนมาก และระดับงานนั้นจะต้องมีอัตรา

เงินเดือนพื้นฐานที่สอดคล้องกับอัตราเงินเดือนในตลาด ไม่สูงมากจนเกินไป และต้องไม่ต่ำกว่ามูลค่าของงานนั้น

สามารถปรับเลื่อนกลุ่มงานได้ง่าย (movement) โดยระยะห่างระหว่างจุดกึ่งกลาง (mid) จะต้อง ไม่น้อยจนเกินไป และเพียงพอต่อการเจริญเติบโตของตำแหน่งงานนั้น ๆ รวมทั้งช่วงเหลื่อมล้ำ (overlap) จะต้องกว้างอย่างเพียงพอ

General characteristics of the salary structure

Salary structure will effectively promote the organization and it is likely to be even more successful. It should look like this (Stoskopf, 2002, pp. 29-30).

Elasticity (flexibility) can afford the capacity to respond to potential customers and support the development of skilled needs of the organization. The width of a comprehensive salary rate. For every position consistent with the organizational culture (philosophy) is an attractive and capable to compete in the labor market. Although the basic salary will rise and salary structure may be the midpoint (mid) equal to the median (median) of the market rate.

It can control the overall cost of a basic salary (control), in which each class will cover a number of jobs and the job will have a salary base salary in line with the market which it is not too high and shall not be less than the value of the work.

The easily adjustable (movement) by the distance between the middle (mid) and adequate growth is not too small. For work, including the overlap (overlap) must be wide enough.

ลักษณะของโครงสร้างอัตราเงินเดือนที่ดี

ลักษณะของโครงสร้างอัตราเงินเดือนที่ดี 6 ประการ ดังนี้ (สวัสดิ์ สุคนธรังษี, 2528, หน้า 21)

ประการที่ 1 ความเป็นธรรม และความถูกต้อง สำหรับตำแหน่งงานที่แตกต่างกัน ได้รับอัตราเงินเดือนที่แตกต่างกันอย่างเหมาะสม

ประการที่ 2 สอดคล้องกับอัตราตลาด กรณีที่เป็นงานในลักษณะเดียวกัน และสามารถเปรียบเทียบงานกันได้

ประการที่ 3 ทันกับความเปลี่ยนแปลงทางเศรษฐกิจ มีความยืดหยุ่นสามารถปรับตามค่าครองชีพที่สูงขึ้นได้

ประการที่ 4 ดึงดูดให้บุคคลเข้ามาทำงาน เพื่อเอื้ออำนวยในการสรรหา และจูงใจให้บุคคลประสงค์จะทำงานในองค์การ

ประการที่ 5 ระดับตำแหน่งสอดคล้องกับอัตราเงินเดือน เป็นการกระตุ้นให้เกิดความพยายามที่จะทำงาน และส่งเสริมการเพิ่มผลิตผล

ประการที่ 6 ความสัมพันธ์ระหว่างกลุ่มงาน เป็นการจ่ายเงินเดือนตามความรับผิดชอบของงาน

สรุปได้ว่า โครงสร้างอัตราเงินเดือน คือ การรวมกันขององค์ประกอบสำคัญที่เกี่ยวกับอัตราเงินเดือน ซึ่งเป็นเงินที่กำหนดให้จ่ายเป็นรายเดือนจากงบประมาณหมวดค่าจ้างเงินเดือน คือ การนำส่วนประกอบที่สำคัญมาคุมเข้าด้วยกันให้เป็นรูปร่างลักษณะโครงสร้างเดียวกัน และมีความสัมพันธ์สอดคล้องซึ่งกันและกัน เช่น อัตราขั้นต่ำสุดของแต่ละกลุ่มงานสอดคล้องกับอัตราขั้นสูงสุดของแต่ละกลุ่มงานในโครงสร้างอัตราเงินเดือนเดียวกัน ความสัมพันธ์ของช่วงห่างของอัตราเงินเดือน จากขั้นต่ำสุดถึงขั้นสูงสุดของแต่ละกลุ่มงานอย่างสอดคล้องกัน โดยรวมของทั้งโครงสร้างอัตราเงินเดือนมีเส้นฐานของโครงสร้างที่เกิดจากจุดกึ่งกลาง หรือตำแหน่งมัธยฐาน หรือค่าเฉลี่ยของแต่ละกลุ่มงานที่สอดคล้องกัน และมีความสัมพันธ์กับค่าต่ำสุด

/ค่าสูงสุดของโครงสร้างอัตราเงินเดือน สำหรับแต่ละองค์ประกอบของโครงสร้างอัตราเงินเดือน สามารถหาค่าทางสถิติที่แสดงถึงระดับของความสัมพันธ์ได้

จากความสัมพันธ์ขององค์ประกอบภายในโครงสร้างอัตราเงินเดือนจะมีความสมบูรณ์ หรือเป็นโครงสร้างอัตราเงินเดือนที่ต้องสามารถอธิบายความเป็นธรรมภายในกลุ่มงานเดียวกัน และระหว่างกลุ่มงานได้ ต้องสามารถปรับอัตราเงินเดือนตามราคาตลาด หรือภาวะเศรษฐกิจได้อย่างเป็นระบบ มีลักษณะสำคัญที่เป็นจุดเด่นจุดน่าสนใจในการชักนำให้บุคคลเข้ามาร่วมงานในองค์การ และขณะเดียวกันสามารถที่จะดึงดูดให้บุคคล ซึ่งมีความรู้มีศักยภาพ สามารถอยู่ร่วมในองค์การได้มากขึ้น

Characteristics of a good salary structure.

The characteristics of a good salary structure are: (Morning Body Rangsri, 2528, p. 21)

1. on the fairness and accuracy for different jobs to receive appropriately different salaries.

2. line with market rates and work together to compare the results.

3. Reasons to keep up with the changing economy and flexible adjusted to the high cost of living expenses.

4. entice people to come to work, to facilitate the recruitment and incentives for individuals wishing to work in the organization.

5. position corresponds to salary, motive the effort to work and promotion.

The relationship between workgroups according to payroll.

In conclusion the salary structure is a combination of elements important. Salary is the money required to pay a monthly salary from the budget group is to bring together key components to control the shape, the same structure and there is a consistent relationship to each other, such as minimum rates of each group corresponds to the maximum rate of each group in the rate structure at the same salary. The relationship of the spread of the salary from lowest at the top of each group accordingly. Overall, the rate structure salaries, a line from the center of the base of the structure or base for mysore or the average of each group and its relation to the minimum / maximum values of the salary structure fgor each component of the salary structure can come up with statistics that show the degree of relationship. The relationship of elements within the salary structure is completed or a salary structure that can be described fairness within the same job. Between group work must be able to adjust the salary value or economic conditions in an efficient way. A key aspect that featured points of interest in the induction of a person joined the organization at the same time able to attract the potential people to the organization even more.

ความสัมพันธ์ภายในโครงสร้างอัตราเงินเดือน

โครงสร้างอัตราเงินเดือนเป็นการเชื่อมโยงกันระหว่างองค์ประกอบหลักต่าง ๆ โดยสมการความสัมพันธ์ของแต่ละองค์ประกอบ สรุปได้ดังนี้ (กิ่งพร ทองใบ, 2541, หน้า 138-142)

ขั้นสูงสุด (max) ของโครงสร้าง

คำนวณจากค่ากึ่งกลางของโครงสร้าง (mid) และระยะพิสัย (Range Spread--RS) ดังนี้ (กิ่งพร ทองใบ, 2541, หน้า 138)

$$\max = \left(2 - \frac{100}{\frac{RS}{2} + 100}\right) \times \text{mid}$$

ขั้นต่ำสุด (min) ของโครงสร้าง

คำนวณจากค่ากึ่งกลางของโครงสร้าง (mid) และระยะพิสัย (Range Spread--RS) ดังนี้ (กิ่งพร ทองใบ, 2541, หน้า 138)

$$\text{min} = \left(\frac{100}{\frac{RS}{2} + 100} \right) \times \text{mid}$$

ค่ากึ่งกลางของโครงสร้าง (mid)

เป็นค่าที่แสดงถึงอัตราเงินเดือนที่เป็นตัวแทนของช่วงอัตราเงินเดือนนั้น ๆ ซึ่งถือได้ว่าเป็นค่ามาตรฐาน ซึ่งอาจเป็นค่ามัธยฐาน (median) หรือค่ากึ่งกลาง (mid) ของแต่ละช่วงสามารถคำนวณได้ดังนี้ (กิ่งพร ทองใบ, 2541, หน้า 138)

$$\text{mid} = \frac{\text{max} + \text{min}}{2}$$

อัตราพิสัย (Range Ratio--RR) สามารถคำนวณได้ดังนี้ (กิ่งพร ทองใบ, 2541, หน้า 144)

$$RR = \left(\frac{\text{max} - \text{min}}{\text{min}} \right) \times 100$$

อัตราความเหลื่อมล้ำ (Overlap Ratio--OR) คือ
อัตราส่วนระหว่างช่วงของอัตราประจำขั้น 2 กลุ่มงานซึ่งติดกัน และเท่ากัน ต่อช่วงอัตราของกลุ่มงานที่สูงกว่า ดังนี้ (กิ่งพร ทองใบ, 2541, หน้า 144)

$$OR = \left(\frac{(\max_{L1} - \min_{L2})}{(\max_{L2} - \min_{L2})}\right) \times 100$$

อัตราก้าวหน้าระหว่างกลุ่มงาน (MP progression rate) คือ
ค่าความห่างระหว่างค่ากึ่งกลางของกลุ่มงานที่ติดกันกับต่อค่ากึ่งกลางของกลุ่มงานที่ต่ำกว่า สามารถคำนวณดังนี้ (กิ่งพร ทองใบ, 2541, หน้า 145)

$$\text{MP progression rate} = \left(\frac{MP_{L2} - MP_{L1}}{MP_{L1}}\right) \times 100$$

Relationships within the salary structure

Salary structure is a link between the main components of the equation and the relationship of the individual components. It is summarized as follows: (a branch with gold leaf, 2541, pages 138-142).

Maximum (max) calculated from the center of the structure of the (mid) and long range (Range Spread - RS) as follows: (a branch with gold leaf, 2541, page 138).

$$\max = \left(2 - \frac{100}{\frac{RS}{2} + 100}\right) \times \text{mid}$$

Minimum (min) calculated from the center of the structure of the (mid) and long range (Range Spread - RS) as follows: (a branch with gold leaf, 2541, page 138).

$$\text{min} = \left(\frac{100}{\frac{RS}{2} + 100} \right) \times \text{mid}$$

The center of the structure (mid) is a value that represents the salaries represent a salary that is regarded as the standard. This could be the median (median) or the middle (mid) of each period is calculated as follows (branches with gold, 2541, page 138).

$$\text{mid} = \frac{\max + \min}{2}$$

Rate Range (Range Ratio - RR) is calculated as follows (branches with gold, 2541, page 144).

$$RR = \left(\frac{\max - \min}{\min}\right) \times 100$$

Rate disparity (Overlap Ratio - OR) is the ratio of the rates of the two groups, which are contiguous and are equal to the rate of the above as follows.

(Branches with gold, 2541, page 144).

$$OR = \left(\frac{(\max_{L1} - \min_{L2})}{(\max_{L2} - \min_{L2})}\right) \times 100$$

Progression rate between groups (MP progression rate) is the distance between the center of the group adjacent to the center of the lower group can be calculated as follows (branches with gold, 2541, page 145).

$$\text{MP progression rate} = \left(\frac{MP_{L2} - MP_{L1}}{MP_{L1}}\right) \times 100$$

Chapter 5

Theory

แนวคิดทฤษฎี

แนวคิดทฤษฎีทุนมนุษย์

แรงงานเป็นหนึ่งในปัจจัยการผลิตที่มีความสำคัญ ซึ่งระดับความสามารถและประสบการณ์ของแรงงานมีความสัมพันธ์โดยตรงกับผลผลิต การศึกษาอบรมเป็นวิธีการพัฒนาระดับความสามารถของแรงงานที่ได้รับความนิยมและส่งผลต่อรายได้ของแรงงานที่แตกต่างกัน ดังนั้นต้นทุนการผลิตในส่วนของแรงงานจึงมีความสัมพันธ์กับประสบการณ์ และการลงทุนด้านการศึกษาในช่วงเวลาที่ผ่านมา ซึ่งเรียกว่าทุนมนุษย์ (human capital) และการศึกษาเกี่ยวกับทุนมนุษย์ จึงเป็นการศึกษาเกี่ยวกับรายได้และผลผลิตจากแรงงาน สรุปได้ตามภาพ 1 และภาพ 2 (Mincer, 1974, pp. 13-14)

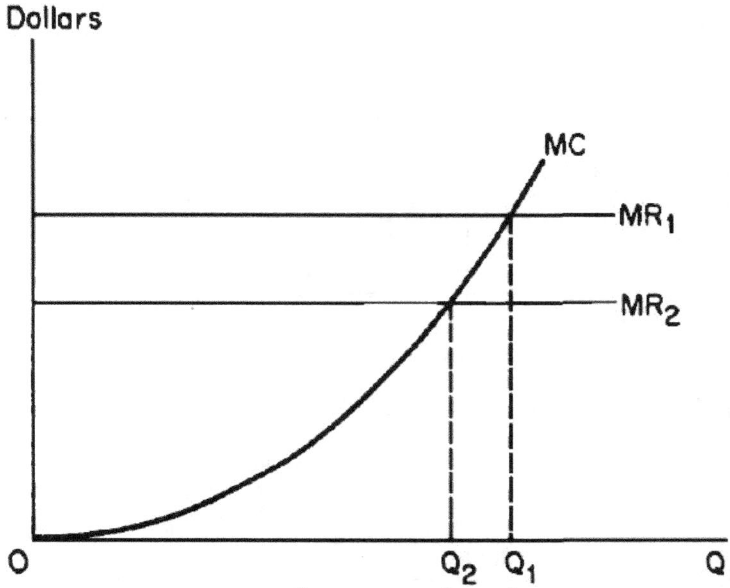

ที่มา. จาก *Schooling Experience and Earnings* (p. 15), by J. Mincer, 1974, New York: Columbia University Press.

จากภาพ 1 แสดงความสัมพันธ์ระหว่างผลผลิต (Q) กับทุนมนุษย์หน่วย-สุดท้าย (MR) อธิบายได้ว่าทุนมนุษย์หน่วยสุดท้ายเพิ่มขึ้น ขณะที่ผลผลิตที่เกิดจากทุนมนุษย์

หน่วยสุดท้ายมีปริมาณลดลง จึงทำให้ต้นทุนหน่วยสุดท้าย (MC) เพิ่มขึ้น

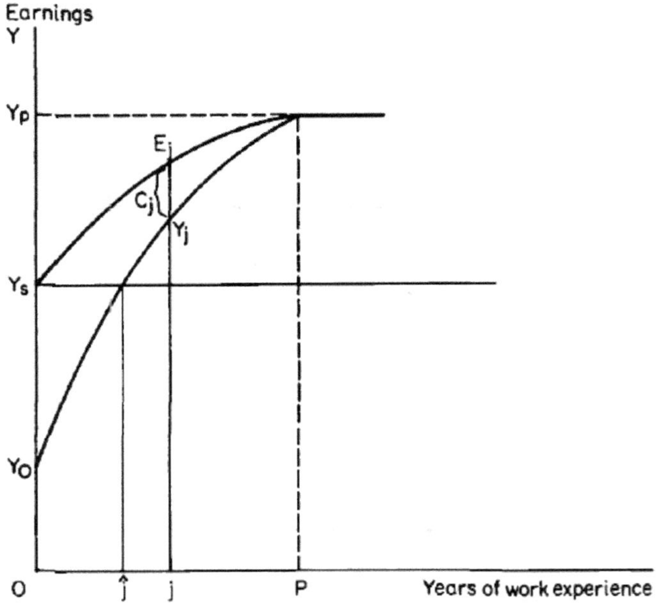

ภาพ 2 รายได้เนื่องจากประสบการณ์ของทุนมนุษย์ด้านการศึกษา

ที่มา. จาก *Schooling Experience and Earnings* (p. 17), by J. Mincer, 1974, New York: Columbia University Press.

จากภาพ 2 แสดงให้เห็นถึงรายได้ของทุนมนุษย์ที่เกิดจากประสบการณ์ มีมูลค่าต่างกัน กล่าวคือผู้ที่มีการศึกษาในระดับที่สูงกว่ามีมูลค่าประสบการณ์ต่อปีมากกว่า แต่อย่างไรก็ตามมูลค่าประสบการณ์ของทั้งสองฝ่ายจะเท่ากันเมื่อเกิดการสะสมประสบการณ์ได้ระยะเวลาหนึ่ง กรณีที่พิจารณามูลค่าประสบการณ์สะสมแล้ว แรงงานที่มีระดับการศึกษาสูงกว่าจะเกิดมูลค่าประสบการณ์สะสมมากกว่า

Human capital theory

Labor is one of the factors that are important. The skill level and experience of the workforce are directly correlated with the productivity and education. A way to improve the ability of workers to gain popularity and influence income of workers is different. Thus, the cost of the workforce will be related to the experience and the investment in education. This is called human capital (human capital), and studies on human capital is a study of income. The productivity of the workforce is summarized in the image 1 and image 2 (Mincer, 1974, pp. 13-14).

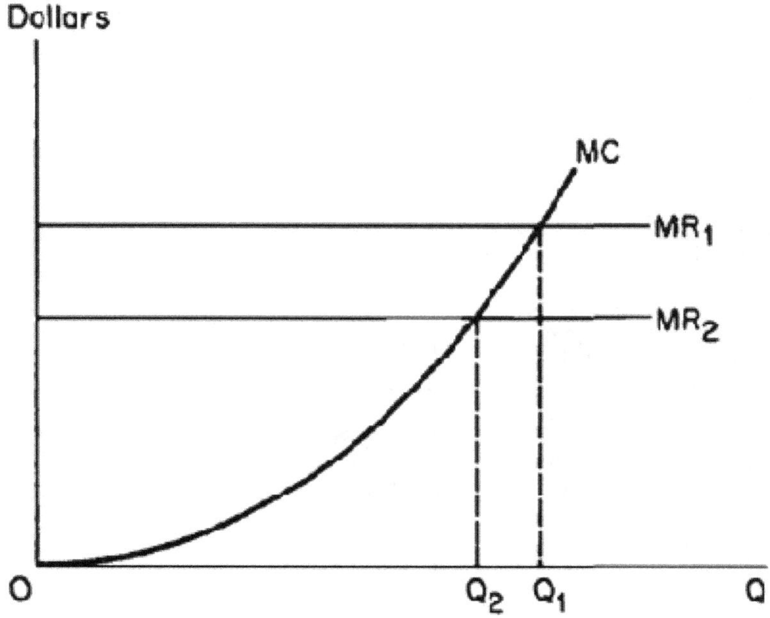

Figure 1: Revenue last unit of human capital

(From Schooling Experience and Earnings (p. 15), by J. Mincer, 1974, New York: Columbia University Press.)

From Figure 1 shows the relationship between the output (Q) and human capital units, (MR) explains that the last unit of human capital increases while the output from human capital is reduced. Therefore Costs (MC) is increasing.

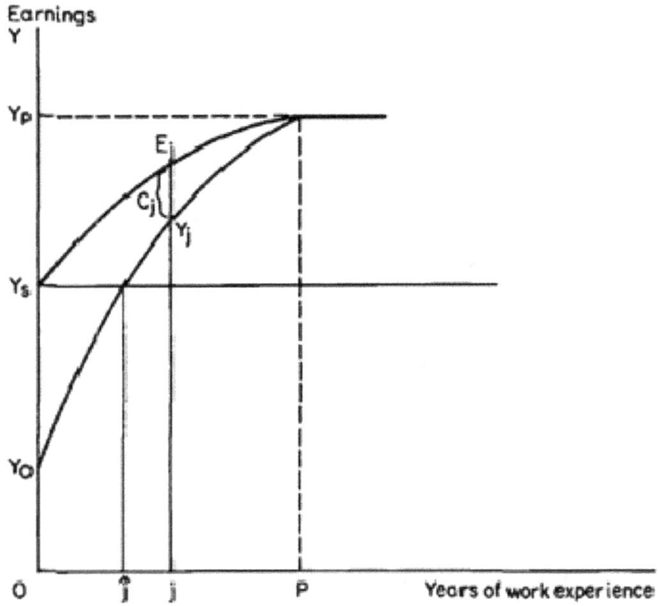

Figure 2: The experience of the human cost of education

(From Schooling Experience and Earnings (p. 17), by J. Mincer, 1974, New York: Columbia University Press.)

From Figure 2 shows the income arising from the experience of human capital. Value are different between people with higher education and experience. However, the value of the experience is the same on both sides accumulate experience for a certain time. When considering the value of already accumulated experience, workers with higher levels of education are more worth than a cumulative experience.

แนวคิดทฤษฎีพรมแดนเชิงเฟ้นสุ่ม

การวิเคราะห์ฟังก์ชันพรมแดนเชิงเฟ้นสุ่ม (Stochastic Frontier) คือ การคำนวณที่ใช้หลักการทางเศรษฐมิติเพื่อประมาณค่าพรมแดน หรือประมาณค่าเพื่อสร้างเส้นขอบเขตความควรจะเป็นสูงสุด โดยประมาณค่าพารามิเตอร์ด้วยวิธีความควรจะเป็นสูงสุด (Maximum Likelihood Estimation--MLE) เป็นการหาอนุพันธ์ (derivative) ของฟังก์ชันสมการเทียบกับตั พารามิเตอร์แต่ละตัว แล้วทำการแก้สมการพร้อมกันในเวลาเดียวกันเพื่อให้ได้ค่าพารามิเตอร์ทั้งหมดพร้อมกัน จากนั้นจึงประมาณค่าความต่างระหว่างค่าสังเกตกับผลคำนวณ โดยแนวคิดเกี่ยวกับฟังก์ชันพรมแดนเชิงเฟ้นสุ่ม (stochastic frontier) ได้ถูกพัฒนาขึ้นมาครั้งแรกใน พ.ศ. 2520 โดย Aigner, Lovell, and Schmidt (อ้างถึงใน Coelli, 1996, pp. 2-8) เพื่อวิเคราะห์ฟังก์ชันการผลิต โดยแนวคิดนี้ได้แบ่งค่า error ออกเป็น 2 กลุ่ม คือ

กลุ่มแรกเป็นผลของตัวรบกวนทางสถิติ (statistical noise effects) กลุ่มที่สองเป็นผลของความไม่มีประสิทธิภาพ

ทางเทคนิค (technical inefficiency effect) โดยใช้ข้อมูลภาคตัดขวาง (cross sectional data) ซึ่งถูกนำมาประยุกต์สำหรับกรณีต่าง ๆ อย่างกว้างขวาง และพัฒนาเพื่อให้ใช้กับทั้งข้อมูลชนิดพาเนล (panel data) และข้อมูลชนิดอนุกรมเวลา (time series data) ตลอดจนการประยุกต์ใช้เพื่อประมาณค่าพารามิเตอร์ของระบบสมการ รวมทั้งการประยุกต์โดยใช้ค่า error สำหรับกรณีต่าง ๆ ตัวแบบสมการฟังก์ชัน แสดงได้ดังนี้

$$Y_i = X_i\beta + (v_i - u_i)$$

Y_i คือ ผลผลิต หรือ ค่า ln ผลผลิตของหน่วยผลิต i

X_i คือ ปัจจัยการผลิต หรือ ค่า ln ปัจจัยการผลิตของหน่วยผลิต i

β คือ เวกเตอร์พารามิเตอร์

v_i คือ ผลจากตัวรบกวนทางสถิติ (statistical noise effect; + or –)

u_i คือ ผลความไม่มีประสิทธิภาพทางเทคนิค (technical inefficiency effect)

จากสมการ พบว่า มีค่าความผิดพลาด (error term-- ε_i) จำนวน 2 ตัว คือ $\varepsilon_i = v_i - u_i$ จากข้อสมมติ คือ ทั้ง 2 ตัวไม่เหมือนกันทุกประการ (asymmetric) และ $u_i \geq 0$ โดย v_i และ u_i มีการกระจายที่เป็นอิสระจากปัจจัยการผลิต (X_i) (Kumbhakar & Lovell, 2000, pp. 72-73)

ฟังก์ชันพรมแดนเชิงเฟ้นสุ่ม (stochastic frontier) สำหรับข้อมูลชนิดพาเนล (panel data) เพื่อหาความไม่มีประสิทธิภาพทางเทคนิค เสนอโดย Battese and Coelli (1995, pp. 326-328) ซึ่งได้ทำการประยุกต์สมการฟังก์ชันการผลิตที่ใช้ข้อมูลภาคตัดขวาง ตัวแบบสมการ คือ

$$Y_{it} = X_{it}\beta + (v_{it} - u_{it})$$

Y_{it} คือ ผลผลิต หรือ ค่า ln ผลผลิตของหน่วยผลิต i ณ เวลา t

X_{it} คือ ปัจจัยการผลิตในรูป ln ของหน่วยผลิต i ณ เวลา t

β คือ ค่าพารามิเตอร์

v_{it} คือ ผลจากตัวรบกวนทางสถิติของหน่วยผลิต i ณ เวลา t (statistical noise effect; + or –)

u_{it} คือ ผลความไม่มีประสิทธิภาพทางเทคนิคของหน่วยผลิต i ณ เวลา t (technical inefficiency effect)

i คือ หน่วยผลิต (i = 1 ,…, n)

t คือ ช่วงเวลารายปี (t = 1 ,…, t)

พรมแดนเชิงเฟ้นสุ่มเกิดจากผลของความไม่มีประสิทธิภาพ (inefficiency effect) และผลของตัวรบกวน (noise effect) โดยวิธีการวิเคราะห์เชิงเฟ้นสุ่ม (SFA) ซึ่งผลจากตัวรบกวนอาจเป็นได้ทั้งค่าบวก และค่าลบ ขึ้นอยู่กับจุดพรมแดนเชิงเฟ้นสุ่มว่ามีตำแหน่งที่สูงกว่า หรือต่ำกว่าเส้นพรมแดนเชิงเฟ้นสุ่ม ดังแสดงในภาพ 3

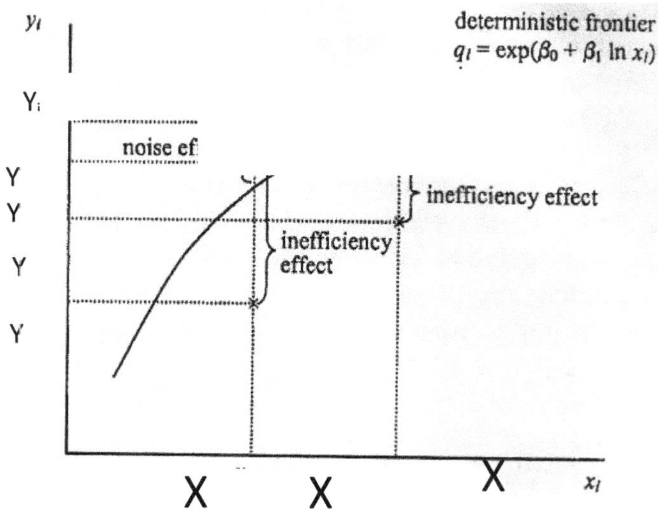

ภาพ 3 เส้นพรมแดนเชิงเฟ้นสุ่มของการผลิต

ที่มา. จาก *An Introduction to Efficiency and Productivity Analysis* (p. 244), by T. J. Coelli, D. S. P. Rao, C. J. O'Donnel, and G. E. Battese, 1998, New York: Springer.

จากภาพ 3 แกนนอน คือ ปริมาณปัจจัยนำเข้า แกนตั้ง คือ ผลิตผลที่ได้จากกระบวนการผลิต จากผลที่วัดได้ คือ จุด (X_A, Y_A) กับ (X_B, Y_B) ซึ่งทั้ง 2 จุดอยู่ต่ำกว่าเส้นขอบเขตความควรจะเป็นสูงสุด สำหรับจุดความควรจะเป็นสูงสุด (X_A^*, Y_A^*) จะอยู่สูงกว่าเส้นขอบเขตความควรจะเป็นสูงสุด

และกรณีนี้ค่าตัวรบกวนจะแสดงค่าเป็นลบ สำหรับจุดความควรจะเป็นสูงสุด (X_B*,Y_B*) อยู่ต่ำกว่าเส้นขอบเขตความควร-จะเป็นสูงสุด จึงทำให้ค่าตัวรบกวนมีค่าเป็นบวก ตัวแบบพรมแดนเชิงเฟ้นสุ่มเป็นการนำผลของความไม่มีประสิทธิภาพทางเทคนิค (inefficiency effect) มาเป็นปัจจัยในการพิจารณาผลผลิตที่ได้ ซึ่งถ้าความไม่มีประสิทธิภาพทางเทคนิคของ กระบวนการผลิตลดลง ย่อมส่งผลในทางตรงข้าม คือผลผลิตเพิ่มมากขึ้น ดังแสดงในภาพ 4 (Kumbhakar & Lovell, 2000, p. 282)

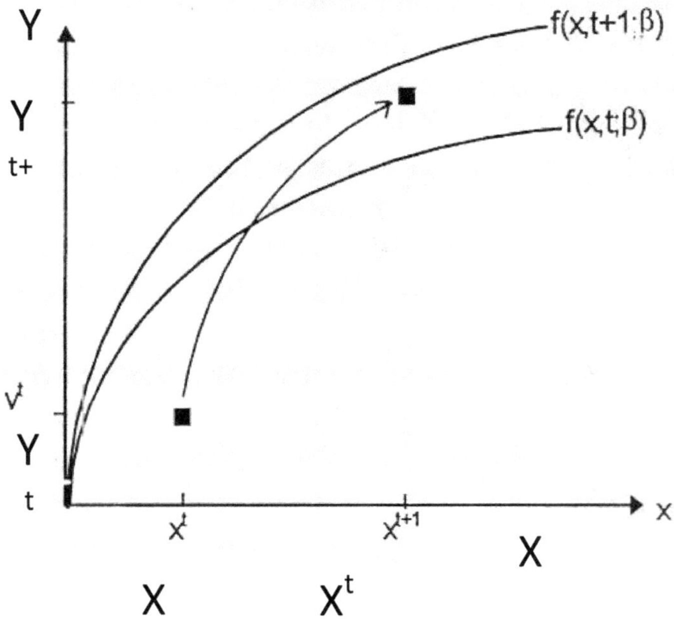

ภาพ 4 เส้นผลผลิตที่ความไม่มีประสิทธิภาพลงลด

ที่มา. จาก *Stochastic Frontier Analysis* (p. 282), by S. C. Kumbhakar and C. A. K. Lovell, 2000, New York: Columbia University Press.

จากภาพ 4 แกนนอน คือ ปัจจัยการผลิต แกนตั้ง คือ ผลผลิตจากกระบวนการ

จากผลที่วัดได้ ณ จุด (X^{t+1}, Y^{t+1}) มากกว่า (X^{t}, Y^{t}) อาจกล่าวได้ว่า ผลผลิตที่ได้เพิ่มขึ้นจากจุดแรกไป

ยังจุดต่อไปนั้น เกิดจากการใช้ปัจจัยการผลิตเพิ่มขึ้น เกิดจากการเติบโตของผลการผลิต และเกิดจากการเพิ่มขึ้นของประสิทธิภาพทางเทคนิค หรือการลดลงของความไม่มีประสิทธิภาพทางเทคนิค ซึ่งทั้ง 2 จุดอยู่ต่ำกว่าขอบเขตความควรจะเป็นของการผลิต เนื่องจากความไม่มีประสิทธิภาพทางเทคนิคยังคงมีอยู่ โดยการผลิต ณ จุด (X^t, Y^t) จะต่ำกว่าการผลิต ณ จุด (X^{t+1}, Y^{t+1}) เมื่อเทียบกับเส้นขอบเขตความควรจะเป็นสูงสุด ของแต่ละจุด

Theory of stochastic frontier

Analysis of the stochastic frontier function (Stochastic Frontier) is computed with the econometric principles to estimate the border or to estimate the bounds of maximum likelihood with the estimated parameters . Max (Maximum Likelihood Estimation - MLE) is the derivative (derivative) of function equation with respect to each parameter. Then solve simultaneous equations, simultaneously for all parameters simultaneously. Then estimation the difference between the observed and calculated results.

The concept of boundary function, the random (stochastic frontier) was first developed in 2520 by Aigner, Lovell, and Schmidt (cited in Coelli, 1996, pp. 2-8) to analyze the production function. The concept is divided up into two groups: the first error is the result of the disturbance statistics (statistical noise effects) The second group is the result of inefficiency. Technical (technical inefficiency effect), using cross-sectional data (cross sectional data), which has been applied widely for different cases and developed to be used with all kinds of information panel (panel data) and other time series data (time series data), as well as applications to estimate the parameters of the equation.

Applications using the error of a functional equation. Expressed as follows:

$$Y_i = X_i\beta + (v_i - u_i)$$

Yi is the product or the product of a production unit i.

Xi is the ln inputs or factors of production unit i.

β Is vectors

vi is a result of the interference statistics (statistical noise effect; + or -).

ui is the result of lack of technical performance (technical inefficiency effect)

From equation showed that the error (error term) 2 units, from the assumption that the two are not identical (asymmetric) and by vi and ui is distributed independently of inputs. (Xi) (Kumbhakar & Lovell, 2000, pp. 72-73).

The stochastic frontier function (stochastic frontier), for information panel (panel data) to determine inefficient technique proposed by Battese and Coelli (1995, pp. 326-328), which has been applied to the production function of the data cross section of the equation.

$$Y_{it} = X_{it}\beta + (v_{it} - u_{it})$$

Yit is the product or the product of a production unit i at time t.

Xit is ln inputs in the form of production unit i at time t.

Parameters vit, is the result of the statistical noise of production unit i at time t. (statistical noise effect; + or -).

uit is the technical inefficiency of production unit i at time t. (technical inefficiency effect)

i is the unit produced (i = 1, ..., n).

t is the annual period (t = 1, ..., t).

The stochastic frontier caused by inefficiencies (inefficiency effect) and the effect of the disturbance (noise effect) by means of stochastic analysis (SFA), which results from the interference may be either positive or negative depending on the point that the stochastic frontier analysis.

Are higher for Or under the stochastic boundary as shown in Figure 3.

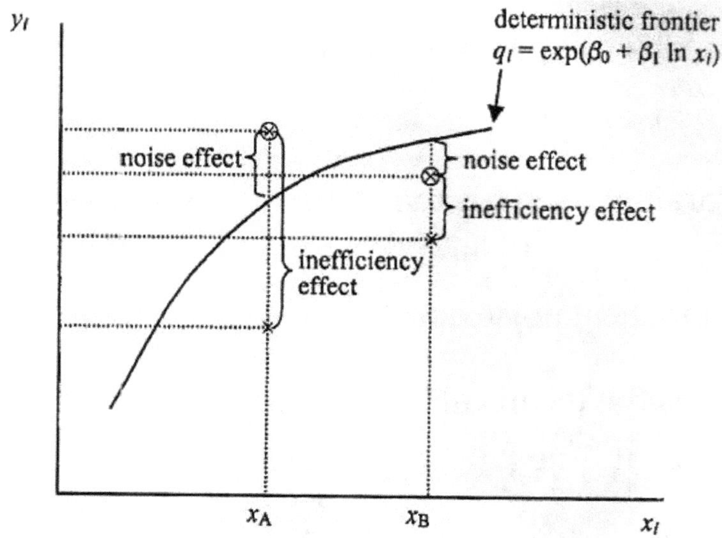

Figure 3: Efficiency and Productivity

(From An Introduction to Efficiency and Productivity Analysis (p. 244), by TJ Coelli, DSP Rao, CJ O'Donnel, and GE Battese, 1998, New York: Springer.)

The 3-axis is the vertical axis of the input is a product of the manufacturing process. The measured results are the (XA, YA) and (XB,

YB), where the two points are lower. The bounds of maximum likelihood for the maximum likelihood (XA *, YA *) is higher than the bounds of maximum likelihood and this case shows the disturbance is negative. For the maximum likelihood (XB *, YB *) are lower boundary line should be the highest so that the disturbance is positive.

The stochastic frontier model is the result of inefficiency technical (inefficiency effect) as a factor in determining the yield, which if ineffectiveness of technical processes would result in reduced production. In contrast, the yield is increased, as shown in Figure 4 (Kumbhakar & Lovell,. 2000, p. 282)

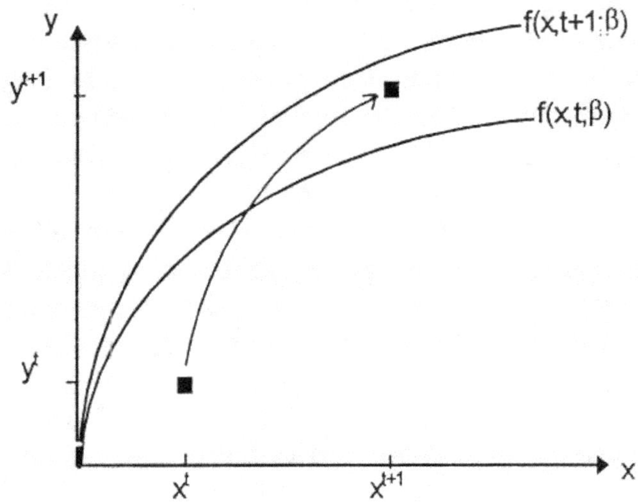

Figure 4: The 4-line productivity and reduce inefficiencies.

(Source. The Stochastic Frontier Analysis (p. 282), by SC Kumbhakar and CAK Lovell, 2000, New York: Columbia University Press.)

The 4 inputs horizontal axis is the vertical axis is the product of the process. The results are measured at the point (Xt + 1, Y t + 1) over (Xt, Yt) be said. Productivity has increased from the first point to the next point due to the increased use of inputs caused by the growth of productivity and is caused by the increase in technical efficiency or reduction of technical inefficiency. These 2 points is lower boundaries likelihood of production because it lacks of technical performance continues to produce at the point (Xt, Yt) which is lower than the production point (Xt + 1, Y t + 1) when compared to the bounds of the maximum likelihood of each point.

Chapter 6

Research papers in Thailand

เอกสารวิจัยในประเทศ

เอกสารวิจัยในประเทศ

เกี่ยวกับโครงสร้างอัตราเงินเดือนพื้นฐานที่ได้ทำการศึกษาภายในประเทศนั้น ได้ดำเนินการศึกษาวิจัยมาอย่างต่อเนื่อง ผลการศึกษาสรุปได้ดังนี้

การศึกษาวิจัยที่เกี่ยวข้องกับการตรวจสอบโครงสร้างอัตราเงินเดือนพื้นฐาน โดยการเปรียบเทียบอัตราเงินเดือนของโครงสร้างกับอัตราเงินเดือนที่จ่ายจริงนั้นไม่พบงานวิจัยใดที่นำมาเผยแพร่ในเชิงวิชาการแต่พบว่ามีการศึกษาผลของการใช้งานโครงสร้างอัตราเงินเดือนพื้นฐานของข้าราชการไทย โดยการวิเคราะห์ด้านการกระจายรายได้เมื่อมีการปรับบัญชีอัตราเงินเดือนพื้นฐานของข้าราชการในแต่ละครั้งซึ่งผลของการปรับบัญชีอัตราเงินเดือนข้าราชการในช่วงที่ผ่านมา ไม่ก่อให้เกิดการกระจายรายได้เพิ่มขึ้น แต่เกิดความไม่เท่าเทียมกันมากขึ้น เช่น

การปรับโครงสร้างอัตราเงินเดือนข้าราชการพลเรือนจาก

บัญชีหมายเลข 2 เป็นบัญชีหมายเลข 3 เมื่อ พ.ศ. 2525 (ดวงกมล โชติกพนิช และจุรี ตาปนานนท์, 2526, หน้า 43-46)

ภายหลังการปรับโครงสร้างอัตราเงินเดือนพื้นฐานของข้าราชการประเภทต่าง ๆ มักมีความไม่สอดคล้องกันระหว่างข้าราชการแต่ละประเภทและไม่สามารถปรับตามภาวะเศรษฐกิจได้ทันแม้ว่าทุกขั้นทุกกลุ่มงานมีปริมาณเงินที่เพิ่มมากขึ้น แต่ปริมาณเงินที่เพิ่มขึ้นมักมีอัตราการเพิ่มขึ้นที่ไม่สอดคล้องกัน รวมทั้งไม่สอดคล้องกับการเพิ่มขึ้นของค่าครองชีพด้วย ส่งผลให้เกิดความไม่เท่าเทียมกันทั้งภายในโครงสร้างเอง และระหว่างโครงสร้างของข้าราชการแต่ละประเภท เช่น การปรับอัตราเงินเดือนข้าราชการ-พลเรือน ข้าราชการทหาร ข้าราชการตำรวจ ข้าราชการฝ่ายตุลาการ และข้าราชการอัยการ เมื่อ พ.ศ. 2537 (นิลุบล เครือนพรัตน์, 2538, หน้า 154-158)

ความสอดคล้องของโครงสร้างอัตราเงินเดือนข้าราชการกับหลักการบริหารค่าจ้างเงินเดือนนั้น มีความไม่เป็นระบบหรือความสอดคล้องกันมีไม่มากเท่าที่ควร โดยเฉพาะอย่างยิ่ง กรณีของอัตราเงินเดือนข้าราชการทหารชั้นสัญญาบัตรช่วงก่อน พ.ศ. 2532 ซึ่งมีโครงสร้างอัตราเงินเดือนพื้นฐานที่ไม่เป็นไป ในแนวทางเดียวกัน และไม่สอดคล้องกับหลักการบริหารค่าจ้างเงินเดือน (อภิชาติ โพธิ์พินิจ, 2532, หน้า 32-34)

Research papers in Thailand

The basis of the salary structure was studied and was carried out continuously. The results are summarized as follows:

The study involved the examination of the basic salary by comparing the salaries of the structure on the salary actually paid. It does not find any of the research published in academic, but found that the effect of the structural basis of the official salary in Thailand by analyzing the distribution – Revenue when the adjusted basis of the government payroll at the time. The effect of adjusting the payroll officials in the past caused no increase in the income distribution but the inequality more like a civil service salary structure of Appendix 2 to Annex 3 on 2525 (Poppy Ochtik for new and floss Tapananont, 2526, pages 43-46.)

Restructuring the basic salary of civil servants of various types often have inconsistencies between government and individual customers and it can not adjust to the economic pace. Although all of the group have to increase the money supply but the amount of money raised, often with an increased rate of inconsistency . It does not correspond to an increase in the cost of living. Result in inequalities both within the structure itself and the structure of the government, such as the rate of civil servants civilians, military officers, police, judicial Officers and prosecutors on 2537 (Nilubon the Terrace, 2538, pages 154-158).

Consistent with the principles of the civil service salaries, wages and salaries ,there is not consistency as much as it should. In particular, the case of salary Military Officers before 2532, which is the basic salary that is not in the same direction and inconsistent with the principles Payroll Management (2532, pages 32-34).

โครงสร้างอัตราเงินเดือนพื้นฐาน

โครงสร้างอัตราเงินเดือนพื้นฐานของข้าราชการ เมื่อทำการเปรียบเทียบกับภาวะเศรษฐกิจแล้วควรจะมีอัตราการเพิ่มขึ้นที่เท่ากัน หรือใกล้เคียงกัน แต่ผลการเปรียบเทียบคือ การเพิ่มขึ้นของอัตราขั้นกลางของอัตราเงินเดือนข้าราชการนั้น เพิ่มขึ้นในอัตราที่ต่ำกว่าภาวะเศรษฐกิจ เช่น การปรับตัวเพิ่มขึ้นของอัตราเงินเดือนข้าราชการพลเรือน

อยู่ในระดับที่ต่ำกว่าการเพิ่มขึ้นของอัตราเงินเฟ้ออย่างมาก (อัมพร เพ็ชราช, 2550, หน้า 143-145) ถ้าทำการเปรียบเทียบอัตราการเพิ่มขึ้นของอัตราเงินเดือนข้าราชการกับการเพิ่มขึ้นของอัตราค่าจ้างขั้นต่ำตามกฎหมาย จะพบว่ามีความแตกต่างกันมากขึ้น และความห่างของอัตราการเพิ่มสะสมของอัตราค่าจ้างแรงงานขั้นต่ำอยู่ในระดับที่สูงกว่ามากในช่วง พ.ศ. 2518-2547การเพิ่มขึ้นสะสมของขั้นกลางของอัตราเงินเดือนข้าราชการพลเรือนน้อยกว่าการเพิ่มขึ้น

สะสมของอัตราค่าจ้างขั้นต่ำตามกฎหมายประมาณร้อยละ 17.5 และน้อยกว่าการเพิ่มขึ้นสะสมของอัตราเงินเฟ้อประมาณร้อยละ 30.8 (กรรณิการ์ จันตัน, 2547, หน้า 155-159) สำหรับการเพิ่มขึ้นของอัตราค่าจ้างขั้นต่ำตามกฎหมายจะส่งผลกระทบต่อการเปลี่ยนแปลงของภาวะเศรษฐกิจ คือ ทำให้เกิดการเพิ่มขึ้นของอัตราเงินเฟ้อในปีเดียวกันประมาณร้อยละ 0.19 (กลุ่มงานพัฒนาระบบ-รายได้ และค่าจ้างขั้นต่ำ, 2547, หน้า 7-9)

ความแตกต่างเกี่ยวกับโครงสร้างอัตราเงินเดือนข้าราชการกับโครงสร้างอัตรา-เงินเดือนของภาคเอกชน คือ การเปิดเผยต่อสาธารณะ จึงทำให้การตรวจสอบโครงสร้างอัตราเงินเดือนภาคเอกชนนั้น ต้องดำเนินการในทางลับ เพื่อให้ได้ข้อมูลองค์ประกอบของโครงสร้างเงินเดือน ซึ่งมีความหลากหลายรูปแบบ ขึ้นอยู่กับลักษณะของธุรกิจ ส่วนใหญ่แล้วมักแบ่งออกเป็น 8 กลุ่มงาน มีอัตราขั้นสูงสุด ห่างจากอัตราขั้นต่ำสุดมาก และปรับเพิ่มขึ้นทุกปี เช่น พ.ศ. 2550

อัตราเงินเดือนพื้นฐานเฉลี่ยของกลุ่มงานต่ำสุดห่างจากอัตราเงินเดือนพื้นฐานเฉลี่ยของกลุ่มงานสูงสุดต่างกันประมาณ 13 เท่า คือ 16,584-213,699 บาทต่อเดือน (Thailand Management Association, 2007, p. 38) และในพ.ศ. 2551 มีอัตราเงินเดือนเพิ่มขึ้นทุกกลุ่มงานโดยมีความห่างต่างกันประมาณ 16 เท่า คือ 18,451-291,393 บาทต่อเดือน (Thailand Management Association, 2008, p. 22)

The basic salary of civil servants

Comparing to the economy, the salary should be increased at the same rate or close but the increased salaries of civil servants increase lower than the economy. The rise of civil service salaries in the lower level of inflation increases significantly (Umporn Pet Rat Beach, 2550. Pages 143-145). The comparative increase in the rate of government officials with the increase of the minimum wage law is found to be a very different place and geographical cumulative rate of increase of the minimum wage levels.

Higher during the year 2518-2547, the cumulative increase of the middle of a civil servant's salary is less than the cumulative increase of the statutory minimum wage rate of about 17.5 percent and less than the increase in formation and inflation rate of about 30.8 percent (jasmine Chan, T., 2547, pages 155-159) An increased in the statutory minimum wage will affect the dynamics of the economy is causing a rise in inflation in the same year, about 0.19 percent (Group Manager revenue and the minimum wage, 2547, pages 7-9).

The differences in the structure of the government officials is the rate structure that the salary of the private sector is made public. Therefore, to determine the salary sector be conducted in secret. To obtain the information on the composition of the salary structure which has a wide variety of depending on the nature of the business, most often divided into 8 groups, with the highest rate from the very lowest rates and increases every year, such as 2550 the average salary of a minimum basic salary from the average of the maximum difference is about 13-fold from 16,584 to 213,699 baht per month (Thailand Management Association, 2007,. p. 38), and in 2551 the rate of salary increase with the difference about 16 times which is 18,451 to 291,393 baht per month (Thailand Management Association, 2008,. p. 22)

ข้อเสนอเกี่ยวกับการปรับโครงสร้างอัตราเงินเดือน

ข้อเสนอเกี่ยวกับการปรับโครงสร้างอัตราเงินเดือนพื้นฐานของข้าราชการ ให้เท่ากับภาวะเศรษฐกิจนั้น อาจดำเนินการได้โดยการกำหนดปีฐานแล้วคำนวณอัตราขั้นกลางของโครงสร้างอัตราเงินเดือนของข้าราชการ ให้เพิ่มขึ้นเท่ากับอัตราการเพิ่มขึ้นของอัตราเงินเฟ้อโดยนับจากปีฐานเดียวกัน หรือ อาจกำหนดให้อัตราเงินเดือนข้าราชการเพิ่มขึ้นเท่ากับอัตราการเพิ่มขึ้นของค่าแรงขั้นต่ำตามกฎหมายโดยนับจากปีฐานเดียวกัน หรือ อาจให้ปรับเพิ่มขึ้นเท่ากับค่าเฉลี่ยระหว่างอัตราการเพิ่มขึ้นของอัตราค่าแรงขั้นต่ำตามกฎหมายกับอัตราการเพิ่มขึ้นของอัตราเงินเฟ้อโดยนับจากปีฐานเดียวกัน เช่น กำหนดให้ปีฐาน คือ พ.ศ. 2518 ปีที่ทำการปรับอัตราเงินเดือน คือ พ.ศ. 2547 โดยการคำนวณอัตราเพิ่มสะสมของอัตราขั้นกลางของโครงสร้างอัตราเงินเดือนข้าราชการพลเรือน เทียบส่วนต่างกับอัตราการเพิ่มของ

อัตราเงินเฟ้อ จากผลคำนวณ คือ ต้องปรับเพิ่มขึ้นร้อยละ 30.8 จากอัตราเงินเดือน ณ พ.ศ. 2547 ถ้าเมื่อเทียบกับ

อัตราการเพิ่มสะสมของค่าแรงขั้นต่ำตามกฎหมายต้องปรับเพิ่มขึ้นร้อยละ 17.2 จากอัตราเงินเดือน ณ พ.ศ. 2547 ถ้าใช้ค่าเฉลี่ยระหว่างอัตราการเพิ่มสะสมระหว่างค่าแรงขั้นต่ำตามกฎหมายกับอัตราเงินเฟ้อ ผลการคำนวณ คือ ต้องปรับเพิ่มขึ้นร้อยละ 24 จากอัตราเงินเดือน ณ พ.ศ. 2547 ซึ่งการปรับเพิ่มขึ้นด้วยอัตราร้อยละดังกล่าวอาจจำเป็นต้องใช้งบประมาณจำนวนมากจนไม่อาจเป็นไปได้ในทางปฏิบัติ (กรรณิการ์ จันตัน, 2547, หน้า 154-159)

จากการสำรวจเอกสารวิจัยในประเทศที่เกี่ยวกับโครงสร้างอัตราเงินเดือนของข้าราชการพบว่าได้มีการศึกษาเกี่ยวข้องกับ ค่าจ้างเงินเดือนในภาคราชการบ้าง แต่ไม่พบว่ามีการศึกษาเชิงปริมาณเกี่ยวกับการคำนวณโครงสร้างอัตราเงินเดือนพื้นฐานของข้าราชการ โดยตรง รวมทั้งพบว่า ไม่มี

เอก สารใดที่แสดงถึงที่มาของการกำหนดปริมาณเงินในอัตรา เงินเดือนของข้าราชการ ส่วนใหญ่ของงานวิจัยที่ศึกษาใน ประเทศจัดอยู่ในกลุ่มของการศึกษาเชิงเปรียบเทียบผลกระทบจากการปรับอัตราเงินเดือนของข้าราชการบางประเภทเท่านั้น และบางส่วนของการศึกษา เพื่อเปรียบเทียบ กับอัตราเงินเดือนของภาคเอกชน รวมทั้งเปรียบเทียบ กับอัตราเงินเฟ้อ หรือค่าจ้างขั้นต่ำตามกฎหมายเท่านั้น. ผลการศึกษาเอกสารวิจัยในประเทศสรุปได้ตามตาราง 1

ตาราง 1

สรุปผลการศึกษาเอกสารวิจัยในประเทศ

ลำดับ	ผู้ศึกษา	ประเด็นการศึกษา	วิธีการศึกษา	ตัวแปรที่เกี่ยวข้อง	สรุปผลการศึกษา
1	ดวงกมล ไชติกรนิช และ จุรี คาปนานนท์ (2526)	การกระจายรายได้ของข้าราชการพลเรือนหลังการปรับอัตราเงินเดือน	วิเคราะห์จากฐานข้อมูล	1. อัตราเงินเดือนของข้าราชการพลเรือน 2. จำนวนข้าราชการ 3. อัตราภาษี 4. เงินเพิ่มค่าครองชีพ	การปรับปรุงอัตราเงินเดือนจากบัญชีหมายเลข 2 เป็นหมายเลข 3 ก่อให้เกิดความไม่เท่าเทียมกันของการกระจายรายได้เพิ่มขึ้น
2	ฤกิจาติ ไพธิ์พินิจ (2532)	เงินเดือนของข้าราชการทหารชั้นสัญญาบัตร	เปรียบเทียบการเปลี่ยนแปลงของข้อมูลเทียบกับหลักทฤษฎี	1. หลักการกำหนดอัตรา - เงินเดือนค่าจ้างทั่วไป 2. ตัวเงินในแต่ละอัตรา	โครงสร้างเงินเดือนของข้าราชการทหารชั้นสัญญาบัตรในอดีตถึง พ.ศ. 2532 ไม่สอดคล้องกับหลักการกำหนดค่าจ้างและเงินเดือน

ตาราง 1 (ต่อ)

ลำดับ	ผู้ศึกษา	ประเด็นการศึกษา	วิธีการศึกษา	ตัวแปรที่เกี่ยวข้อง	สรุปผลการศึกษา
3	นิลุบล เครือนพรัตน์ (2538)	ความเหมาะสมของการปรับอัตราเงินเดือนข้าราชการ	เปรียบเทียบจำนวนกลุ่มงานจำนวนขั้นระหว่างตารางอัตราเงินเดือนข้าราชการประเภทต่าง ๆ	1. อัตราค่าครองชีพ 2. อัตราเพิ่มของเงินเดือนข้าราชการ 3. บัญชีเงินเดือนข้าราชการ	การปรับอัตราเงินเดือนข้าราชการพลเรือนในแต่ละกลุ่มงานไม่ได้เป็นไปในแนวทางเดียวกัน และทั้ง 5 บัญชีมีการแบ่งระดับชั้นไม่เท่ากัน
4	กรรณิการ์ ขันคำ (2547)	เงินเดือนของข้าราชการไทยตามภาวะเศรษฐกิจไทย	เปรียบเทียบอัตราการเพิ่มขึ้นจากปีฐานคิดเป็นร้อยละ	1. อัตราเงินเดือนข้าราชการพลเรือน 2. ดัชนีราคาผู้บริโภค 3. อัตราค่าจ้างขั้นต่ำ 4. ค่ากลางของเงินเดือนแต่ละระดับ 5. อัตราการเพิ่มของตัวเงินแต่ละระดับ	อัตราการเพิ่มของเงินเดือนต่ำกว่าอัตราการเพิ่มของดัชนีราคาผู้บริโภคร้อยละ 36.8 ต่ำกว่าอัตราการเพิ่มของค่าจ้างขั้นต่ำร้อยละ 17.2 และตัวเงินที่แท้จริงในช่วง พ.ศ. 2518-2547 ไม่แตกต่างกัน

ตาราง 1 (ต่อ)

ลำดับ	ผู้ศึกษา	ประเด็นการศึกษา	วิธีการศึกษา	ตัวแปรที่เกี่ยวข้อง	สรุปผลการศึกษา
5	กลุ่มงานพัฒนาระบบรายได้และค่าจ้างขั้นต่ำ (2547)	การกำหนดอัตราค่าจ้าง-ขั้นต่ำ	เปรียบเทียบ การเปลี่ยนแปลงด้วยอัตราส่วนร้อยละ	รูปแบบ และกระบวนการกำหนดอัตราค่าจ้างขั้นต่ำ	ถ้าอัตราค่าจ้างขั้นต่ำเพิ่มขึ้นร้อยละ 1 ดัชนีราคาผู้บริโภคจะเพิ่มขึ้นร้อยละ 0.19
6	ประเวศน์ มหารัตน์สกุล (2549)	โครงสร้างอัตรา-เงินเดือนที่จูงใจ	วิเคราะห์จากแนวโน้มของข้อมูล	1. อัตราความก้าวหน้า 2. ความชันของเส้น midpoint 3. จำนวนปีที่ปฏิบัติงาน	การปฏิบัติงานในแต่ละกลุ่มงาน ไม่ควรต่ำกว่า 3 ปี และอัตราเงินเดือนควรอยู่ประมาณค่ากึ่งกลางหรือค่าเฉลี่ยของกลุ่มงานนั้น ๆ
7	สมาคมการจัดการ-ธุรกิจแห่งประเทศ-ไทย (2549)	1. ค่าจ้างพื้นฐาน 2. ผลตอบแทนรวม 3. ด้านสวัสดิการ	สำรวจจาก กลุ่มตัวอย่าง	1. ระดับตำแหน่ง 2. อายุ 3. ประเภทอุตสาหกรรม	ค่าจ้างระหว่าง 17,211-221,282 บ/ด ผลตอบแทนระหว่าง 25,896-442,951 บ/ด ค่าใช้จ่ายสวัสดิการ ร้อยละ 16.19

ตาราง 1 (ต่อ)

ลำดับ	ผู้ศึกษา	ประเด็นการศึกษา	วิธีการศึกษา	ตัวแปรที่เกี่ยวข้อง	สรุปผลการศึกษา
8	สมาคมการจัดการ-ธุรกิจแห่งประเทศ-ไทย (2550)	1. ค่าจ้างพื้นฐาน 2. ผลตอบแทนรวม 3. ค่าสวัสดิการ	สำรวจจาก กลุ่มตัวอย่าง	1. ระดับตำแหน่ง 2. อายุ 3. ประเภทอุตสาหกรรม	ค่าจ้างระหว่าง 16,584-213,699 บาท/เดือน ผลตอบแทนระหว่าง 22,298-305,504 บาท/เดือน ค่าใช้จ่ายสวัสดิการ ร้อยละ 16.36
9	สมาคมการจัดการ-ธุรกิจแห่งประเทศ-ไทย (2551)	1. ค่าจ้างพื้นฐาน 2. ผลตอบแทนรวม 3. ค่าสวัสดิการ	สำรวจจาก กลุ่มตัวอย่าง	1. ระดับตำแหน่ง 2. อายุ 3. ประเภทอุตสาหกรรม	ค่าจ้างระหว่าง 9,993-291,393 บาท/เดือนผลตอบแทนระหว่าง 14,232-422,302 บาท/เดือน ค่าใช้จ่ายสวัสดิการ ร้อยละ 20.44

Proposal on restructuring the basic salary of civil servants.

Equal to the economic may be achieved by defining the base year for calculating the rate of the central part of the salaries of civil servants. The increased of the rate of increase of inflation from the same base or designated official salary increase equal to the percentage increase in the minimum wage by law.

The base year or a fine equal to the average rate of increase of the minimum wage law with an increased rate of inflation since the same base as defined by the base year 2518 adjusts the salary 2547 by calculating the rate of accumulation of the intermediate structures of civil service salaries. The difference compared to the rate of inflation from the calculation is to be increased by 30.8 percent from 2547, at the salary rate if compared to cumulative growth rate of minimum wage laws have increased by 17.2 percent from 2547. The salary at the average rate of increase in accrued for labor. The Minimum statutory rate of inflation calculated result is a rise of 24 percent of the salary of 2547, increased by the percentage. (jasmine. Chan, T., 2547, pages 154-159).

A survey of research papers in the country on the salaries of civil servants found that the studies related to wages, salaries in the public sector but there was no quantitative studies on calculating the basic salary of civil servants. Also, there do not have any documentation that shows the origin of the quantity of money in the salaries of civil servants.

There is studies on the education salary structure in Thailandover the last 30 years, analyze from the database at that period time in order to know the effect on income distribution.

The only official is a comparative study of the main theories of payroll management of the private sector. The result is inconsistent with the principle and rate. There are many civil servants payroll and inconsistent which they do not go in the same direction. The salary structure rate of increase in government officials is lower than it should be compared to the domestic labor market. The rate of increase is lower than the rate of increase of the minimum wage law and also lower rate of increase in the consumer price index in the same base salary. This book study how to propose ways to adjust the rate of economic officials by comparison with the change in the Consumer Price Index. The results of research papers in the country are summarized in Table 1.

- Researcher: Duangkamon Ochtik Panichsakpatana and Juree tap Annanon (2526)

Topic: The distribution of the civil service salary adjustments .

Method: Analysis of the database

Parameters:

1. Salary civil servant

2. The number of civil servants

3. Tax rate

4. Increased cost of living

Results: Improving salary from the account number 2 is the number 3 cause of inequality. Distribution revenues increased

- Researcher: Apichatpong Poepinit (2532)

Topic: Salaries of Military Officers

Method: Compare the changes of the main theories

Parameters:

1. The rate set
2. General salary
3. The money each rate

Results: Military salary structure of the contract in the past to 2532 did not comply with the principles set wages and salaries

- Researcher: Nilubon Kornapparat (2538)

Topic: The appropriateness of the rate and the official salary

Method: Comparison of the group stage of the rate table - different types of public servants' salaries .

Parameters:

1. The cost of living

2. The rate of salary increases

   official

3. official payroll

Results: Salary adjustments for civil servants in each group is not in the same and the book is divided into five levels unequally.

- Researcher: Kanika Chanton (2547)

Topic: Salaries of civil servants in Thailand and economic Thailand

Method: Compare rates increase as a percentage of the base year

Parameters:

1. Salary of the civil servant

2. Consumer Price Index

3. Minimum wage

4. The median salary at each level

5. The rate of increase of the money at each level

Results: Rate of increase of the salaries is

lower than the rate of increase of the Consumer Price Index 30.8 percent, lower than the rate of increase of the minimum wage , and 17.2 percent and the real money in the year 2518-2547 is the same.

- Researcher: Group revenue system development and the minimum wage (in 2547

Topic: Determination of wages, minimum rate.

Method: compare the change in the ratio

Percentage, analysis of trends in data

Parameters: Patterns and processes regulate the rate of the minimum wage .

Results: If the minimum wage rate increased by 1 percent, the consumer price index will rise 0.19 percent .

- Researcher: Pravet Maharatsakul (2549)

Topic: Rate structure - Competitive Salary

Method: Analysis of trends in data

Parameters:

1. The rate of progress

2. The slope of the line midpoint

3. The number of years of practice

Results: Each groups should not be less than three years and the salary should be around the middle or the average.

- Researcher: Association Management - the business of the country - Thailand (2549)

Topic:

1. Basic wages

2. Total Return

3. Welfare

Method: surve sample

Parameters:

1. Position

2. Age

3. Industry Category

Results: Wages is about 17211-221282 Bath per month, Paid 25896-442951 Bath/Month, welfare costs 16.19 percent

- Researcher: Association Management - the business of the country - Thailand (2550)

Topic:

1. Basic wages

2. Total Return

3. Welfare

Method: survey sample

Parameters:

1. Position

2. Age

3. Industry Category

Results: wages 16584-213699 baht / month. Pay 22298-305504 baht / month, benefits 16.36 percent

- Researcher: Association Management - the business of the country - Thailand (2551)

Topic:

1. Basic wages

2. Total Return

3. Welfare

Method: survey sample

Parameters:

1. Position

2. Age

3. Industry Category

Results: wages 9993-291393 Baht / month, paid 14232-422302 baht / month, benefits 20.44 percent

Chapter 7

International Research

เอกสารวิจัยต่างประเทศ

เอกสารวิจัยต่างประเทศ

การศึกษาวิจัยในต่างประเทศที่เกี่ยวกับโครงสร้างอัตราเงินเดือนข้าราชการนั้น ไม่ปรากฏว่ามีการเผยแผ่โดยทั่วไป โดยส่วนใหญ่เป็นการศึกษาหาความสัมพันธ์กับตัวแปรที่เกี่ยวข้องในการกำหนดอัตราเงินเดือนของภาคเอกชนที่อยู่ในกลุ่มโรงงาน-อุตสาหกรรมของแต่ละประเทศ ซึ่งเป็นงานการศึกษาเฉพาะกลุ่มอาชีพเท่านั้น สรุปตัวแปรที่มีความสัมพันธ์กับการกำหนดอัตราเงินเดือนภาคเอกชนในต่างประเทศ ดังนี้

ตัวแปรอายุของแรงงาน เป็นตัวแปรที่มักจะถูกนำมากล่าวถึงในเรื่องของการกำหนดอัตราเงินเดือนในภาคเอกชน กล่าวคืออัตราเงินเดือนที่สูงกว่ามักจะอยู่ในกลุ่มของผู้ที่มีอายุมากกว่าโดยเฉพาะอย่างยิ่งในระดับผู้บริหารของภาคเอกชน (Eaton & Rosen, 1981, pp. 20-22; Kearl, 1985, pp. 6-12)

ในกรณีของอัตราเงินเดือนที่กำหนดให้จ่ายต่อชั่วโมง เมื่อคำนวณ เพื่อเปรียบเทียบในรูปแบบของค่าเงินที่แท้จริง ได้ผลคล้ายกัน คือ ผู้ที่อายุมากกว่ามีแนวโน้มที่มีอัตราเงินเดือนมากกว่า ในระดับตำแหน่งงานเดียวกัน (Goh & Javorcik, 2005, pp. 12-17; Card & Rica, 2005, pp. 13-17)

ตัวแปรประสบการณ์ ซึ่งเป็นตัวแปรที่บ่งบอกถึงความชำนาญ และทักษะการทำงานที่เพิ่มสูงขึ้นตามระดับของประสบการณ์เป็นตัวแปรที่ส่งผลต่อการเพิ่มขึ้นของอัตราเงินเดือนในการจ้างงานของภาคเอกชน (Acemoglu & Pischke, 2000, pp. 9-12; Acemoglu, Autor, & Lyle, 2002, pp. 33-34) และประสบการณ์ในกลุ่มงานที่แตกต่างกันจะส่งผลทำให้อัตราค่าจ้างพื้นฐานของภาคเอกชนต่างกันด้วย ซึ่งระดับความแตกต่างขึ้นกับลักษณะความต่างของกลุ่มงาน ความสลับซับซ้อน ตลอดจนความนิยมในกลุ่มอุตสาหกรรมที่มีต่อกลุ่มงานนั้น (Lazear &

Shaw, 2007, pp. 14-26; Borghans & Kriechel, 2007, pp. 13-18)

ตัวแปรทางเศรษฐกิจ เช่น ผลิตภัณฑ์มวลรวมภายในประเทศ เป็นตัวแปรที่นำมาสร้างความสัมพันธ์ร่วมกับผลผลิต และอัตราเงินเดือนของแรงงานในภาคเอกชน (Borghans & Kriechel, 2007, pp. 13-18) นอกจากนี้ อัตราการเพิ่มขึ้นของสัดส่วนเงินทุนต่อแรงงาน และสัดส่วนเงินทุนต่อรายได้ประชาชาติ รวมทั้งการเพิ่มของอัตราเงินเดือนในรูปของค่าเงินที่แท้จริง ได้ถูกนำมาหาความสัมพันธ์กับอัตราเงินเดือนของแรงงานในแต่ละองค์การในภาคเอกชนด้วย (Chari, Henry, & Sasson, 2009, pp. 29-35) และตัวแปรความนิ่งแบบสมบูรณ์ของระบบเศรษฐกิจ ซึ่งส่งผลต่อดัชนีค่าจ้าง ทำให้ระดับของอัตราเงินเดือนของแรงงานในภาคอุตสาหกรรมเกิดการเปลี่ยนแปลง (Turnovsky, 2008, pp. 22-29)

ตัวแปรความต่อเนื่องของการทำงาน ส่งผลทำให้แรงงานในภาคเอกชนในทุกกลุ่มงานมีอัตราเงินเดือนที่แท้จริงเพิ่มขึ้น จากความต่อเนื่องในการเพิ่มของปริมาณเงินในอัตราเงินเดือน ทำให้แรงงานทุกกลุ่มงานรวมทั้งแรงงานที่มีอัตราเงินเดือนที่คิดเป็นรายชั่วโมง มีอัตราเงินเดือนสูงขึ้น (Goh & Javorcik, 2005, pp. 12-17; Card & Rica, 2005, pp. 13-22)

ตัวแปรรายได้ หรือผลประกอบการที่มีแนวโน้มเพิ่มขึ้นเป็นตัวแปรหลักที่ทำให้เกิดการปรับเพิ่มขึ้นของอัตราเงินเดือนในภาคเอกชนในทุกกลุ่มอุตสาหกรรม เมื่อรายได้หรือผลประกอบการเพิ่มสูงขึ้น แรงงานย่อมผลักดันให้เกิดการปรับเพิ่มขึ้นของอัตรา-เงินเดือนในทุกกลุ่มงานซึ่งเป็นการกระจายรายได้ หรือกระจายผลประกอบการไปยังแรงงานภายในองค์การนั้น ๆ (Abown & Allain, 1996, pp. 5-9)

ตัวแปรสวัสดิการในรูปแบบต่าง ๆ รวมทั้งการประกันสุขภาพของแรงงาน เป็นตัวแปรที่ส่งผลให้เกิดการชะลอการเพิ่มขึ้นของอัตราเงินเดือน กล่าวคือ ถ้าสวัสดิการหรือระบบประกันสุขภาพซึ่งดำเนินการโดยผู้ประกอบการมีประสิทธิภาพ ก่อให้เกิดความพึงพอใจต่อแรงงานในองค์การการปรับเพิ่มขึ้นของอัตราเงินเดือนมักจะเพิ่มขึ้นในอัตร ที่น้อยลง ซึ่งเป็นตัวแปรที่แสดงความสัมพันธ์ในลักษณะผกผันกับอัตรา-เงินเดือนของภาคเอกชน (Oyer, 2005, pp. 10-25)

จากการสำรวจเอกสารวิจัยต่างประเทศที่เกี่ยวข้อง สรุปได้ว่าค่าจ้างเงินเดือนในภาคราชการนั้น ไม่พบว่ามีการเผยแผ่โดยตรง แต่อัตราเงินเดือนภาคเอกชนของกลุ่มอุตสาหกรรมในต่างประเทศได้มีการศึกษามากขึ้นในช่วงที่ผ่านมา ซึ่งการสำรวจเอกสารต่างประเทศในส่วนของภาคเอกชนครั้งนี้ได้เน้นเฉพาะงานศึกษาในเชิงปริมาณเป็นสำคัญ ผลการศึกษาเอกสารวิจัยต่างประเทศ สรุปได้

- Eaton and Rosen (1981)

ประเด็นการศึกษา:

รายได้รวมของผู้บริหารระดับสูงของภาคเอกชน

ตัวแปรที่เกี่ยวข้อง:

1. เงินเดือน

2. เงินโบนัส

3. เงินบำนาญเลี้ยงชีพ

4. รายได้จากส่วนต่างที่สามารถบริหาร
ให้ได้ผลมากกว่าเป้าหมาย

5. สินค้าคงคลัง

6. อายุของผู้บริหาร

7. ตำแหน่งที่บริหาร

8. ลักษณะของกิจการ

9. ความสลับซับซ้อนของโครงสร้างการบริหาร

สรุปผลการศึกษา:

รายได้ของผู้บริหารระดับสูงขึ้นกับอายุของผู้บริหาร ตำแหน่งที่บริหาร ลักษณะของกิจการและความสลับซับซ้อนของโครงสร้างการบริหารผลการศึกษา

- Kearl (1985)

ประเด็นการศึกษา:

รายได้ของบุคคล

ตัวแปรที่เกี่ยวข้อง:

1. อายุ

2. ช่วงเวลา

3. การเติบโตภาคต่างประเทศ

4. เขตพื้นที่อาศัย

5. ลักษณะอาชีพ

สรุปผลการศึกษา:

ตัวแปรอายุ ช่วงเวลา การเติบโตภาคต่างประเทศ เขตพื้นที่ ลักษณะอาชีพ และลักษณะแรงงาน เป็นตัวแปรที่มีผลต่อรายได้บุคคล

- Bell and Freeman (1985)

ประเด็นการศึกษา:

อัตราค่าจ้างในอุตสาหกรรม

ตัวแปรที่เกี่ยวข้อง:

1. ปริมาณงานต่อประชากร

2. ช่วงเวลา

3. ประเภทอุตสาหกรรม

4. การใช้เทคโนโลยี

สรุปผลการศึกษา:

อัตราค่าจ้างมีการเปลี่ยนแปลง

ในทุกช่วงเวลา และแตกต่างกัน

ในแต่ละภาคอุตสาหกรรม และ

การใช้เทคโนโลยีเพิ่มขึ้นทำให้ปริมาณงานลดลง

- Turnovsky (1986)

ประเด็นการศึกษา:

ดัชนีค่าจ้าง

ตัวแปรที่เกี่ยวข้อง:

1. ความนิ่งแบบสมบูรณ์ของระบบเศรษฐกิจ

2. นโยบายทางการเงิน

3. อุปทานของเงิน

4. อุปสงค์ของเงิน

สรุปผลการศึกษา:

ดัชนีค่าจ้างเป็นตัวกำหนดราคา

ที่ขึ้นกับระดับความนิ่งของระบบ-เศรษฐกิจ

และโครงสร้างค่าจ้างขึ้นอยู่กับนโยบายการเงิน

- Allen (1994)

ประเด็นการศึกษา:

ค่าจ้างของตลาดแรงงานในภาคอุตสาหกรรมของอเมริกา

ตัวแปรที่เกี่ยวข้อง:

1. ความสามารถในการเพิ่มการผลิต

2. ความเข้มแข็งขององค์กรสหภาพ

3. กำไรที่เพิ่มขึ้น

4. การเพิ่มขึ้นของเงินลงทุน

สรุปผลการศึกษา:

ค่าจ้างแรงงานอุตสาหกรรมขึ้นกับความสามารถในการผลิต ความเข้มแข็งขององค์กรสหภาพ กำไรที่เพิ่มขึ้น และการเพิ่มขึ้นของเงินลงทุน

- Abown and Allain (1996)

ประเด็นการศึกษา:

ค่าใช้จ่ายเฉลี่ยต่อคนเกี่ยวกับแรงงาน

ตัวแปรที่เกี่ยวข้อง:

1. รายได้ของผู้ประกอบการ

2. อำนาจการต่อรองค่าจ้าง

3. ค่าเสียโอกาสแรงงาน

4. ความเสี่ยงในการคืนทุนของ
   ผู้ประกอบการ

5. ค่าเสียโอกาสของแรงงาน
   ในตลาดสินค้า

6. ระดับของแรงงาน

สรุปผลการศึกษา:

ค่าใช้จ่ายโดยรวมสำหรับแรงงาน

ขึ้นกับรายได้ของผู้ประกอบการ อำนาจการต่อรองค่าจ้าง

ค่าเสียโอกาสแรงงาน ความเสี่ยงในการคืนทุน

ระดับของแรงงาน ค่าจ้างสูงสุดของแต่ละระดับ

- Acemoglu and Pischke (2000)

ประเด็นการศึกษา:

การเพิ่มขึ้นของรายได้ในครอบครัว

ตัวแปรที่เกี่ยวข้อง:

1. ทักษะความชำนาญ

2. ระดับการศึกษา

3. การทำงานล่วงเวลา

4. ความสามารถของแรงงาน

5. ปริมาณแรงงาน

6. การศึกษาต่อในระดับมหาวิทยาลัย
   ของสมาชิกในครอบครัว

สรุปผลการศึกษา:

ค่าจ้างเพิ่มขึ้นในกลุ่มผู้ที่มีทักษะ

ความชำนาญสูง ตามระดับการศึกษา

ที่สูงกว่าระดับความสามารถ และปริมาณแรงงาน

- Acemoglu and Pischke (2000)

ประเด็นการศึกษา:

รายได้ครอบครัว

ตัวแปรที่เกี่ยวข้อง:

1. ระดับของครัวเรือน

2. การศึกษาของผู้นำครอบครัว

3. การศึกษาในระดับอุดมศึกษาของบุคคลในครอบครัว

สรุปผลการศึกษา:

โครงสร้างรายได้ขึ้นกับระดับ-การศึกษาที่สูงกว่า และรายได้ของครอบครัวส่งผลต่อการศึกษาในระดับ-อุดมศึกษาของบุคคลในครอบครัว

- Jorgensen (2002)

ประเด็นการศึกษา:

รายได้ที่ไม่เป็นตัวเงินจาก การถือครองตราสาร

และหุ้นในระยะยาว

ตัวแปรที่เกี่ยวข้อง:

1. อายุ

2. อาชีพ

3. จำนวนบุตรที่อายุต่ำกว่า 18 ปี

4. สถานภาพการแต่งงาน

5. ระดับการศึกษา

6. ความเสี่ยงด้านสุขภาพของผู้ถือหุ้น

7. การถือครองทรัพย์สิน

สรุปผลการศึกษา:

รายได้ที่ไม่ได้เป็นตัวเงินจากตราสาร และหุ้นในระยะยาว จะสัมพันธ์แบบทิศทางเดียวกันกับอายุ แต่จะสัมพันธ์แบบผกผันกับความเสี่ยงด้านสุขภาพของผู้ถือหุ้นที่มีอายุมากขึ้น สำหรับผู้ถือที่มีระดับการศึกษาสูงจะถือครองตราสาร และหุ้นระยะยาวในปริมาณที่มากกว่า

- Acemoglu, Autor, and Lyle (2002)

ประเด็นการศึกษา:

ค่าจ้างของแรงงาน

ตัวแปรที่เกี่ยวข้อง:

1. เพศของแรงงาน

2. ระดับฝีมือของแรงงาน

3. ลักษณะเมืองที่พักอาศัย

4. การศึกษา

5. ประสบการณ์

6. ปริมาณแรงงาน

7. ความยืดหยุ่นของอุปทา

สรุปผลการศึกษา:

แรงงานสตรีในตลาดแรงงานเพิ่มขึ้นทำให้ค่าจ้างของทั้งแรงงานชาย และแรงงานหญิงมีอัตราที่ลดลง

และส่งผลให้แรงงานชายถูกแบ่งเป็น 2 กลุ่มตามระดับการศึกษาซึ่งมีค่าจ้างที่ต่างกันอย่างชัดเจน

- Borjas (2002)

ประเด็นการศึกษา:

ค่าจ้างที่แท้จริงของแรงงานภาคเอกชน

ตัวแปรที่เกี่ยวข้อง:

1. อายุ

2. สถานภาพสมรส

3. เพศ

4. ระดับการศึกษา

5. เขตพื้นที่

6. ขนาดของประชากร

7. จำนวนปีซึ่งทำงาน

8. รูปแบบการค้า และการจ่ายภาษีนำเข้า

สรุปผลการศึกษา:

อายุงานมากสำหรับเพศชายจะมีแนวโน้มได้ค่าจ้างสูงกว่าเพศหญิงผู้มีครอบครัวแล้วมักจะมีรายได้มากกว่าการศึกษาเพิ่มเติมหลังทำงานแล้วจะมีโอกาสได้ค่าจ้างสูงขึ้น การค้าเสรีที่ลดกำแพงภาษีส่งผลให้แรงงานไร้ฝีมือได้ค่าจ้างเพิ่มขึ้น

- Lee (2005)

ประเด็นการศึกษา:

รายได้เฉลี่ยต่อเดือนของครัวเรือน

ตัวแปรที่เกี่ยวข้อง:

1. จำนวนชั่วโมงทำงาน

2. ค่าจ้างต่อชั่วโมง

3. อัตราการมีงานทำ

4. รายได้จากแหล่งอื่น

สรุปผลการศึกษา:

การเปลี่ยนแปลงโครงสร้างค่าจ้าง

ทำให้เกิดครอบครัวที่จนอย่างมากกับครอบครัวที่รวยอย่างมาก และค่าจ้างขึ้นกับจำนวนชั่วโมง ในการทำงาน และอัตราการมีงานทำ

- Card and Rica

ประเด็นการศึกษา:

ค่าจ้างรายบุคคล

ต่อชั่วโมง

ตัวแปรที่เกี่ยวข้อง:

1. อายุ

2. การศึกษา

3. ค่าจ้างส่วนพิเศษ

4. อายุการทำงานต่อเนื่อง

สรุปผลการศึกษา:

อัตราค่าจ้างถูกกำหนดโดยสัญญาระหว่างผู้ผลิตกับแรงงาน และแนวโน้มของระดับอัตราค่าจ้างสูงกว่าอัตราที่กำหนด โดยกฎหมายสำหรับค่าจ้างเพิ่มพิเศษจะสัมพันธ์กับอายุการทำงานต่อเนื่องของแรงงาน

- Fochsen, Sjogren, Josephson, and Lagerstrom (2005)

ประเด็นการศึกษา:

พยาบาลดูแล (nursing care) ตัดสินใจลาออกจากราชการ

ตัวแปรที่เกี่ยวข้อง:

1. รายได้

2. ปริมาณงาน

3. ความรับผิดชอบ

4. โอกาสที่จะก้าวหน้า

สรุปผลการศึกษา:

ความไม่พึงพอใจในรายได้ที่ต่ำเกินไปไม่สอดคล้องกับปริมาณงาน และความรับผิดชอบ ส่งผลให้พยาบาลดูแลตัดสินใจลาออกจากระบบราชการ

- Oyer (2005)

ประเด็นการศึกษา:

การใช้เงินเดือนและค่าจ้างในการจูงใจให้แรงงานทำงานให้กับองค์กรอย่างต่อเนื่อง

ตัวแปรที่เกี่ยวข้อง:

1. เงินเดือน

2. สวัสดิการ

3. การประกันสุขภาพ

4. การเลี้ยงดูบุตร

สรุปผลการศึกษา:

โครงสร้างอัตราเงินเดือนของแรงงานในภาคราชการนำหน้าภาคเอกชน และตัวแปรด้านสวัสดิการเป็นเกณฑ์สำคัญในการตัดสินใจ

- Haagh (2006)

ประเด็นการศึกษา:

รายได้ ณ ระดับที่เพียงพอตามสภาวะเศรษฐกิจของประเทศในยุโรป

ตัวแปรที่เกี่ยวข้อง:

1. ระบบประกัน
2. ระบบสวัสดิการ
3. ไม่แน่นอนของรายจ่าย
4. ความพลิกผัน

สรุปผลการศึกษา:

ปัญหาทางเศรษฐกิจซึ่งไม่สามารถคาดการณ์ล่วงหน้าได้และโครงสร้างของตลาดที่มีความไม่เป็นธรรมในระบบเองภายใต้เงื่อนไขต่าง ๆ ทำให้ต้องมีระดับรายได้ที่มั่นใจได้

- Lazear and Shaw (2007)

ประเด็นการศึกษา:

ค่าจ้างพื้นฐานของผู้ผลิตภาคเอกชน

ตัวแปรที่เกี่ยวข้อง:

1. ระดับการศึกษา

2. ประสบการณ์

3. อัตราตอบแทนต่อทักษะ ความชำนาญ

4. อัตราค่าตอบแทนขั้นต่ำสุด

สรุปผลการศึกษา:

แรงงานที่อยู่ในโครงสร้างค่าจ้างเดียวกันจะได้รับค่าจ้างเพิ่มขึ้นในระดับเฉลี่ยประมาณร้อยละ 15-20 ของแรงงานทั้งหมด ได้รับค่าจ้างเพิ่มขึ้นเป็น 2 เท่าของอัตราค่าจ้างเฉลี่ย ประมาณร้อยละ 10 ของแรงงานทั้งหมด

- Amaral (2007)

ประเด็นการศึกษา:

อัตราค่าจ้างในแต่ละระดับแรงงาน

ตัวแปรที่เกี่ยวข้อง:

1. ประสบการณ์

2. ระดับตำแหน่งงาน

3. ความต้องการของตลาดแรงงาน

สรุปผลการศึกษา:

ค่าจ้างเพิ่มขึ้นในอัตราถอยหลังใน

กลุ่มแรงงานที่ประสบการณ์ต่ำๆ

ขณะที่ผู้บริหารระดับสูงมีค่าจ้างเพิ่มขึ้นในอัตราก้าวหน้า

และความต้องการของตลาดแรงงานจะกำหนด

การเติบโตของอัตราค่าจ้างในแต่ละระดับแรงงาน

- Chari, Henry, and Sasson (2009)

ประเด็นการศึกษา:

อัตราการเพิ่มขึ้นของค่าจ้างที่แท้จริงของแรงงาน

ตัวแปรที่เกี่ยวข้อง:

1. ระบบเงินทุน

2. อัตราการเพิ่มขึ้นของผลผลิต

3. สัดส่วนเงินทุนต่อรายได้ประชาชาติ

4. อัตราการเพิ่มขึ้นของสัดส่วนเงินทุน ต่อแรงงาน

สรุปผลการศึกษา:

เปิดเสรีเงินทุนส่งผลทำให้ค่าจ้างที่แท้จริงเพิ่มขึ้น และเพิ่มขึ้นอย่างต่อเนื่องจนถึงปัจจุบันการเปิดเสรีเงินทุน ส่งผลทำให้ค่าจ้างแรงงานที่แท้จริงในภาคอุตสาหกรรมเพิ่มขึ้นแบบยกฐานค่าจ้าง

- Williamson (2009)

ประเด็นการศึกษา:

ค่าจ้างของแรงงาน

ตัวแปรที่เกี่ยวข้อง:

1. GDPCAP

2. ผลผลิตหน่วยสุดท้ายของแรงงาน

สรุปผลการศึกษา:

ค่าจ้างของแรงงานให้สัมพันธ์กับ GDPCAP

และผลผลิตที่เกิดจากการผลิตโดยแรงงาน

- Mitchener and Yan (2010)

ประเด็นการศึกษา:

อัตราส่วนค่าจ้างแรงงานมีทักษะ กับไม่มีทักษะ

ตัวแปรที่เกี่ยวข้อง:

1. อัตราค่าจ้าง

2. แรงงานมีทักษะ

3. แรงงานไม่มีทักษะ

สรุปผลการศึกษา:

ช่วง ค.ศ. 1910-1920 อัตราค่าจ้างต่างกันร้อยละ 8

- Martins, Solon, and Thomas (2010)

ประเด็นการศึกษา:

อัตราค่าจ้างของแรงงานใหม่ต่ออัตราการว่างงาน

ตัวแปรที่เกี่ยวข้อง:

1. อัตราค่าจ้าง

2. ระยะเวลาที่ทำงาน

3. การเปลี่ยนงาน

สรุปผลการศึกษา:

อัตราการว่างงานเพิ่มขึ้นร้อยละ 1

ทำให้อัตราค่าจ้างแรงงานใหม่ลดลงร้อยละ 1.8

- Benigno and Ricci (2010)

ประเด็นการศึกษา:

การปรับตัวของค่าจ้างในตลาดแรงงาน

ตัวแปรที่เกี่ยวข้อง:

1. อัตราค่าจ้าง

2. ความยืดหยุ่นของอุปทานแรงงาน

3. การใช้จ่าย

สรุปผลการศึกษา:

ค่าจ้างปรับตัวลดลงระดับหนึ่งตาม

การลดลงของการใช้จ่าย และ

ความยืดหยุ่นของอุปทานแรงงาน

- Xu and Kaestner (2010)

ประเด็นการศึกษา:

ค่าจ้างกับพฤติกรรมสุขภาพ

ตัวแปรที่เกี่ยวข้อง:

1. อัตราค่าจ้าง

2. อัตราการว่างงาน

3. ประสบการณ์

สรุปผลการศึกษา

พฤติกรรมสุขภาพแปรผันตามอัตราค่าจ้างแสดงผลการสำรวจเอกสารต่างประเทศสรุปได้ว่ามีตัวแปรจำนวนหนึ่งที่ผู้ศึกษาส่วนใหญ่คำนึงถึงเมื่อทำการกำหนด หรือคำนวณรายได้ของแรงงานตลอดจนผู้บริหารของภาคเอกชนในต่างประเทศ คือ ตัวแปรอายุ การศึกษา ประสบการณ์ ลักษณะของกิจการ รูปแบบโครงสร้างค่าจ้างเงินเดือนของบริษัท

รายได้ผลกำไรของบริษัท ลักษณะของงาน กลุ่มอุตสาหกรรม ความเสี่ยง เขตพื้นที่การทำงาน ช่วงระยะเวลาการใช้เทคโนโลยี เป็นต้น นอกจากนี้ผลสุดท้ายของการกำหนดอัตราค่าจ้างเงินเดือนขึ้นกับการต่อรองของฝ่ายลูกจ้างกับฝ่ายนายจ้าง รวมทั้งความนิ่งของระบบเศรษฐกิจด้วย สำหรับตัวแบบการคำนวณอัตราค่าจ้างของภาคเอกชน ซึ่งปัจจัยส่วนใหญ่ที่นิยมนำมาประกอบในตัวแบบ คือ คุณลักษณะเฉพาะบุคคล เช่น อายุ ระดับการศึกษา การทำงานที่ต่อเนื่อง ทักษะความชำนาญ เพศ สถานภาพ และปัจจัยสภาพแวดล้อมอื่น ๆ เช่น อัตราการเติบโตของเศรษฐกิจ ปริมาณผลผลิต ปริมาณเงินลงทุน อัตราค่าตอบแทนเฉลี่ย จำนวนชั่วโมงทำงาน อัตราค่าตอบแทนขั้นต่ำ อุปสงค์/อุปทานของตลาดแรงงาน โครงสร้างขององค์การ สำหรับผลการศึกษาที่เกี่ยวกับค่าจ้างเงินเดือนของข้าราชการในต่างประเทศมีเพียงบางส่วนเท่านั้น ที่กล่าวถึง คือ อัตราเงินเดือนค่าจ้างของข้าราชการ

อยู่ในระดับที่ต่ำกว่าภาคเอกชน แต่ในบางประเทศเท่านั้นที่ข้าราชการมีอัตราเงินเดือนไม่แตกต่างจากภาคเอกชน และมีสวัสดิการที่ดีกว่าภาคเอกชน

ความสัมพันธ์ของกรอบความคิดในเชิงระบบ คือ INPUT, PROCESS, OUTPUT, OUTCOME โดยข้อมูลนำเข้า คือ ตัวแปรที่นำเข้าสู่ตัวแบบคำนวณ เพื่อทำการตรวจสอบและคำนวณตามเงื่อนไขกระบวนกำหนด ผลที่ได้จากการคำนวณของกระบวนการ คือ สมการคำนวณหาค่าอัตราสูงสุด/ต่ำสุดของโครงสร้างอัตราเงินเดือน และผลที่คาดหวังในส่วนท้าย คือ ข้าราชการมีปริมาณเงินเดือนพื้นฐานที่สอดคล้องกับภาวะเศรษฐกิจในแต่ละห้วงเวลา ซึ่งก่อให้เกิดความมั่นคงในอาชีพรับราชการ และเป็นที่ยอมรับของสังคมไทยอย่างมีเกียรติยศชื่อเสียง

International research papers

International research papers on civil servants salary structure does not appear to be missionaries in general. Most of the study relate to variables involved in determining the salaries of the private sector in the factory and the industry of the country. This is only a summary of the group's career that variables that are correlated with the rate of private sector salary in foreign countries.

Variable age of labor is often mentioned in the story. The Determining salaries in the private sector such as higher salary, usually in groups of older people. Especially at the executive level of the private sector (Eaton & Rosen, 1981, pp. 20-22; Kearl, 1985, pp. 6-12) In case of salary given to pay per hour, calculated the form of real money similar results, the older are more likely to have high salary. In the same position (Goh &

Javorcik, 2005, pp. 12-17; Card & Rica, 2005, pp. 13-17).

Experience variable

This is a variable that indicates the expertise and skills. Performance increase with the level of experience. The variables that affect the rate of salary increases in employment in the private sector (Acemoglu & Pischke, 2000,. pp. 9-12; Acemoglu, Autor, & Lyle, 2002, pp. 33-34) and the experiences of the group.

The difference will affect the rate of wages in the private sector, which vary with the different levels depending on the nature of the various groups and the complex popular in the industry toward workgroup. (Lazear & Shaw, 2007, pp. 14-26; Borghans & Kriechel, 2007, pp. 13-18).

Economic variables such as gross domestic product. The variables used to build a relationship with productivity and salaries of workers in the private sector (Borghans & Kriechel, 2007, pp. 13-18). In addition, the rate of increase of the ratio of capital to labor and capital contributions to national income as well as increasing the rate of salary. The money has been correlated with the salary of workers in the organizations in the private sector by (Chari, Henry, & Sasson, 2009, pp. 29-35), and a variable stability of the economy which affect the wage index. The level of salaries of workers in the industry changes (Turnovsky, 2008, pp. 22-29).

Variable continuation of the work. As a result, workers in the private sector in each group has a real salary increase. The continuation of the money supply to increase in salary make all workers including workers with salaries or hourly a higher salary (Goh & Javorcik, 2005, pp. 12-17; Card & Rica, 2005, pp. 13-22).

Variable income or earnings is likely to increase all variables that contribute to the increase in salaries in the private sector in all industry sectors on income or earnings soared. Labour would push for an increase in the rate of salaries in all groups. This income distribution or distribution of earnings to workers within that organization, (Abown & Allain, 1996, pp. 5-9).

Variables in the form of welfare, including health insurance of workers. The variables that cause the delayed increase in salary in the welfare or health insurance system, which is operated by the powerful operator. The satisfaction workers in the organization show that the increased in salary will increase a little. The variables show an inverse relationship to the rate of salary of the private sector (Oyer, 2005, pp. 10-25).

A survey of foreign-related research papers concluded that about the wage salary, the government does not find a direct mission but the salaries of private sector, the offshore industry has been studied more in the past. The survey documents in the private sector, focused only on the quantitative study The study documented research abroad showns as follow:.

- Eaton and Rosen (1981).

Educational issues: the total income of the top executives in the private sector.

Related variables:

1. Salary

2. Bonus

3. Pension Fund

4. Revenue from parts that can be administered and achieve more goals

5. Inventory

6. Age of executive

7. Work Management

8. Nature of Business

9. The complexity of the administrative structure of the model.

Conclusion: The income of senior management depends on the age of the executive, work management, the nature of the business of the administrative structure.

- Kearl (1985)

Education issues:

Party revenue

Related variables:

1. Age
2. Timing
3. Growth Sector
4. Area residents
5. Career

Conclusion:

Variable over time, the growth of foreign occupation and the area of labor is a variable that affects individual income.

• Bell and Freeman (1985).

Education issues:

Wage rates in the industry

Related variables:

1. Total and per capita

2. Timing

3. Industry Category

4. Use of Technology

Conclusion:

Wage changes all Time and different in each industry and the use of technology has increased.

- Turnovsky (1986)

Education issues:

Wage index

Related variables:

1. Complete the rest of the economy.
2. Financial Policy
3. Supply of
4. Demand for Money

Conclusion:

Wage index determines the price. Level dependent on the rest of the system - the economy and wage structure based on monetary policy.

- Allen (1994)

Education issues:

Wages of workers in the industrial market of America.

Related variables:

1. The ability to increase production.
2. Strengthening of union organization
3. increased earnings
4. The increase in investment.

Conclusion:

Wage industries depend on the ability to produce a stronger union organizations, increased earnings and the increase of investments.

- Abown and Allain (1996).

Education issues:

The average cost per person on labor.

Related variables:

1. The income of households.
2. The authority to negotiate wages.
3. The opportunity cost of labor
4. Risk and return on capital and operator
5. The opportunity cost of labor in goods market
6. The level of labor

Conclusion:

The overall cost for labor based on the income of households, aage bargaining power opportunity cost of labor and the risk of investment return Of labor Maximum wage of each level.

- Acemoglu and Pischke (2000).

Education issues:

The increase in the income of the family.

Related variables:

1. skillful

2. Education

3. Overtime

4. The ability of workers

5. The amount of labor

6. A study at the Universityof family members

Conclusion:

Wage increases among those with skills, expertise in high educational level, higher levels and the number of labor.

• Turnovsky (1986)

Education issues:

Wage index

Related variables:

1. Complete the rest of the economy.

2. Financial Policy

3. Supply of

4. Demand for Money

Conclusion:

Wage index determines the price. Level dependent on the rest of the economy and wage structure based on monetary policy.

- Allen (1994)

Education issues:

Wages of workers in the industrial market of America.

Related variables:

1. The ability to increase production.

2. Strengthening of union organization

3. increased earnings

4. The increase in investment.

Conclusion:

Wage industries depend on the ability to produce a stronger union organizations, increased earnings and the increase of investments.

- Abown and Allain (1996).

Education issues:

The average cost per person on labor.

Related variables:

1. The income of households.
2. The authority to negotiate wages.
3. The opportunity cost of labor
4. Risk and return on capital.
5. The opportunity cost of labor and goods market
6. The level of labor

Conclusion:

The overall cost for labor based on the income of households, wage bargaining power opportunity cost of labor and the risk of investment return.

- Acemoglu and Pischke (2000).

Education issues:

The increase in the income of the family.

Related variables:

1. skillful
2. Education
3. Overtime
4. The ability of workers
5. The amount of labor
6. A study at the University.

   Of family members

Conclusion:

Wage increases among those with skills. Expertise in high educational level and the number of labor.

- Acemoglu and Pischke (2000).

Education issues:

Family income

Related variables:

1. The level of household
2. Study of the Family
3. Higher education of family members.

Conclusion:

Depending on the level of income, a higher education and family income affect education of the family members.

• Jorgensen (2002)

Education issues:

Income from non-monetary. Equity holdings and long-term stock

Related variables:

1. Age

2. career

3. The number of children under 18 years.

4. Marital Status

5. Education

6. Health Risks of shareholders.

7. carrying

Conclusion:

Money is not an issue of money. Long-term stocks are associated with the same age. It is an inverse relationship with the health risk of shareholders.

- Acemoglu, Autor, and Lyle (2002).

Education issues:

Wages of workers

Related variables:

1. Sex Workers

2. The skill level of the workforce

3. sojourn

4. The experience

6. labor quantity

7. The flexibility of the equipment

Conclusion:

Women in the labor market increased the wages of all workers, women have lower rates. As a result, males were divided into 2 groups according to the level. The study, which is clearly different wages.

- Borjas (2002)

Education issues:

Real wages of workers in private.

Related variables:

1. Age
2. marital status
3. Sex
4. Education
5. Area
6. Size of population
7. Number of years of work
8. trade patterns and the payment of import duties.

Conclusion:

Age for male will likely have higher wages than women who have families and tend to earn more. Additional studies back then would have higher wages, reducing trade barriers, resulting in labor with unskilled workers have their wage increases.

• Turnovsky (1986)

Education issues:

Wage index

Related variables:

1. Complete the rest of the economy.

2. Financial Policy

3. Supply of

4. Demand for Money

Conclusion:

Wage index determines the price. Level dependent on the rest of the system and the economy. The wage structure based on monetary policy.

- Allen (1994)

Education issues:

Wages of workers in the industrial market of America.

Related variables:

1. The ability to increase production.

2. Strengthening of union organization

3. increased earnings

4. The increase in investment.

Conclusion:

Wage industries depend on the ability to produce a stronger union organizations, increased earnings and the increase of investments.

• Abown and Allain (1996).

Education issues:

The average cost per person on labor.

Related variables:

1. The income of households.

2. The authority to negotiate wages.

3. The opportunity cost of labor

4. Risk and return on capital.

5. The opportunity cost of labor

6. The level of labor

Conclusion:

The overall cost for labor based on the income of households, wage bargaining power ppportunity cost of labor, the risk of investment return.

- Acemoglu and Pischke (2000).

Education issues:

The increase in the income of the family.

Related variables:

1. skillful
2. Education
3. Overtime
4. The ability of workers
5. The amount of labor
6. A study at the University of family members

Conclusion:

Wage increases among those with skills. expertise in high educational level and the labor market.

- Acemoglu and Pischke (2000).

Education issues:

Family income

Related variables:

1. The level of household
2. Study of the Family
3. Higher education of family members.

Conclusion:

Depending on the level of income - a higher education and family income affect education of family members.

- Jorgensen (2002)

Education issues:

Income from non-monetary, equity holdings and long-term stock

Related variables:

1. Age

2. career

3. The number of children under 18 years.

4. Marital Status

5. Education

6. Health Risks of shareholders.

7. carrying

Conclusion:

Money is not an issue of money and long-term stock are associated with the same age.

It is an inverse relationship with the health risk of shareholders grew older. For holders of a high level of education and to hold long term in larger quantities.

- Acemoglu, Autor, and Lyle (2002).

Education issues:

Wages of workers

Related variables:

1. Sex Workers

2. The skill level of the workforce

3. sojourn

4. The

5. Experience

6. labor quantity

7. The flexibility of the equipment

Conclusion:

Women in the labor market increased the wages of all workers, and women have lower rates. As a result, males were divided into 2 groups according to the level.

- Borjas (2002)

Education issues:

Real wages of workers in private.

Related variables:

1. Age
2. marital status
3. Sex
4. Education
5. Area
6. Size of population
7. Number of years of work
8. trade patterns and the payment of import duties.

Conclusion:

Age for male will likely have higher wages than women who have families and tend to earn more. Additional studies back then would have higher wages.

- Lee (2005)

Education issues:

The average monthly income of the household.

Related variables:

1. The number of hours worked
2. hourly wage
3. Employment
4. Income from other sources

Conclusion:

Changes in the wage structure, the family was very much against the very wealthy family and wages based on the number of hours of work and rate of work.

• Card and Rica

Education issues:

Individual wage per hour

Related variables:

1. Age

2. Education

3. Pay special section

4. Age of continuous operation

Conclusion:

Wage rates are set by contracts between producers and workers. Trends in the wage rate are higher than the rate set by law. Ffor special wage increase is related to the age of continuous operators.

• Fochsen, Sjogren, Josephson, and Lagerstrom (2005).

Education issues:

Nursing care (nursing care) decided to resign from the government.

Related variables:

1. Revenue

2. Capacity

3. Responsibility

4. The opportunity to advance

Conclusion:

Dissatisfaction in income is too low, inconsistent with the workload and responsibilities. The Nurses Decided to resign from government jobs.

• Oyer (2005)

Education issues:

Using salaries and wages to attract workers continued to work for the organization.

Related variables:

1. Salary

2. Welfare

3. Health Insurance

4. Parents

Conclusion:

The salaries of workers in the public sector is leading private sector and a variable welfare is an important criterion.

- Haagh (2006)

Education issues:

Income at a sufficient level as economic in European countries

Related variables:

1. Insurance System

2. Welfare System

3. Uncertainty of expenditure

4. Twist

Conclusion:

Economic problems which can not be predicted in advance and the structure of the market is not justified under the terms of the system itself needs to be assured income levels.

• Lazear and Shaw (2007).

Education issues:

Wages based manufacturer of the private sector.

Related variables:

1. Education

2. Experience

3. Return to the skills.

4. The minimum rate of remuneration.

Conclusion:

Workers in the wage structure will receive a wage increase in the average level of about 15-20 percent of the total workforce, they have been paid up to 2 times. The average wage rate of approximately 10 percent of all workers.

- Amaral (2007)

Education issues:

Wage labor in each level.

Related variables:

1. Experience

2. Position

3. the needs of the labor market

Conclusion:

Back in the rate of wage increases, workers have a wage increase in the rate of progress and the needs of the labor.

- Turnovsky (1986)

Education issues:

Wage index

Related variables:

1. Complete the rest of the economy.
2. Financial Policy
3. Supply of
4. Demand for Money

Conclusion:

Wage index determines the price and level dependent on the rest of the system. The economy and wage structure based on monetary policy.

- Allen (1994)

Education issues:

Wages of workers in the industrial market of America.

Related variables:

1. The ability to increase production.

2. Strengthening of union organization

3. increased earnings

4. The increase in investment.

Conclusion:

Wage industries depend on the ability to produce a stronger union organizations, increased earnings and the increase of investments.

• Abown and Allain (1996).

Education issues:

The average cost per person on labor.

Related variables:

1. The income of households.
2. The authority to negotiate wages.
3. The opportunity cost of labor
4. Risk and return on capital.
5. The opportunity cost of labor
6. The level of labor

Conclusion:

The overall cost for labor based on the income of households, cost of labor, tThe risk of return investment.

- Acemoglu and Pischke (2000).

Education issues:

The increase in the income of the family.

Related variables:

1. skillful
2. Education
3. Overtime
4. The ability of workers
5. The amount of labor
6. A study at the University.

   Of family members

Conclusion:

Wage increases among those with skills, expertise in high educational level and the labor market.

- Acemoglu and Pischke (2000).

Education issues:

Family income

Related variables:

1. The level of household
2. Study of the Family
3. Higher education of family members.

Conclusion:

Depending on the level of income - a higher education and family income affect education of family members.

- Jorgensen (2002)

Education issues:

Income from non-monetary. Equity holdings And long-term stock

Related variables:

1. Age

2. career

3. The number of children under 18 years.

4. Marital Status

5. Education

6. Health Risks of shareholders.

7. carrying

Conclusion:

Money is not an issue of money. Long-term stock are associated with the same age. It is an inverse relationship with the health risk of shareholders grew older.

- Acemoglu, Autor, and Lyle (2002).

Education issues:

Wages of workers

Related variables:

1. Sex Workers

2. The skill level of the workforce

3. sojourn

4. The

5. Experience

6. labor quantity

7. The flexibility of the equipment

Conclusion:

Women in the labor market increased the wages of all workers, women have lower rates. As a result, males were divided into 2 groups according to clearly different wages.

- Borjas (2002)

Education issues:

Real wages of workers in private.

Related variables:

1. Age
2. marital status
3. Sex
4. Education
5. Area
6. Size of population
7. Number of years of work
8. trade patterns and the payment of import duties.

Conclusion:

Age for male will likely have higher wages than women who have families.

- Lee (2005)

Education issues:

The average monthly income of the household.

Related variables:

1. The number of hours worked

2. hourly wage

3. Employment

4. Income from other sources

Conclusion:

Changes in the wage structure

The family was very much against the very wealthy family and wages based on the number of hours of work and rate of work.

• Card and Rica

Education issues:

Individual wage

per hour

Related variables:

1. Age

2. Education

3. Pay special section

4. Age of continuous operation

Conclusion:

Wage rates are set by contracts between producers and workers and trends in the wage rate higher than the rate set by law, for special wage increase is related to the age of continuous operation of labor.

• Fochsen, Sjogren, Josephson, and Lagerstrom (2005).

Education issues:

Nursing care (nursing care) decided to resign from the government.

Related variables:

1. Revenue

2. Capacity

3. Responsibility

4. The opportunity to advance

Conclusion:

Dissatisfaction in income is too low, inconsistent with the workload and responsibilities The Nurses decided to resign from government.

• Oyer (2005)

Education issues:

Using salaries and wages to attract workers continued to work for the organization.

Related variables:

1. Salary

2. Welfare

3. Health Insurance

4. Parents

Conclusion:

The salaries of workers in the public sector is eading private sector. Variable Welfare is an important criterion in deciding.

- Haagh (2006)

Education issues:

Income at a sufficient level as economic of European countries

Related variables:

1. Insurance System

2. Welfare System

3. Uncertainty of expenditure

4. Twist

Conclusion:

Economic problems which can not be predicted in advance and the structure of the market is not justified under the terms of the system itself needs to be assured income levels.

- Lazear and Shaw (2007).

Education issues:

Wages based manufacturer of the private sector.

Related variables:

1. Education
2. Experience
3. Return to the skills.
4. The minimum rate of remuneration.

Conclusion:

Workers in the wage structure will receive a wage increase in the average level of about 15-20 percent of the total workforce, have been paid up to 2 times of the average wage rate of approximately 10 percent of all workers.

- Amaral (2007)

Education issues:

Wage labor in each level.

Related variables:

1. Experience
2. Position
3. the needs of the labor market

Conclusion:

Back in the rate of wage increases.

Workers who experienced as a senior executive with a wage increase in the rate of progress and the needs of the labor markek and the growth of wages in the labor force.

• Chari, Henry, and Sasson (2009).

Education issues:

The rate of increase in real wages of workers.

Related variables:

1. funding system

2. The rate of increase in productivity.

3. Percentage of capital income.

4. The increase in the ratio of capital to labor.

Conclusion:

Liberalization of capital results in real wages rise and increased steadily until now, the liberalization of capital results in real wages in the manufacturing sector was raised base wages.

- Williamson (2009)

Education issues:

Wages of workers

Related variables:

1. GDPCAP

2. The last unit of labor productivity

Conclusion:

Wages of workers in relation to GDPCAP and productivity caused by production workers.

• Mitchener and Yan (2010).

Education issues:

The ratio of skilled labor and the unskilled

Related variables:

1. Wage

2. skilled workers

3. unskilled labor

Conclusion:

During the 1910-1920 year, 8 percent wage difference.

- Martins, Solon, and Thomas (2010).

Education issues:

Wages of new workers to the unemployment rate.

Related variables:

1. Wage

2. The term of office

3. Changing

Conclusion:

The unemployment rate rose 1 percent. Thus reducing labor costs 1.8 percent.

• Benigno and Ricci (2010).

Education issues:

The adjustment of wages in the labor market.

Related variables:

1. Wage

2. The elasticity of labor supply

3. Spending

Conclusion:

Wages dropped by one level, reduction of cost and the elasticity of labor supply.

• Xu and Kaestner (2010)

Education issues:

Wages, health and behavior

Related variables:

1. Wage

2. Unemployment Rate

3. Experience

Conclusion:

Health, behaviors are varied by wage and education.

The results of a foreign document concluded that the number of parameters that most studies take into account when making the assignment or calculate the income of workers as well as the management of the private sector in the country is the nature of the variables age, education, experience, wages, salary structure, revenues and profits of the company's industry risk area of work during the period.

The use of technology and the final result of the rates of wages depend upon the employee to bargain with the employer. As well as the rest of the economy, the model for the calculation of wages in the private sector, the factors most popular models are assembled into individual characteristics such as age, education, work skill, sex, marital status, and other factors such as the environment.

The growth rate of the economy, the yield of the investment, average remuneration, number of working hours, the minimum rate of remuneration demand / supply of labor market,organisation structure are used to study on wages and salaries of civil servants. There are only partially covered the salaries of civil servants which the wages are lower than the private sector. However, in some countries, the salary and welfare are not different from the private sector.

The conceptual modeling has a concept in creating a custom base salary of civil servants is adaptable to the economic. The relationship of the concept in the system is INPUT, PROCESS, OUTPUT and OUTCOME. The input variables are introduced into the model calculations in order to check and is calculated by determining the outcome of the process conditions. The calculation of the maximum / minimum of the salary structure and the results are expected in the end of the with the basic salary. The terms and conditions contribute to a stable career and social acceptance in Thailand.

Chapter 8

Basic Salary in Thailand

เงินเดือนพื้นฐานของไทย

โครงสร้างอัตราเงินเดือนพื้นฐานของไทย

อัตราเงินเดือนพื้นฐานของไทยในช่วง พ.ศ. 2537-2551 มีโครงสร้างโดยทั่วไปไม่แตกต่างกันมากนักในแต่ละกลุ่มอาชีพ โดยเฉพาะอย่างยิ่งอาชีพข้าราชการซึ่งมีรายละเอียดของโครงสร้างอัตราเงินเดือนแตกออกไปบ้างในบางส่วน รวมทั้งโครงสร้างอัตราเงินเดือนของภาคเอกชนไทยที่มีความคล้ายกันในส่วนสำคัญหลายประการดังนี้

The basic salary in Thailand

Ratio of basic salary in Thailand during 2537-2551, the structures generally do not vary much in each occupational group. In particular, officials with in the salary structure and the salaries of the private sector in Thailand are the same.

โครงสร้างอัตราเงินเดือนข้าราชการทหารไทย

อัตราเงินเดือนข้าราชการไทยในอดีตนั้นไม่มีหลักฐานทางประวัติศาสตร์ใดที่แสดงถึงลักษณะโครงสร้างอัตราเงินเดือน เช่น ศิลาจารึกของจามที่ปราสาทโพนคร ประเทศเวียดนาม ซึ่งบันทึกไว้ในพุทธศตวรรษที่ 16 ได้กล่าวไว้เฉพาะว่า จามมีเชลยศึกชาวสยามด้วย เป็นการอธิบายได้เพียงว่าประเทศไทยมีข้าราชการทหารเพื่อการรบมาตั้งแต่พุทธศตวรรษที่ 16 เป็นอย่างน้อย สำหรับหลักศิลาจารึกพ่อขุนรามคำแหง ได้ระบุไว้ว่า พ่อขุนศรีอินทราทิตย์ได้รวบรวมกำลังทหารเข้าทำลาย ล้างกองกำลังขอมที่ควบคุมเมืองสุโขทัยได้สำเร็จใน พ.ศ. 1800 เท่านั้น สำหรับการปูนบำเหน็จความดี ความชอบแก่บรรดาข้าราชการต่างๆ ได้ปรากฏในหลักศิลาจารึกพ่อขุมรามคำแหง แต่ไม่มีส่วนใดที่กล่าวถึงอัตราเงินเดือนของข้าราชการในสมัยนั้น (กองบัญชาการทหาร-สูงสุด, 2525, หน้า 5-11)

Military officials salary structure

There is no evidence any historical in Thailand in the past that represents. The salary structure of the inscriptions at the castle Cham city, Vietnam, was recorded in the 16th century, has stated that there are Siam prisoners in Cham. This means there are soldiers since the 16th century. For stone inscriptions of King Ramkhamhaeng has stated that Sri Indraditya is gathering forces to overthrow the Khmer forces that control of the Sukhothai was achieved in 1800 BC. He gives the reward merit to all his servants. This information has appeared in stone inscriptions.

Nothing mentioned the salary of civil servants in those days. (Command - Max, 2525, pages 5-11).

สมัยกรุงสุโขทัย (พ.ศ. 1800-1981)

อัตราเงินเดือนข้าราชการทหารในสมัยกรุงสุโขทัย (พ.ศ. 1800-1981) ไม่ปรากฏหลักฐานแน่ชัดว่าเป็น รูปแบบใด แต่งานราชการทั้งงานฝ่ายทหารและงานฝ่าย พลเรือน ต่างก็ใช้ข้าราชการทหารดำเนินการทั้งสิ้น เช่นชายไทย ชาวสุโขทัยทุกคนจะต้องรับราชการ ทหาร เมื่ออายุ 18 ปี ยกเว้นคนต่างชาติต่างภาษาซึ่งไม่ไว้วางใจ

สำหรับสิ่งที่ข้าราชการทหารได้รับเป็นการตอบแทน ขึ้นอยู่กับหัวหน้าสกุลเพราะการจัดหน่วยทหารในสมัยสุโขทัย กำหนดให้หัวหน้าสกุล คือ เจ้าหมู่และเป็นผู้บังคับบัญชา หน่วยทหารที่เล็กที่สุดซึ่งมีหน้าที่ควบคุมฝึกสอนการใช้อาวุธแก่ทุกคนในสกุลของตนทั้งในภาวะปกติและภาวะสง ครามสำหรับผลประโยชน์ที่ข้าราชการทหารจะได้รับหลังจากการทำสงครามถ้าผลการรบชนะจะได้ส่วนแบ่งทรัพย์สมบัติของข้าศึกตลอดจนเชลยเพื่อใช้ทำงาน และตนเองกับครอบครัวก็ไม่ตกไปเป็นเชลยด้วย สมัยกรุงสุโขทัยไม่มีเบี้ยเลี้ยงเงินเดือนแต่มีบำเหน็จและการเลื่อนตำแหน่งพิเศษสำหรับผู้ที่ทำความดีความชอบเป็นพิเศษ เช่นให้เป็น

นายม้า นายช้าง ให้มีฉัตรกั้น ให้ภริยาเครื่องทอง และเสื้อผ้าอย่างดี เป็นต้น (กองบัญชาการทหารสูงสุด, 2525, หน้า 14-22)

Sukhothai period (AD 1800-1981)

Salary servants in the Sukhothai period (AD 1800-1981) is not conclusive evidence in any form. The government, the military and civilian must make use of the military action. For example, the male must serve the military service at the age of 18 years except for a foreigner.

The servants received in return based on their boss or the heads because of the military units in Sukhothai assigned to the heads of the massacre, and was in command of the smallest military unit which controls the use of weapons and training to everyone in their currencies. The benefit after the war is the soldiers will be given the share of the wealth of the enemy and prisoners.

Not only the allowances and salary but there is a reward and promotion for special person such as gold and clothing, etc. (Command, 2525, pages 14-22).

สมัยกรุงศรีอยุธยา (พ.ศ. 1893-2310)

อัตราเงินเดือนข้าราชการทหารในสมัยกรุงศรีอยุธยา (พ.ศ. 1893-2310) ไม่ปรากฏหลักฐานแน่ชัดว่าเป็นรูปแบบใด แต่คาดว่าไม่

เหมือนในสมัยกรุงสุโขทัยเพราะระบอบการปกครองแตกต่างกัน กล่าวคือในสมัยกรุงสุโขทัย ปกครองแบบพ่อปกครองลูกขณะที่สมัยกรุงศรีอยุธยาเป็นระบอบเจ้าปกครอง ข้า และไพร่ ซึ่ง ข้าหมายถึงข้าราชการ ผู้บริหารราชการแทนพระเนตรพระกรรณพระเจ้าแผ่นดิน ในลักษณะของทหารและพลเรือนโดยทำหน้าเข้าเวรรักษาพระองค์ปกครองท้องที่และรักษาผลประโยชน์ของพระเจ้าแผ่นดิน เมื่อเกิดสงครามทั้งสองฝ่ายจะรวมกัน ปกครองหน่วยทหารในกองทัพและปฏิบัติตามคำสั่งของแม่ทัพ ส่วนไพร่ คือ ประชาชนทั่วไปเมื่ออายุ 18 ปีจะถูกเกณฑ์ให้เป็นทหารชั้นต้น เรียกว่าไพร่สม สังกัดกรมที่บิดาสังกัดเพื่อฝึกหัดและรับใช้ อายุครบ 20 ปี จะถูกปรับให้เป็นทหารเต็มตัว เรียกว่าไพร่หลวง และจะถูกส่งไปประจำ

ทำงานเดือนเว้นเดือนหรือต้องมาเข้าเวรที่หน่วยสังกัด (กองบัญชาการทหารสูงสุด, 2525, หน้า 23-22)

สมัยกรุงศรีอยุธยาไม่มีระบบเบี้ยเลี้ยงเงินเดือนสำหรับข้าราชการ แต่พระราชอำนาจนั้นขึ้นอยู่กับกำลังทางทหาร สำหรับผลประโยชน์ที่ข้าราชการได้รับจึงมาจากการพระราชทานตามพระราชอัธยาศัยของพระเจ้าแผ่นดินและมาจากการเก็บค่าธรรมเนียมราชการต่าง ๆ ที่ระบุให้เป็นประโยชน์แก่ข้าราชการตำแหน่งนั้น ๆ ได้มีการแต่งตั้งชั้นอัครมหาเสนาบดี 2 ตำแหน่ง ชั้นเสนาบดี 4 ตำแหน่ง ตามระบบจตุสดมภ์ สำหรับราชการทหาร มีสมุหพระกลาโหมเป็นผู้บังคับบัญชากิจการทหาร มีการแบ่งพื้นที่สำหรับเก็บผลประโยชน์ระหว่างข้าราชการส่วนต่าง ๆ แล้วแบ่งปันผลประโยชน์ตามสัดส่วนในระบบศักดินา เช่น ต้นสมัยกรุงศรีอยุธยา สมุหพระกลาโหมรับผิดชอบพื้นที่ในราชธานีและหัวเมืองชั้นในและบางช่วงเวลาได้แบ่งให้ สมุหพระกลาโหมรับผิดชอบภาคใต้ สมุหนายกรับผิดชอบภาคเหนือ เป็นต้นในกรณีของทหารรับจ้างต่างชาติที่มีในบางครั้งนั้นไม่พบหลักฐานใดกล่าวถึงรูป

แบบการจ้างทหารต่างชาติเช่นกันสำหรับอัตราเงินเดือนข้าราชการทหารในสมัยกรุงธนบุรี (พ.ศ. 2310-2325) นั้นไม่พบหลักฐานใดที่กล่าวถึงเงินเดือนข้าราชการทหาร ประกอบกับเป็นช่วงที่ต้องกอบกู้ประเทศทหารทุกคนต่างก็มีความรักชาติ ศาสนาและพระมหากษัตริย์ ยอมเสียสละชีวิตและเลือดเนื้อเพื่อให้ชาติไทยยืนหยัดอยู่ได้ (กองบัญชาการทหารสูงสุด, 2525, หน้า 23-41)

Ayutthaya period (1893-2310 BC)

The salary for civil servants in the Ayutthaya period (1893-2310 BC) has no evidence for paying. However, it should not the same system as in the Sukhothai period because different regimes system.

In Ayutthaya , there are 2 groups of serving the country: the military and civilian. The Millitary has a duty to guard local government while the Civilian protects the interests of the king. However, when war broke out, both sides are combined together.

The army units follow the orders of the commander. People in the general public at the age of 18 will be recruited into the military. When they reach at the age of 20 years old, theywill be adjusted to the military infrastructures, called the king's soldiers and have duty to work every other month or guard duty. (Command, 2525, pages 23-22).

In Ayutthaya, there has no allowances salaries for civil servants. However, the King's power depend up to the military side. The King gives the imposition government identified as a benefit to government positions. The commanding of the military has a large of interest between the government and the various benefits in proportion to the feudal system as early Ayutthaya period. Their responsible for the area in the city, inner cities and some time during the break of war. There is no any evidence of a pattern of hiring foreign soldiers. The salaries for soldiers in the Thonburi (AD 2310-2325) also did not find any evidence. Soldiers were with the patriots, religion and the King are willing to sacrifice the lives and blood to protect their country (Command, 2525, Pages 23-41)

สมัยกรุงรัตนโกสินทร์ รัชกาลที่ 1-3

อัตราเงินเดือนข้าราชการทหารในสมัยกรุงรัตนโกสินทร์ รัชกาลที่ 1-3 (พ.ศ. 2325-2394) ยังไม่มีระบบ เบี้ยเลี้ยง เงินเดือน สำหรับหลักฐานเอกสารต่าง ๆ ที่อาจเกี่ยวข้องกับ อัตราเงินเดือนข้าราชการทหาร ของไทยในอดีตได้ถูกทำลายไปพร้อม ๆ กับเอกสารหลักฐานอื่น ๆ เมื่อตอนเสีย กรุงศรีอยุธยา พ.ศ. 2310 ด้านการปฏิบัติยังคงดำเนินการในกิจการต่าง ๆ เช่นเดียวกับสมัยกรุงศรีอยุธยา (กองบัญชาการทหารสูงสุด, 2525, หน้า 21, 67) การรวบรวมและเรียบเรียงระเบียบข้อบังคับ ต่าง ๆ จึงจำเป็นต้องบันทึกจากความทรงจำของคน ในยุคนั้น (คณะกรรมการจัดงานสมโภชกรุงรัตนโกสินทร์ 200 ปี, 2525, หน้า 157)

อัตราเงินเดือนข้าราชการไทยหลัง พ.ศ. 2418 ได้ถูกกำหนด ขึ้นอย่างเป็นรูปธรรมมากขึ้นทำให้ข้าราชการได้รับเงินค่าตอบแทน ตามอัตราเงินเดือนที่กำหนดเป็นครั้งแรก ดังนั้นโครงสร้างอัตรา เงินเดือนของข้า

ราชการทหาร ตั้งแต่อดีตจนกระทั่งถึงสมัยกรุงสุโขทัย กรุงศรีอยุธยา และสมัยกรุงรัตนโกสินทร์ตอนต้น จึงอาจกล่าวได้ ว่าไม่มีโครงสร้างอัตราเงินเดือนข้าราชการทหารที่ชัดเจน ประกอบกับระบบการปกครอง แบบสมบูรณาญาสิทธิราช ข้าราชการทหารจึงมาจาก การเกณฑ์ทหารและค่าตอบแทนที่ได้ไม่มีความแน่นอน แต่เป็นไปตามพระราช อัธยาศัยของพระเจ้าแผ่นดิน

สำหรับค่าจ้างที่ทางราชการจ่ายให้แก่ผู้ที่ถูกเกณฑ์มารับราชการเป็นการเฉพาะและจำเป็น เช่น การเก็บรังนก การทำน้ำรัก ฯลฯ (ยกเว้นงานสาธารณะเพื่อส่วนรวม เช่น ซ่อมถนน ฯลฯ) นั้นได้รับค่าจ้างค่าตอบแทน อย่างเป็นรูปธรรม ตั้งแต่ 3 มกราคม พ.ศ. 2442 เป็นต้นมา โดยผู้ที่กำหนดอัตราค่าจ้างค่าตอบแทนให้แก่ข้าราชการดังกล่าว คือ เสนาบดีผู้บัญชาการปกครองท้องที่ เป็นผู้กำหนด ถ้าผู้ที่ถูกเกณฑ์ ให้รับราชการดังที่กล่าวมานั้นขัดขืนไม่ปฏิบัติตาม จะถูกปรับครั้งละ 20 บาท หรือจำคุก 1 เดือน หรือทั้งจำทั้งปรับ (“พระราชบัญญัติลักษณะเกณฑ์จ้าง รัตนโกสินทร์ ศก 119,” 2442, หน้า 594)

Rattanakosin period

The Rattanakosin period (AD 2325-2394), there is no allowance or salaries system. For documents that may be related to salary of civil servants in Thailand in the past has been destroyed, along with other evidence of Ayudhya in 2310 (Command, 2525, pages 21, 67) In Ayutthaya, when they collect and compile the various regulations, it is necessary to record the memories of the era. (The organizing committee of the Immaculate Conception in Ratanakiri - Kosin 200 years, 2525, page 157).

Rate officials Thailand after 2418 has been established based on a more concrete to help officers receive compensation. This is the time that the salary has been set. Therefore, the structure of military salaries from the past since the Sukhothai period, Ayudhya period and early Rattanakosin period, it can said that there is no clear military salary structure. The regime of the absolutism, military officials came from the military and the rewards can be uncertain which depends to the royal command of the king.

For wages, the government paid to those who were enlisted to serve a specific need, such as bird nesting collection, water keeping, etc. (except public works to the public, such as road construction, etc.) are the wages paid in the system since 3 January 2442. The prescribed wage rates paid to civil servants comes from the chief commander of the local region.

For people who serve at these posts and not do their duty, will be fined or imprisoned for up to 20 Baht or jail for one month or both. ("The hiring threshold characteristics Rattanakosin era 119," 2442, page 594).

โครงสร้างอัตราเงินเดือนข้าราชการทหารไทยระหว่าง พ.ศ. 2456-2551 โดยแยกตามค่าสถิติต่าง ๆ ดังภาพต่อไปนี้

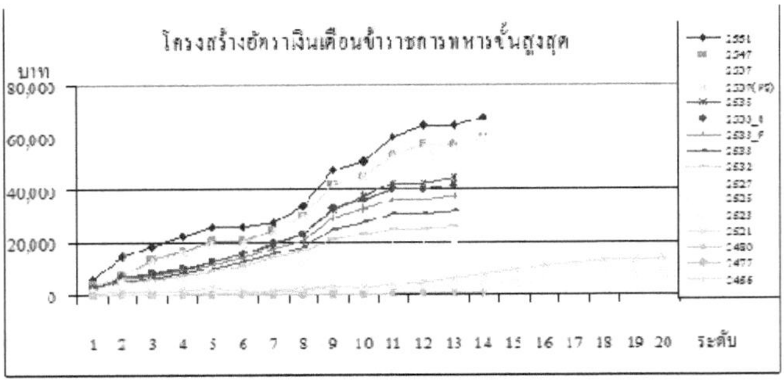

ภาพ 6 โครงสร้างอัตราเงินเดือนข้าราชการทหารขั้นสูงสุด พ.ศ. 2456-2552

ภาพ 6 แสดงการเปรียบเทียบโครงสร้างอัตราเงินเดือนข้าราชการทหารขั้นสูงสุด ตั้งแต่ พ.ศ. 2456-2552 โดยแกนนอน คือ ระดับในโครงสร้าง แกนตั้ง คือ อัตราเงินเดือนขั้นสูงสุด ผลการเปรียบเทียบแสดงได้ว่า โครงสร้างขั้นสูงสุดระหว่าง พ.ศ. 2456-2526 นั้น มีอัตราการเพิ่มในแต่ละระดับน้อยมากเมื่อเทียบกับโครงสร้างอื่น ๆ และมีการขยายจำนวนระดับเพิ่มขึ้นเป็น 20 ระดับใน พ.ศ. 2521-2526 แต่ไม่สามารถคง

สภาพโครงสร้างไว้ได้ จึงต้องปรับปรุงโครงสร้างอัตราเงินเดือนขึ้นใหม่ใน พ.ศ. 2527 โดยปรับปรุงทั้งด้านของจำนวนระดับให้ลดน้อยลงกว่าเดิม และเพิ่มอัตราการเพิ่มขึ้นของแต่ละขั้นเงินเดือนให้มากขึ้นกว่าที่ผ่านมา ทำให้อัตราเงินเดือนขั้นสูงสุดของข้าราชการเพิ่มสูงมากขึ้นเรื่อย ๆ จนกระทั่งปัจจุบัน (พ.ศ. 2552) แต่ลักษณะการเพิ่มขึ้นของขั้นสูงสุดในแต่ละระดับมีความไม่ราบเรียบ คือการกระโดดขึ้นอย่างมากใน พ.ศ.2537 และเกิดการเพิ่มขึ้นอย่างเท่าเทียมกันในทุกระดับ กล่าวคือ ระดับ 6-8, 13-14 มีอัตราการเพิ่มขึ้นของขั้นสูงสุดที่น้อยกว่าระดับอื่น ๆ และระดับ 1-8 มีอัตราการเพิ่มที่น้อยกว่าระดับ 9-13 อย่างเห็นได้ชัด

Military officials during the 2456-2551 salary structure by dividing the statistical values as shown below.

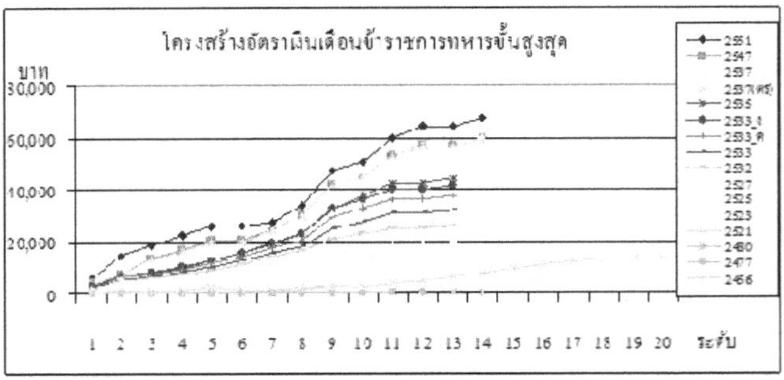

Figure 6: The advanced military level salary of 2456-2552.

The Figure 6 shows a comparison of the rate of the highest military officials from the year 2456 to 2552. The horizontal axis is the rate structure and the vertical axis is the highest salary. The comparison shows that the most advanced level during the year 2456-2526, the rate of increase in each level compared with other structures and has expanded the number increased to level 20 in the year 2521 to 2526, but could not continue. A new salary structure in 2527 add the level, increase the rate, increase of the salaries more than the past. This makes the highest salary of civil servants increased more and more, until the present (2552), but the increase of the maximum in each level is uneven and jump up dramatically. In 2537 there is an increase equally in all levels, that is, 6-8, 13-14, increase of less than other levels. The levels 1-8, the rate of increase less than the level 9-13.

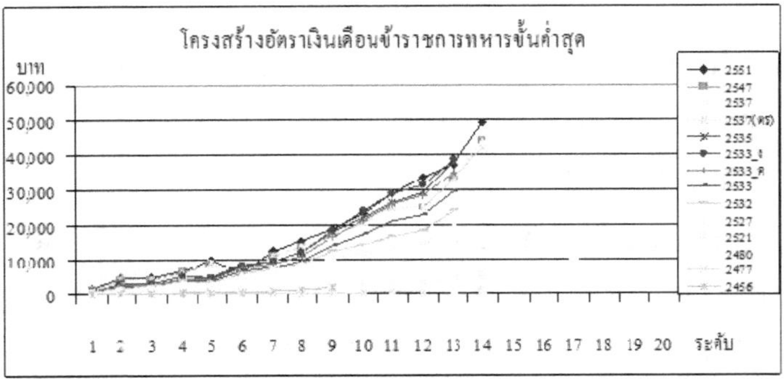

ภาพ 7 โครงสร้างอัตราเงินเดือนข้าราชการทหารขั้นต่ำสุด พ.ศ. 2456-2552

ภาพ 7 แสดงการเปรียบเทียบโครงสร้างอัตราเงินเดือนข้าราชการทหารขั้นต่ำสุด ตั้งแต่ พ.ศ. 2456-2552 โดยแกนนอน คือ ระดับในโครงสร้าง แกนตั้ง คือ อัตรา-เงินเดือนขั้นต่ำสุด ผลการเปลี่ยนแปลงมีลักษณะคล้ายกับการเปลี่ยนแปลงของ โครงสร้างขั้นสูงสุด คือ การปรับเปลี่ยนแบบก้าวกระโดดของขั้นต่ำสุดใน พ.ศ. 2527 หลังจากนั้นได้มีการปรับเพิ่มขึ้นในแต่ละครั้งที่มีการปรับอัตราเงินเดือนแต่การปรับเพิ่มในระดับล่าง คือ ระดับ 1-8 นั้น จะเพิ่มขึ้นในอัตราที่น้อยมากเมื่อเทียบกับ ระดับที่สูงกว่า และการเพิ่มขึ้นของอัตราขั้นต่ำ สุดนี้ไม่เป็นไปใน

แนวทางเดียวกันทั้งหมดเมื่อเปรียบเทียบภายในระดับเดียวกัน

Figure 7: The salary structure of the civil servants at basic level in 2456-2552.

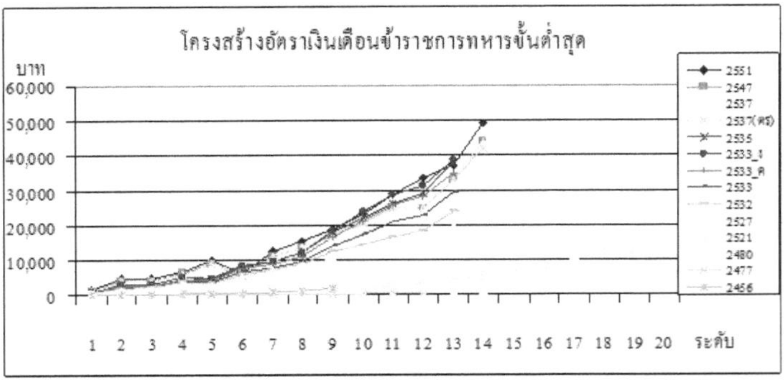

Figure 7 shows a comparison of the minimum salary servants from the year 2456 to 2552 by the horizontal axis is the rate structure and the vertical axis is the minimum salary. The change is similar to the advance level. The rate of increase will increase at small rate compared to a higher level. Also, the increase at the minimum rate is not the same approach when compared within the same class.

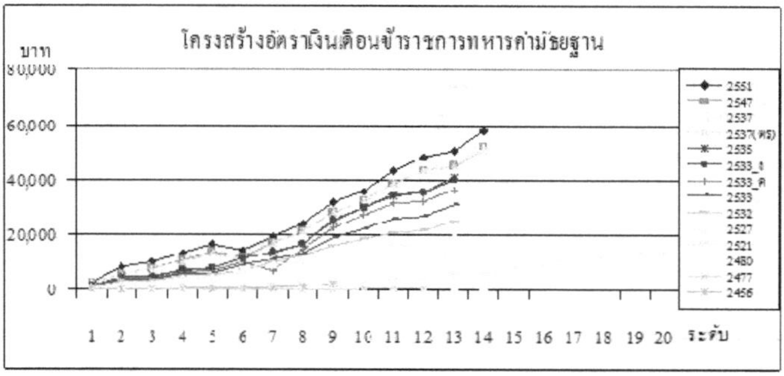

ภาพ 8 โครงสร้างอัตราเงินเดือนข้าราชการทหาร ค่ามัธยฐาน พ.ศ. 2456-2552

ภาพ 8 แสดงการเปรียบเทียบโครงสร้างอัตราเงินเดือนข้าราชการทหาร ค่ามัธยฐาน ตั้งแต่ พ.ศ. 2456-2552 โดยแกนนอน คือ ระดับในโครงสร้าง แกนตั้ง คือ อัตราเงินเดือน จากลักษณะการเปลี่ยนแปลงของค่ามัธยฐาน มีลักษณะที่เป็นระบบมากกว่ากรณีของค่าสูงสุดและค่าต่ำสุด แต่การขยายของค่ามัธยฐานระดับ 6 มีลักษณะที่กระจุกแบบผิดปกติ ขณะที่ระดับอื่น ๆ มีการเปลี่ยนแปลง ไปในแนวทางเดียวกัน

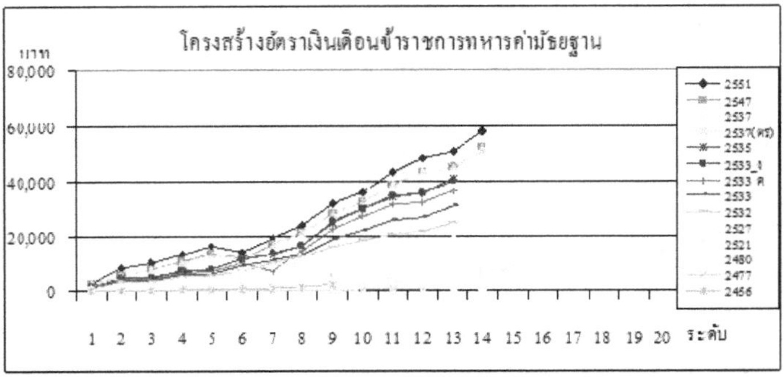

Figure 8: The civil servants median salary of 2456-2552.

Figure 8 shows a comparison of salary servants between 2456-2552, the median level in the horizontal axis is the salary and the vertical axis is the changing nature of the median. There is a systematic manner over the case of the maximum and minimum values. The extension of the median level 6 looks unusual clusters while the other has changed.

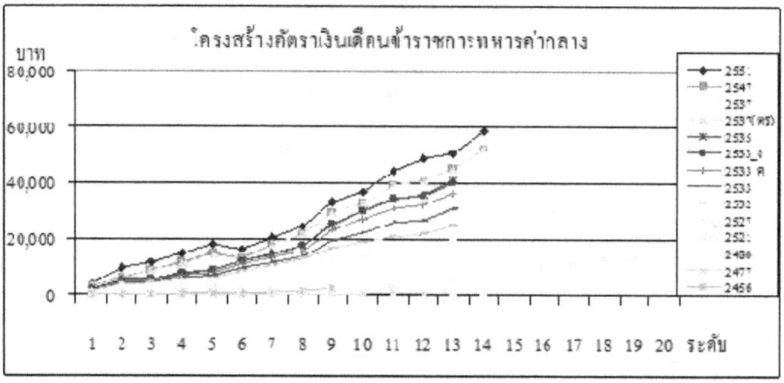

ภาพ 9 โครงสร้างอัตราเงินเดือนข้าราชการทหาร ค่ากลาง พ.ศ. 2456-2552

ภาพ 9 แสดงการเปรียบเทียบโครงสร้างอัตราเงินเดือนข้าราชการทหาร ค่ากลาง ตั้งแต่ พ.ศ. 2456-2552 โดยแกนนอน คือ ระดับในโครงสร้าง แกนตั้ง คือ อัตราเงินเดือนลักษณะการเปลี่ยนแปลงของค่ากลางจะใกล้เคียงกับลักษณะของการเปลี่ยนแปลงของค่ามัธยฐาน แต่ลักษณะความสอดคล้องระหว่างระดับเดียวกันมีมากกว่ากรณีค่ามัธยฐาน แต่ระดับที่มีการปรับตัวน้อยกว่าระดับอื่น ๆ ที่เห็นได้ชัดเจนในช่วงหลัง พ.ศ. 2537 คือ ระดับ 6-8

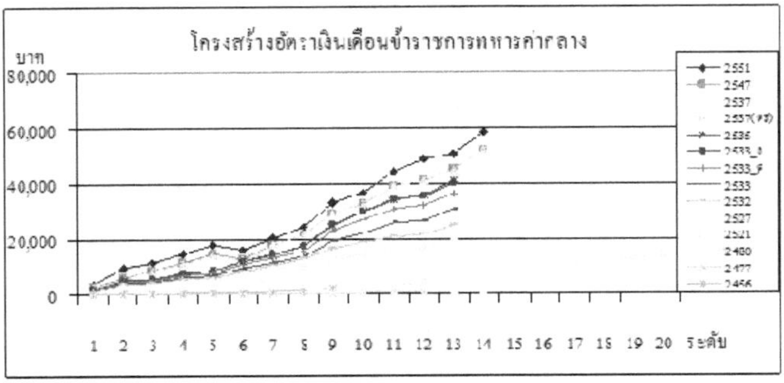

Figure 9: Civil servants means salary of 2456-2552.

Figure 9 shows a comparison of salary servants between 2456-2552, the median is the level in the horizontal axis is rate of salary and the vertical axis is the changing nature of the medium. There are more than the mans but the levels are less adaptable than other levels seen in late 2537, is about the level 6-8.

โครงสร้างอัตราเงินเดือนข้าราชการทหารไทย พ.ศ. 2537, 2550, 2551

เปรียบเทียบระดับกลุ่มงานของโครงสร้างอัตราเงินเดือนข้าราชการทหาร พ.ศ. 2537 กับ พ.ศ. 2550 และ พ.ศ. 2551 ดังกราฟต่อไปนี้

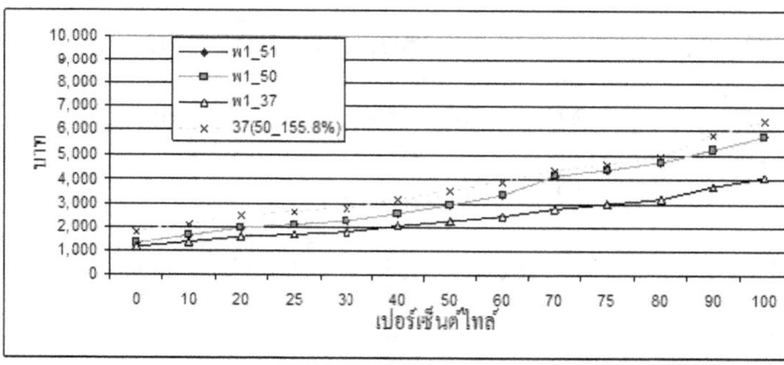

ภาพ 10 โครงสร้างอัตราเงินเดือนข้าราชการทหารชั้นยศพลทหารและนักเรียนทหารระดับ พ. 1 ตั้งแต่ พ.ศ. 2537-2551

ภาพ 10 แกนตั้ง คือ อัตราเงินเดือนข้าราชการทหาร อัตราเงินเดือนตามโครงสร้าง พ.ศ. 2537, พ.ศ. 2550 และ พ.ศ. 2551 สำหรับแกนนอน คือเปอร์เซ็นต์ไทล์ของขั้นใน

กลุ่มงานจากกราฟโครงสร้างอัตราเงินเดือนของข้าราชการทหารชั้นยศพลทหาร และนักเรียนทหารระดับ พ. 1 หลังการปรับอัตราเงินเดือนได้มีโครงสร้างที่ดีขึ้นกว่าอัตรา พ.ศ. 2537 เพราะอัตราการเพิ่มค่อย ๆ สูงขึ้นห่างจากระดับเดิม และ พ.ศ. 2551 ไม่ได้รับการปรับเพิ่มจึงเท่ากับอัตรา พ.ศ. 2550 ทุกประการ แต่เมื่อคำนวณอัตราเงินเดือนใน พ.ศ.2537 ให้เพิ่มขึ้นตามสัดส่วนการเพิ่มของดัชนีราคาผู้บริโภคทั่วไปจาก พ.ศ. 2537-2550 คือ เพิ่มขึ้นร้อยละ155.8 ผลการเปรียบเทียบมูลค่าของอัตราเงินเดือนโดยให้ พ.ศ. 2537 เป็นปีฐานนั้น พบว่า มีมูลค่าที่ต่ำกว่าตลอดทุกช่วงเปอร์เซ็นต์ไทล์ จึงอาจกล่าวได้ว่าการปรับอัตราเงินเดือนนับจาก พ.ศ. 2537 เป็นต้นมานั้น เพิ่มขึ้นเฉพาะตัวเงิน (Money Income) แต่มูลค่าของเงินเดือน (Real Income) กลับน้อยกว่าอัตราเงินเดือนเมื่อ พ.ศ. 2537

Salary structure for civil servants in 2537, 2550 and 2551

Military officials Analysis 2537, 2550, 2551 of the level of the salary servants between 2537, 2550 and 2551, as the following chart.

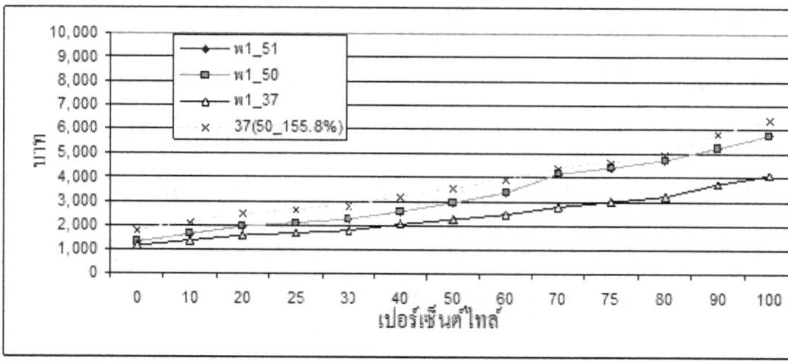

Figure 10: Structure salary grade civil servants, military and military class students M 1 from the year 2537 to 2551.

Figure 10 shows the civil servants salary structure 2537, 2550 and 2551 in vertical axis. The horizontal axis is the percentile of the job. From the graph structure, salaries of civil servants, military rank, soldiers and military students in M. 1 after adjustment salary structure is better than 2537. The rate of increase gradually increased from the 2551 original and has not been upgraded so equal in all respects. In 2550 salary calculation increases in proportion to the increase of the consumer price index from 2537 to 2550 which was an increase of 155.8 percent. Comparing the value of salaries by 2537 as the base year is lower than that found in every season percentile. It can be said that the salary rates from 2537 onwards increased only money (Money Income) but not the value of salary (Real Income) less than the salary in 2537.

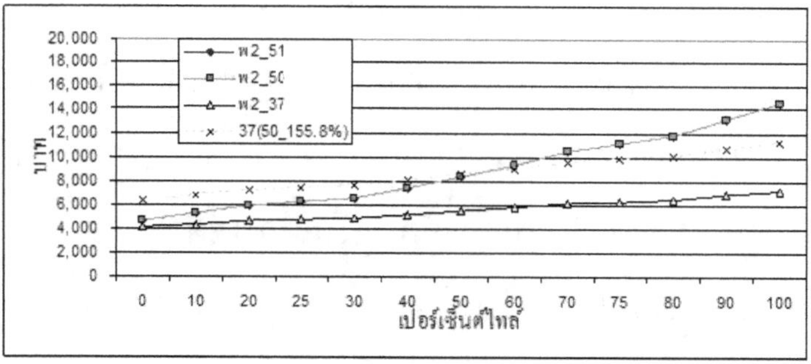

ภาพ 11 โครงสร้างอัตราเงินเดือนข้าราชการทหารชั้นยศพลทหารและนักเรียนทหารระดับ พ. 2 ตั้งแต่ พ.ศ. 2537-2551

ภาพ 11 แกนตั้ง คืออัตราเงินเดือนข้าราชการทหาร อัตราเงินเดือน ตามโครงสร้าง พ.ศ. 2537, พ.ศ. 2550 และ พ.ศ. 2551 สำหรับแกนนอน คือ เปอร์เซ็นต์ไทล์ของขั้นในกลุ่มงาน จากกราฟโครงสร้างอัตราเงินเดือนของข้าราชการทหารชั้นยศ พลทหารและนักเรียน ทหารระดับ พ. 2 หลังการปรับอัตราเงินเดือนได้มีโครงสร้างที่ดีขึ้นกว่าอัตราเงินเดือน พ.ศ. 2537 เพราะอัตราการเพิ่มค่อย ๆ สูงขึ้นห่างจากระดับเดิม และ พ.ศ. 2551 ไม่ได้รับการปรับจึงเท่ากับอัตรา พ.ศ. 2550 ทุกประการ แต่เมื่อคำนวณอัตราเงินเดือนใน พ.ศ. 2537 ให้เพิ่มขึ้นตามสัดส่วนการ

เพิ่มของดัชนีราคาผู้บริโภคจาก พ.ศ. 2537-2550 คือ เพิ่มขึ้นร้อยละ155.8 ผลการเปรียบเทียบมูลค่าของอัตรา-เงินเดือน โดยให้ พ.ศ. 2537 เป็นปีฐานนั้น พบว่า ช่วงเปอร์เซ็นต์ไทล์ที่ 0-50 ได้มีมูลค่าอัตราเงินเดือนที่ต่ำกว่าอัตรา พ.ศ. 2537 ตั้งแต่เปอร์เซ็นต์ไทล์ที่ 60มีมูลค่าที่สูงกว่าและสูงมากขึ้นเรื่อย ๆ จนถึง 100 เปอร์เซ็นต์ไทล์ จึงกล่าวได้ว่าการปรับอัตราเงินเดือนนับจาก พ.ศ. 2537 เป็นต้นมานั้น เป็นการปรับเพิ่มขึ้นที่ดีกว่าฐานเดิม คือ พ.ศ. 2537 เพียงบางส่วนของโครงสร้างอัตราเงินเดือนเท่านั้น คือ ตั้งแต่เปอร์เซ็นต์ไทล์ที่ 60-100 ที่มีมูลค่าเพิ่มขึ้นสูงกว่าอัตราเงินเดือน พ.ศ. 2537

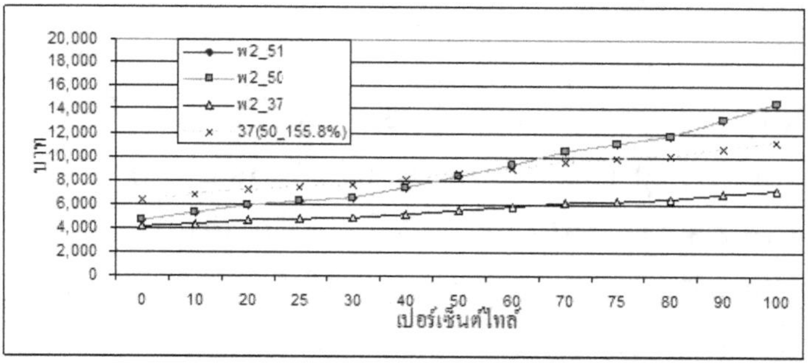

Figure 11: The salary structure of civil grade servants, soldiers and military students in M 2 from the year 2537 to 2551.

Figure 11 show the vertical axis is the salary servants salary structure in 2537, 2550 and 2551. The horizontal axis is the percentile of the job. From the graph structure, salaries of civil servants, military rank, military and military class students M 2 salary rates are structured better than in 2537, because the rate of salary increase gradually up to the same level and in 2551 have been adjusted for 2550 is equal in all respects. The calculations of salary in 2537 increase in proportion to the increase in the Consumer Price Index.

From 2537-2550 salary increase 155.8 percent. The comparison of the rate - the salary by 2537 as the base year, it was found that during the 0-50 percentile is a value lower salary rate since 2537, the 60 th percentile value higher and higher until you reach the 100 percentile. The salary adjustments from 2537 onwards increase. In 2537 was a better base because only a portion of the salary 60-100 percentile with a value higher than 2537 salary.

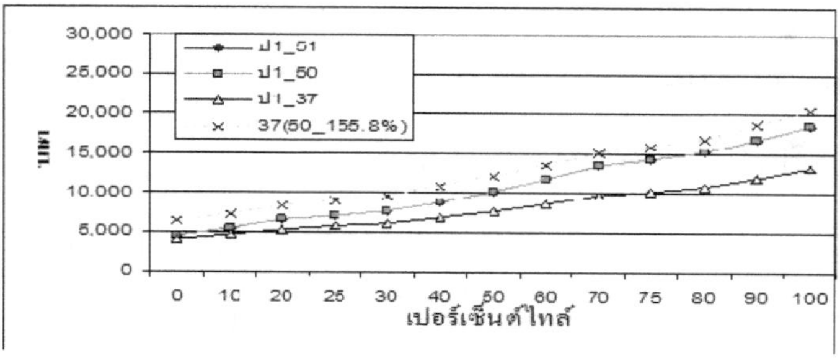

ภาพ 12 โครงสร้างอัตราเงินเดือนข้าราชการทหารชั้นยศนายทหารชั้นประทวนระดับ ป. 1 ตั้งแต่ พ.ศ. 2537-2551

ภาพ 12 แกนตั้ง คือ อัตราเงินเดือนข้าราชการทหารอัตราเงินเดือนตามโครงสร้าง พ.ศ. 2537, พ.ศ. 2550 และ พ.ศ. 2551 สำหรับแกนนอน คือเปอร์เซ็นต์ไทล์ของขั้นในกลุ่มงาน จากกราฟจะเห็นว่าโครงสร้างอัตราเงินเดือนข้าราชการทหารชั้นยศนายทหารชั้นประทวนระดับ ป. หลังการปรับอัตราเงินเดือนแล้วได้มีโครงสร้างอัตรา-เงินเดือนที่ดีขึ้นกว่าอัตรา พ.ศ. 2537 เพราะมีอัตราการเพิ่มซึ่งสูงขึ้นจากระดับเดิม และ พ.ศ. 2551 ไม่ได้รับการปรับเพิ่มจึงเท่ากับอัตรา พ.ศ. 2550 ทุกประการ แต่เมื่อคำนวณอัตราเงินเดือนใน พ.ศ. 2537 ให้เพิ่มขึ้นตามสัดส่วนการเพิ่มของดัชนีราคาผู้บริโภคจาก

พ.ศ. 2537-2550 คือ เพิ่มขึ้นร้อยละ155.8 ผลการเปรียบเทียบมูลค่าของอัตราเงินเดือนโดยให้ อัตราเงินเดือน พ.ศ. 2537 เป็นปีฐานนั้น พบว่ามีมูลค่าที่ต่ำกว่าตลอดทุกช่วงเปอร์เซ็นต์ไทล์จึงอาจกล่าวได้ว่าการปรับอัตราเงินเดือนนับจาก พ.ศ. 2537 เป็นต้นมานั้นเพิ่มขึ้นเฉพาะตัวเงิน แต่มูลค่าของเงินเดือนของนายทหารชั้นประทวนระดับ ป. 1 กลับน้อยกว่าอัตราเงินเดือนเมื่อ พ.ศ. 2537

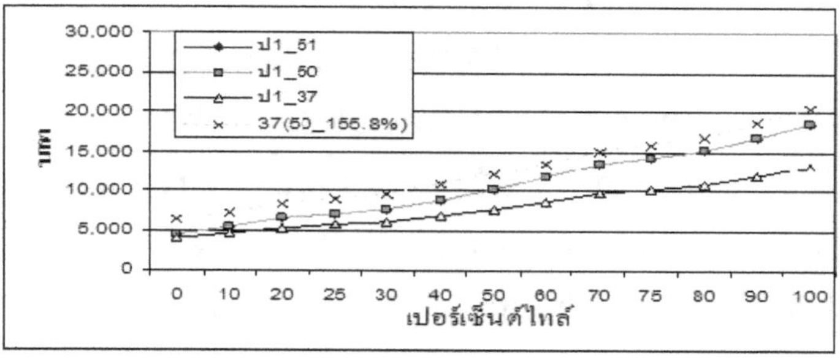

Figure 12: The servants salary grade level noncommissioned officers, P. 1, Year 2537 to 2551.

Figure 12 shows the vertical axis is the salary servants salary structure 2537, 2550 and 2551, the horizontal axis is the percentile of the job. The profile shows that the servants salary grade level noncommissioned officers, P 1, the salary adjustment rate is better salaries than 2537. The rate of increase is up from its previous level. In the year 2551, it has not been adjusted at the rate is equal to 2550 in all respects. When calculating the salary in 2537, it increases in proportion to the increase in the Consumer Price Index since July 2537. In the year 2550, there is an increase of 155.8 percent. The comparison with the value of the salary scale, the year 2537 the wages are lower than those found in every percentile. It can be said that the salary rates from 2537 onwards increased only the number money, but the value of the salaries of officers at the noncommissioned level. P1 is less than the rate of salary in 2537.

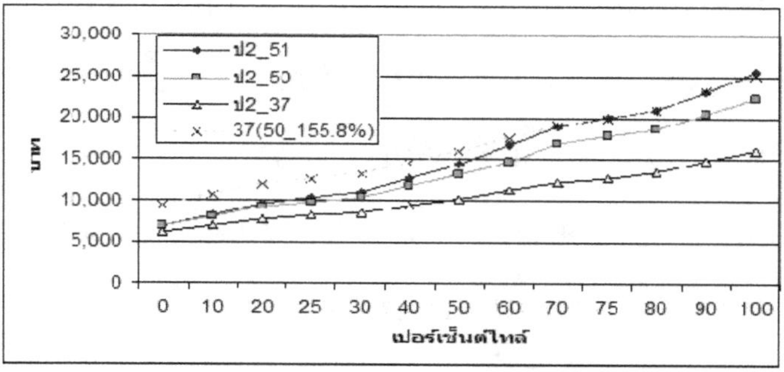

ภาพ 13 โครงสร้างอัตราเงินเดือนข้าราชการทหารชั้นยศนายทหารชั้นประทวนระดับ ป. 2 ตั้งแต่ พ.ศ. 2537-2551

ภาพ 13 แกนตั้ง คือ อัตราเงินเดือนข้าราชการทหาร อัตราเงินเดือนตามโครงสร้าง พ.ศ. 2537, พ.ศ. 2550 และ พ.ศ. 2551 สำหรับแกนนอน คือ เปอร์เซ็นต์ไทล์ของขั้นในกลุ่มงาน จากกราฟจะเห็นว่า โครงสร้างอัตราเงินเดือนข้าราชการทหารชั้นยศนายทหารชั้นประทวนระดับ ป. 2 หลังการปรับอัตราเงินเดือนแล้ว มีโครงสร้างอัตราเงินเดือนที่ดีขึ้นกว่าอัตราเงินเดือน พ.ศ. 2537 เพราะอัตราการเพิ่มค่อย ๆ สูงขึ้นห่างจากระดับเดิม สำหรับอัตรา พ.ศ. 2551 มีอัตราการเพิ่มที่สูงขึ้นเฉพาะช่วงท้าย ๆ ของเปอร์เซ็นต์ไทล์ ช่วงประมาณเปอร์เซ็นต์ไทล์ที่ 0-20 นั้นแทบจะไม่แตกต่างจากอัตรา

พ.ศ. 2550 แต่เมื่อคำนวณอัตราเงินเดือนใน พ.ศ. 2537 ให้เพิ่มขึ้นตามสัดส่วนการเพิ่มของดัชนีราคาผู้บริโภคทั่วไปจาก พ.ศ. 2537-2550 คือ เพิ่มขึ้นร้อยละ155.8 จากผลการเปรียบเทียบมูลค่าของอัตราเงินเดือนโดยให้ พ.ศ. 2537 เป็นปีฐานนั้น พบว่า ช่วงเปอร์เซ็นต์ไทล์ที่ 70-100 เท่านั้นที่มีมูลค่าอัตราเงินเดือนเท่ากับอัตรา พ.ศ. 2537 ส่วนช่วงเปอร์เซ็นต์ไทล์ที่ 0-70 กลับมีมูลค่าที่ต่ำกว่าอัตราเงินเดือน พ.ศ. 2537

กล่าวได้ว่าเป็นการปรับอัตราเงินเดือนที่ทำให้โครงสร้างอัตราเงินเดือนผิดปกติไปจากเดิม โดยก่อให้เกิดความไม่เป็นธรรมภายในโครงสร้างอัตราเงินเดือนในช่วงเปอร์เซ็นต์ไทล์ 0-70

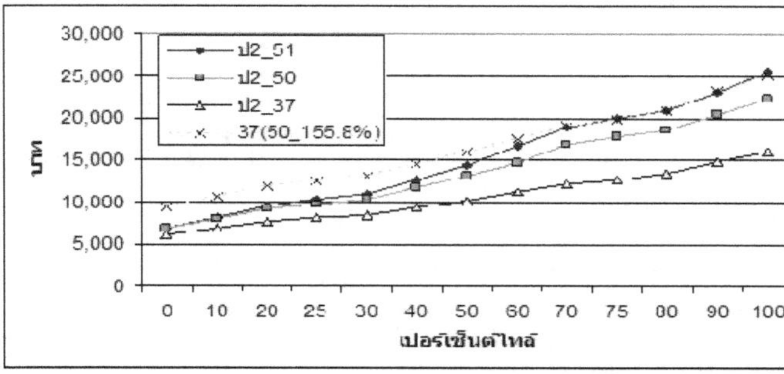

Figure 13: The servants salary grade level noncommissioned officers, P. 2, for the year 2537 to 2551.

Figure 13 shows the vertical axis is the salary servants salary structure 2537, 2550 and 2551, the horizontal axis is the percentile. The graph shows that the servants salary grade level noncommissioned officers, P. 2 and salary rates have a salary structure better than the year 2537. The rate of salary increase gradually up to the same level for the year 2551 rates which have increased at a higher rate during the tail end of percentile. Percentile range of about 0-20 is hardly different from the 2550 rate when calculating salaries in 2537. In proportion of the increase rate and the increase of the consumer price index between 2537-2550 is 155.8 percent increasing.

Comparing the rate of salary for 2537 as the base year, it found that percentile range 70-100 only a salary equal to the value of 2537, during the 0-70 percentile the salary is lower than the salaries to 2537. It concludes the salary adjustment of the structure of salary anomalies from the original by causing an unfair salary structure in the 0-70 percentile

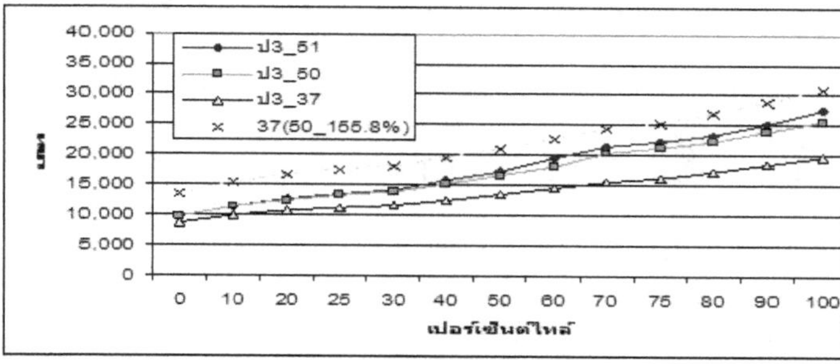

ภาพ 14 โครงสร้างอัตราเงินเดือนข้าราชการทหารชั้นยศนายทหารชั้นประทวนระดับ ป. 3 ตั้งแต่ พ.ศ. 2537-2551

ภาพ 14 แกนตั้ง คือ อัตราเงินเดือนข้าราชการทหารอัตราเงินเดือนตามโครงสร้าง พ.ศ. 2537, พ.ศ. 2550 และ พ.ศ. 2551 สำหรับแกนนอน คือ เปอร์เซ็นต์ไทล์ของขั้นในกลุ่มงาน จากกราฟจะเห็นว่า โครงสร้างอัตราเงินเดือนข้าราชการทหารชั้นยศนายทหารชั้นประทวนระดับ ป. 3 หลังการปรับอัตราเงินเดือนมีโครงสร้างอัตราเงินเดือนที่ดีขึ้นกว่าอัตรา พ.ศ. 2537 เพราะอัตราการเพิ่มค่อย ๆ สูงขึ้นห่างจากระดับเดิม สำหรับอัตรา พ.ศ. 2551 มีอัตราการเพิ่มที่สูงขึ้นเพียงเล็กน้อยเฉพาะช่วงท้าย ๆ ของเปอร์เซ็นต์ไทล์ ช่วงประมาณเปอร์เซ็นต์ไทล์ที่ 0-30 นั้นแทบจะไม่แตกต่างจากอัตรา พ.ศ. 2550

แต่เมื่อคำนวณอัตราเงินเดือนใน พ.ศ. 2537 ให้เพิ่มขึ้นตามสัดส่วนการเพิ่มของดัชนีราคาผู้บริโภค พ.ศ. 2537-2550 คือ เพิ่มขึ้นร้อยละ 155.8 ผลเปรียบเทียบมูลค่าของอัตราเงินเดือนโดยให้ พ.ศ. 2537 เป็นปีฐานนั้นพบว่า มีมูลค่าที่ต่ำกว่าตลอดทุกช่วงเปอร์เซ็นต์ไทล์ จึงอาจกล่าวได้ว่าการปรับอัตราเงินเดือนนับจาก พ.ศ. 2537 เป็นต้นมานั้น เพิ่มขึ้นเฉพาะตัวเงินแต่มูลค่าของเงินเดือนนายทหารชั้นประทวนระดับ ป. 3 กลับน้อยกว่าอัตราเงินเดือนเมื่อ พ.ศ. 2537

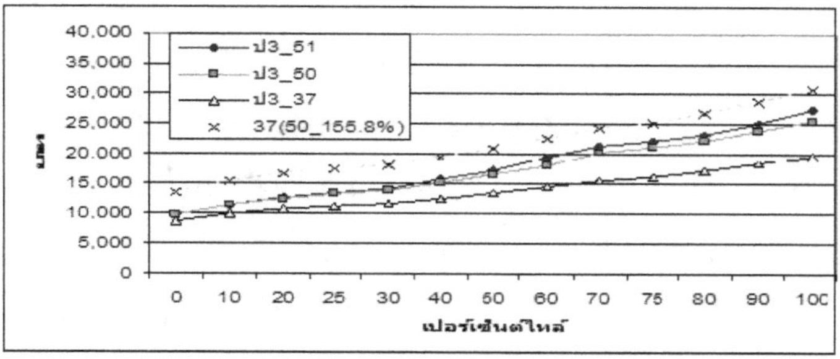

Figure 14: The servants salary grade level noncommissioned officers, P. 3, the year 2537 to 2551.

The vertical axis is the servants salary structure salary 2537, 2550 and 2551. The horizontal axis is the percentile. From the graph shows that the servants salary grade level noncommissioned officers, P. 3 after a salary adjustment rate structure is better salaries than 2537. The rate of increase gradually up to the same level in 2551. It is assumed to rise slightly during the tail end of percentile. Percentile range of about 0-30 is hardly different from the 2550 rate when calculating salaries in 2537. The increase rate is in proportion to the increase in the Consumer Price Index 2537 -2550 is 155.8

percent which increase over the comparable value of the salary in the year 2537 as the base year. It was found that the lower the value all the percentile It can be said that the salary adjustment since the year 2537 increased only amount of money, but the value of the salary level noncommissioned officers, P3, is less than the salary in the year 2537.

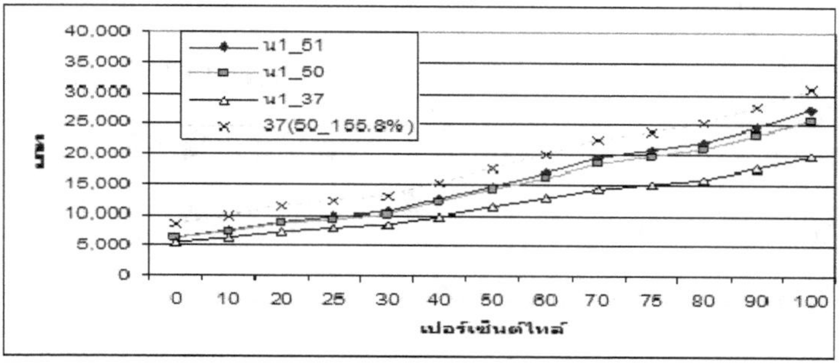

ภาพ 15 โครงสร้างอัตราเงินเดือนข้าราชการทหารชั้นยศนายทหารชั้นสัญญาบัตรระดับ น. 1 ตั้งแต่ พ.ศ. 2537-2551

ภาพ 15 แกนตั้ง คือ อัตราเงินเดือนข้าราชการทหารอัตราเงินเดือนตามโครงสร้าง พ.ศ. 2537, พ.ศ. 2550 และ พ.ศ. 2551 สำหรับแกนนอน คือ เปอร์เซ็นต์ไทล์ของขั้นในกลุ่มงาน จากภาพเห็นได้ว่าโครงสร้างอัตราเงินเดือนข้าราชการทหารชั้นสัญญาบัตรระดับ น. 1 หลังการปรับอัตราเงินเดือนแล้ว มีโครงสร้างอัตราเงินเดือนที่ดีขึ้นกว่าอัตรา พ.ศ. 2537 เพราะอัตราการเพิ่มค่อย ๆ สูงขึ้นห่างจากระดับเดิม สำหรับอัตรา พ.ศ. 2551 มีอัตราการเพิ่มที่สูงขึ้นเพียงเล็กน้อยเฉพาะช่วงท้าย ๆ ของเปอร์เซ็นต์-ไทล์ ที่ 0-50 นั้นแทบจะไม่แตกต่างจากอัตรา พ.ศ. 2550 แต่เมื่อคำนวณอัตราเงินเดือนใน พ.ศ.

2537 ให้เพิ่มขึ้นตามสัดส่วนการเพิ่มของดัชนีราคาผู้บริโภคทั่วไปจาก พ.ศ. 2537-2550 คือเพิ่มขึ้นร้อยละ155.8 ผลการเปรียบเทียบมูลค่าของอัตรา เงินเดือนโดยให้ พ.ศ. 2537 เป็นปีฐานนั้น พบว่า มีมูลค่าที่ต่ำกว่าตลอดทุกช่วงเปอร์เซ็นต์ไทล์ จึงอาจกล่าวได้ว่าการปรับอัตราเงินเดือนนับจาก พ.ศ. 2537 เป็นต้นมา เป็นการปรับเพิ่มขึ้นเฉพาะตัวเงินแต่มูลค่าของอัตราเงินเดือนกลับน้อยกว่าอัตราเงินเดือนเมื่อ พ.ศ. 2537

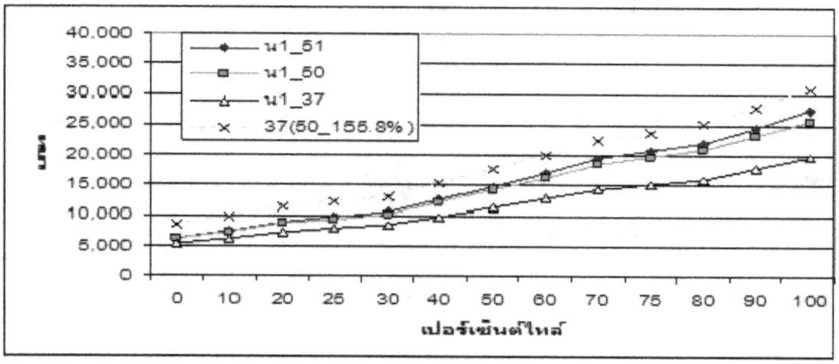

Figure 15: The salary structure commissioned officer military rank level, N. 1, the year 2537 to 2551.

The vertical axis is the servants salary structure in 2537, 2550 and 2551. The horizontal axis is the percentile. The figure shows that the salary servants level officers, N 1, after adjustment for salary structure is better than the year 2537. The rate of increase gradually increased from the original rate at the year 2551. The rate is assumed to rise slightly during the tail end of a percent the 0- 50 is hardly different from the year 2550 rate when calculating the salary in 2537. To increase the consumer price index from 2537 to 2550 is to be 155.8 percent, the value of salaries by 2537 as the base year is lower than that found in every season percentile. It can be said that the salary rates from the year 2537 onwards is increased only the number of money, but the value is less than the salary in the year 2537.

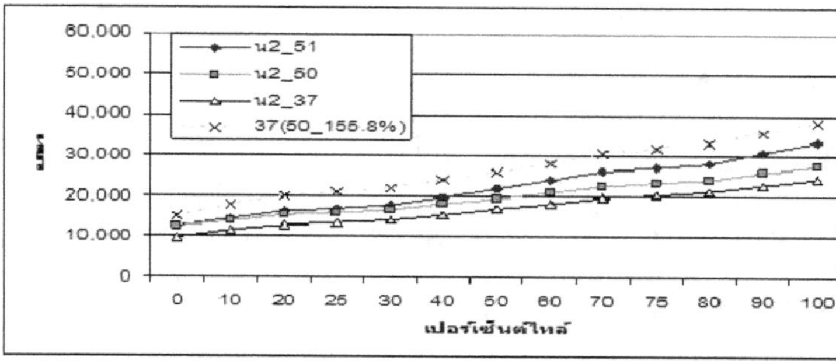

ภาพ 16 โครงสร้างอัตราเงินเดือนข้าราชการทหารชั้นยศนายทหารชั้นสัญญาบัตรระดับ น. 2 ตั้งแต่ พ.ศ. 2537-2551

ภาพ 16 แกนตั้ง คือ อัตราเงินเดือนข้าราชการทหารอัตราเงินเดือนตามโครงสร้าง พ.ศ. 2537, พ.ศ. 2550 และ พ.ศ. 2551 สำหรับแกนนอน คือ เปอร์เซ็นต์ไทล์ของขั้นในกลุ่มงาน จากกราฟจะเห็นว่า โครงสร้างอัตรา เงินเดือนข้าราชการทหารชั้นยศนายทหารชั้นสัญญาบัตรระดับ น. 2 หลังการปรับอัตราเงินเดือนแล้ว มีโครงสร้างอัตราเงินเดือนที่ดีขึ้นกว่าอัตรา พ.ศ. 2537 เพราะอัตราการเพิ่มค่อย ๆ สูงขึ้นห่างจากระดับเดิม สำหรับอัตรา พ.ศ. 2551 มีอัตราการเพิ่มที่สูงขึ้นมากจากอัตรา พ.ศ. 2550

เมื่อเทียบกับอัตรา พ.ศ. 2537 และเฉพาะช่วงต้นของเปอร์เซ็นต์ไทล์เท่านั้นที่ใกล้เคียงกับอัตรา พ.ศ. 2550 แต่เมื่อคำนวณอัตราเงินเดือนใน พ.ศ. 2537 ให้เพิ่มขึ้นตามสัดส่วนการเพิ่มของดัชนีราคาผู้บริโภคทั่วไปจาก พ.ศ. 2537-2550 คือ เพิ่มขึ้นร้อยละ155.8

ผลการเปรียบเทียบมูลค่าของอัตราเงินเดือนโดยให้ พ.ศ. 2537 เป็นปีฐานนั้น พบว่ามีมูลค่าที่ต่ำกว่าทุกช่วงเปอร์เซ็นต์ไทล์ จึงอาจกล่าวได้ว่าการปรับอัตรา เงินเดือนนับจาก พ.ศ. 2537 เป็นต้นมาเป็นการปรับเพิ่มขึ้นเฉพาะตัวเงินแต่มูลค่าของเงินเดือนนายทหารชั้นสัญญาบัตรระดับ น. 2 กลับน้อยกว่าอัตราเงินเดือนเมื่อ พ.ศ. 2537

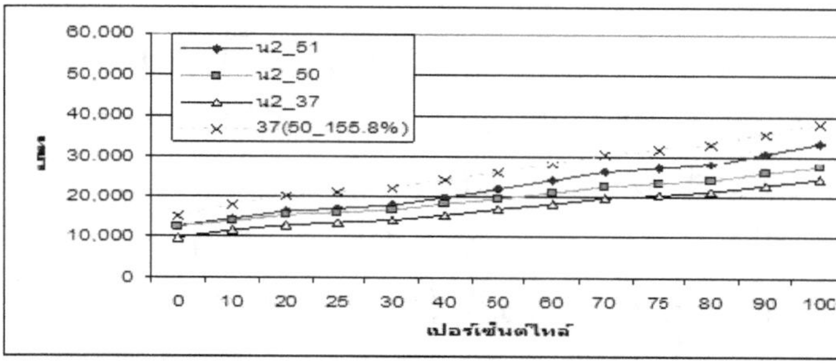

Figure 16: The salary structure commissioned officer military rank levels, N. 2, the year 2537 to 2551.

The vertical axis is the salary servants salary structure 2537, 2550 and 2551. The horizontal axis is the percentile. The graph shows the servants salary structure rank of commissioned officer level, N. 2, which the salary rates in the salary structure is better than 2537. The increasing rates gradually increased from the original in the year 2551. It is assumed to be much higher rate from the year 2550 compared to the year 2537 and the early part of the percentile is similar to 2550. Calculating the rate of salary in 2537 to increase in proportion to the increase of the price index consumers between the year

2537-2550 is 155.8 percent, used the salaries in the year 2537 as the base year, it found that it is lower than the percentile range. It can be said that the salary rates from 2537 onwards, the money worth less than the salary in the year 2537 for the commissioned officer level, N. 2.

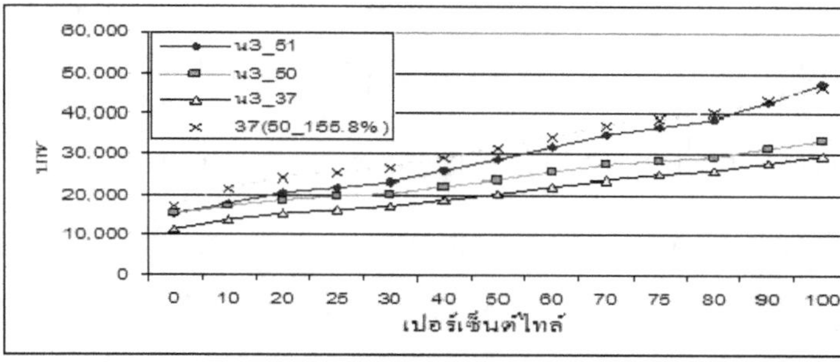

ภาพ 17 โครงสร้างอัตราเงินเดือนข้าราชการทหารชั้นยศนายทหารชั้นสัญญาบัตรระดับ น. 3 ตั้งแต่ พ.ศ. 2537-2551

ภาพ 17 แกนตั้ง คือ อัตราเงินเดือนข้าราชการทหารอัตราเงินเดือนตามโครงสร้าง พ.ศ. 2537, พ.ศ. 2550 และ พ.ศ. 2551 สำหรับแกนนอน คือ เปอร์เซ็นต์ไทล์ของขั้นในกลุ่มงาน จากกราฟโครงสร้างอัตราเงินเดือน ข้าราชการทหารชั้นสัญญาบัตรระดับ น. 3 หลังการปรับอัตราเงินเดือนแล้วได้มีโครงสร้างอัตราเงินเดือนที่ดีขึ้นกว่าอัตรา พ.ศ. 2537 เพราะอัตราการเพิ่มค่อย ๆ สูงขึ้นห่างจากระดับเดิม โดยเฉพาะอย่างยิ่งอัตรา พ.ศ. 2551 มีอัตราการเพิ่มที่สูงขึ้นมากจากอัตรา พ.ศ. 2550 อย่างเห็นได้ชัดในช่วงท้ายของเปอร์เซ็นต์ไทล์ เฉพาะช่วงต้นของเปอร์เซ็นต์ไทล์เท่านั้นที่ใกล้เคียงกับอัตรา พ.ศ. 2550

แต่เมื่อคำนวณอัตราเงินเดือนใน พ.ศ. 2537 ให้เพิ่มขึ้นตามสัดส่วนการเพิ่มของดัชนีราคาผู้บริโภคทั่วไปจาก พ.ศ. 2537-2550 คือ เพิ่มขึ้นร้อยละ155.8 ผลการเปรียบเทียบมูลค่าของอัตราเงินเดือนโดยให้ พ.ศ. 2537 เป็นปีฐานนั้น พบว่า มีมูลค่าที่ต่ำกว่าเกือบตลอดทุกช่วงเปอร์เซ็นต์ไทล์ ยกเว้นเปอร์เซ็นต์ไทล์ 90-100 ซึ่งมีมูลค่าใกล้เคียงกัน จึงอาจกล่าวได้ว่าการปรับอัตราเงินเดือนนับจาก พ.ศ. 2537 เป็นต้นมานั้น ได้ปรับเพิ่มขึ้นอย่างไม่เป็นธรรมภายในสำหรับช่วงต้น ๆ ของอัตราและเป็นการเพิ่มขึ้นเฉพาะตัวเงินแต่มูลค่าของเงินเดือนนายทหารชั้นสัญญาบัตรระดับ น. 3 กลับน้อยกว่าอัตราเงินเดือนเมื่อ พ.ศ. 2537 ยกเว้นเปอร์เซ็นต์ไทล์ 90-100 ที่ใกล้เคียงกัน

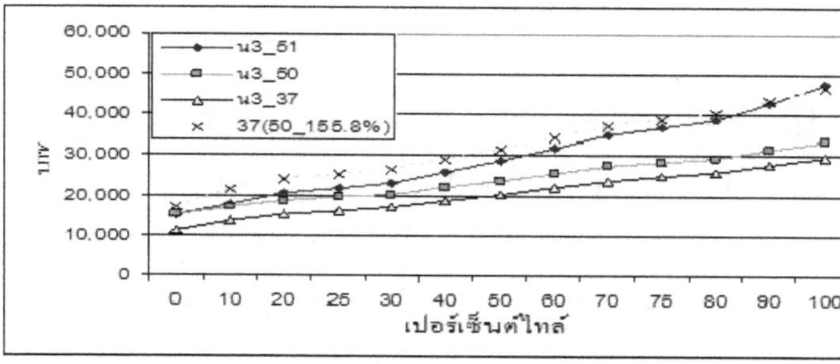

Figure 17: The salary structure commissioned officer military rank levels, N.3, year 2537 to 2551.

Figure 17 shows the vertical axis is the salary servants salary structure 2537, 2550 and 2551, the horizontal axis is the percentile. The salary structure of the Military Officers, N. 3 after adjustment salary structure is better than the year 2537. The rate of increase gradually up to the same level in the year 2551. It has a much higher rate of increase from the year 2550 rate drastically. At the conclusion of percentile, only early percentile is very close to the year 2550. When calculating salaries in 2537 with the proportion to the consumer price index from 2537 to 2550 and is increased by 155.8

percent, the value of salaries used the year 2537 as the base year, it was found that it is worth almost all the lower percentile except percentile 90-100 which have similar value. It can be said that the salary rates from 2537 onwards it has increased unjustly inside for the early period of the rate. The increase in the value of money is less than the rate of salary in the year 2537 except for the 90-100 percentile which it is same.

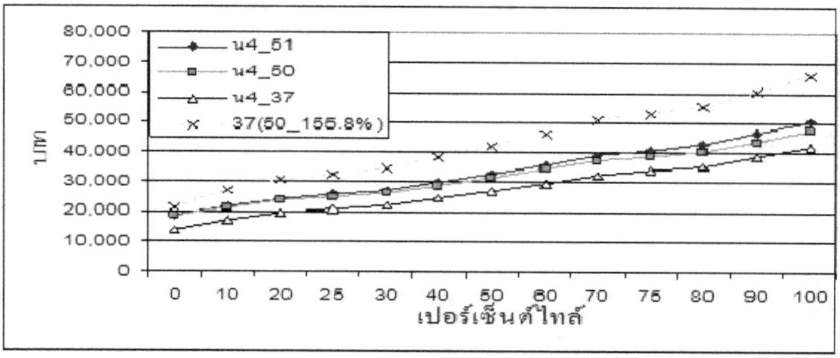

ภาพ 18 โครงสร้างอัตราเงินเดือนข้าราชการทหารชั้นยศนายทหารชั้นสัญญาบัตรระดับ น. 4 ตั้งแต่ พ.ศ. 2537-2551

ภาพ 18 แกนตั้ง คือ อัตราเงินเดือนข้าราชการทหารอัตราเงินเดือนตามโครงสร้าง พ.ศ. 2537, พ.ศ. 2550 และ พ.ศ. 2551 สำหรับแกนนอน คือ เปอร์เซ็นต์ไทล์ของขั้น ในกลุ่มงาน จากกราฟโครงสร้างอัตราเงินเดือนข้าราชการทหารชั้นสัญญาบัตรระดับ น. 4 หลังการปรับอัตราเงินเดือนแล้วได้มีโครงสร้างอัตราเงินเดือนที่ดีขึ้นกว่าอัตรา พ.ศ. 2537 เพราะอัตราการเพิ่มค่อย ๆ สูงขึ้นห่างจากระดับเดิม สำหรับอัตรา พ.ศ. 2551 มีอัตราการเพิ่มที่สูงขึ้นมากจากอัตรา พ.ศ. 2550 เมื่อเทียบกับอัตรา พ.ศ. 2537 และเฉพาะช่วงต้นของเปอร์เซ็นต์ไทล์เท่านั้นที่ใกล้เคียงกับอัตรา พ.ศ. 2550 แต่เมื่อคำนวณอัตราเงินเดือนใน พ.ศ.

2537 ให้เพิ่มขึ้นตามสัดส่วนการเพิ่มของดัชนีราคาผู้บริโภค พ.ศ. 2537-2550 คือ เพิ่มขึ้นร้อยละ155.8 ผลการเปรียบเทียบมูลค่าของอัตราเงินเดือนโดยให้ พ.ศ. 2537 เป็นปีฐานนั้น พบว่า มีมูลค่าที่ต่ำกว่าตลอดทุกช่วงเปอร์เซ็นต์ไทล์ จึงอาจกล่าวได้ว่าการปรับอัตราเงินเดือนนับจาก พ.ศ. 2537 เป็นต้นมานั้น ได้ปรับเพิ่มขึ้นเฉพาะตัวเงินแต่มูลค่าของเงินเดือนนายทหารชั้นสัญญาบัตรระดับ น. 4 น้อยกว่าอัตราเงินเดือนเมื่อ พ.ศ. 2537

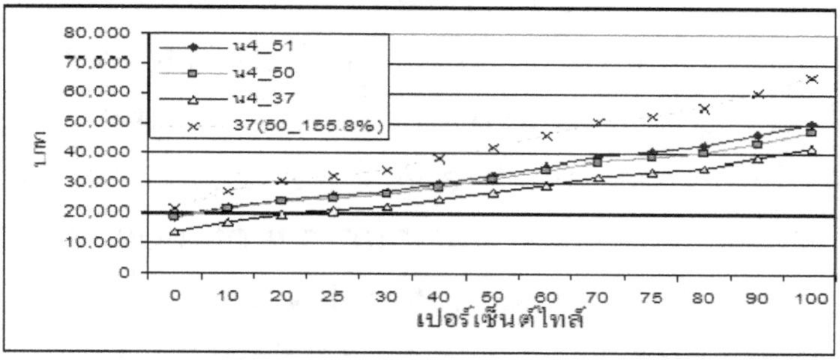

Figure 18: The servants salary grade level of a commissioned officer, N. 4 from the year 2537 to 2551.

Figure 18 shows the vertical axis is the salary servants salary structure 2537, 2550 and 2551. The horizontal axis is the percentile. The results show the salary structure of the Military Officers, N.4, the adjustment of salaries and salary structure is better than 2537. The rate of increase gradually up to the same level in the year 2551. The rate of increase much higher rate in the year 2550 than the year 2537. The early part of the percentile is similar to 2550. The rate calculation salary in 2537 when the increase in the Consumer Price Index.

2537-2550 is an increase to 155.8 percent, the value of salaries in the year 2537 is lower than that found in every percentile. It can be said that the salary rates from 2537 onwards has increased only the number of money, but the value of the salary level of a commissioned officer, N. 4 is less than the salary in the year 2537.

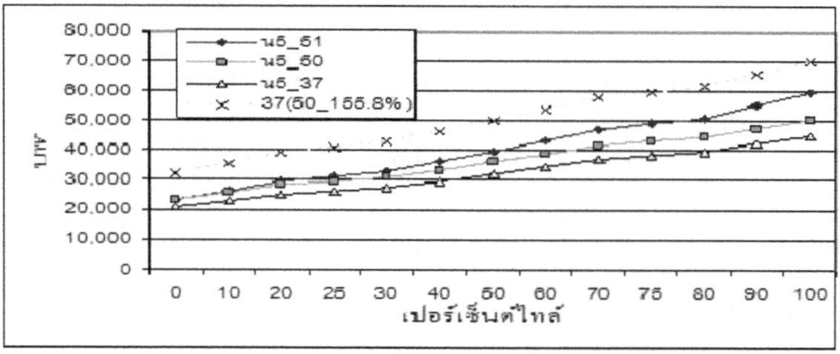

ภาพ 19 โครงสร้างอัตราเงินเดือนข้าราชการทหารชั้นยศนายทหารชั้นสัญญาบัตรระดับ น. 5 ตั้งแต่ พ.ศ. 2537-2551

ภาพ 19 แกนตั้ง คือ อัตราเงินเดือนข้าราชการทหารอัตราเงินเดือนตามโครงสร้าง พ.ศ. 2537, พ.ศ. 2550 และ พ.ศ. 2551 สำหรับแกนนอน คือ เปอร์เซ็นต์ไทล์ของขั้นในกลุ่มงาน จากกราฟโครงสร้างอัตราเงินเดือนข้าราชการทหารชั้นสัญญาบัตรระดับ น. 5 หลังการปรับอัตราเงินเดือนแล้วได้มีโครงสร้างอัตราเงินเดือนที่ดีขึ้นกว่าอัตรา พ.ศ. 2537 เพราะอัตราการเพิ่มค่อย ๆ สูงขึ้นห่างจากระดับเดิม สำหรับอัตรา พ.ศ. 2551 มีอัตราการเพิ่มที่สูงขึ้นมากจากอัตรา พ.ศ. 2550 เมื่อเทียบกับอัตรา พ.ศ. 2537 และเฉพาะช่วงต้นของเปอร์เซ็นต์ไทล์เท่านั้นที่ใกล้เคียงกับอัตรา พ.ศ. 2550 แต่เมื่อคำนวณอัตราเงินเดือนใน พ.ศ.

2537 ให้เพิ่มขึ้นตามสัดส่วนการเพิ่มของดัชนีราคาผู้บริโภคจาก พ.ศ. 2537-2550 คือ เพิ่มขึ้นร้อยละ155.8 ผลการเปรียบเทียบมูลค่าของอัตราเงินเดือนโดยให้ พ.ศ. 2537 เป็นปีฐานนั้น พบว่า มีมูลค่าที่ต่ำกว่าตลอดทุกช่วงเปอร์เซ็นต์ไทล์

จึงอาจกล่าวได้ว่าการปรับอัตราเงินเดือนนับจาก พ.ศ. 2537 เป็นต้นมานั้น ปรับเพิ่มขึ้นเฉพาะตัวเงินแต่มูลค่าของเงินเดือนนายทหารชั้นสัญญาบัตรระดับ น. 5 กลับน้อยกว่าอัตราเงินเดือนเมื่อ พ.ศ. 2537 ซึ่งสภาพปัญหาของอัตราเงินเดือนระดับ น. 5 เหมือนกับกรณีปัญหาของระดับ น. 4 ดังที่ได้กล่าวมาแล้ว

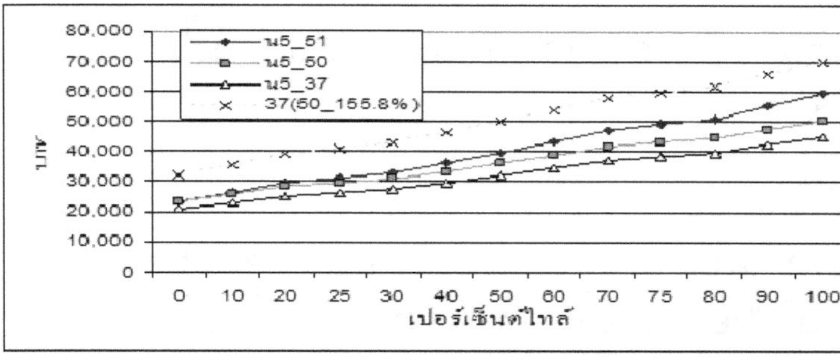

Figure 19: The salary structure commissioned officer military rank level, N. 5 from the year 2537 to 2551.

Figure 19 shows the vertical axis is the salary servants salary structure 2537, 2550 and 2551 and the horizontal axis is the percentile. Graph the salary structure of the Military Officers, N. 5 after adjustment the salary structure is better than the year 2537. The rate of increase gradually up to the same level in the year 2551. The rate of increase is much higher in the year 2550 than the year 2537. The early part of the percentile is similar to 2550. The rate salary in the year 2537 increases in proportion to the increase in the consumer price index from 2537 to 2550. The increase rate is 155.8 percent comparing the value of salaries by the year 2537 which is lower than that found in every percentile.

It can be said that the salary rates from 2537 onwards increased only number of money, but the value of the salary commissioned officer level, N. 5 which is less than the salary in the year 2537 issue of the salary scale N. 5, it is similar issue to the level N. 4.

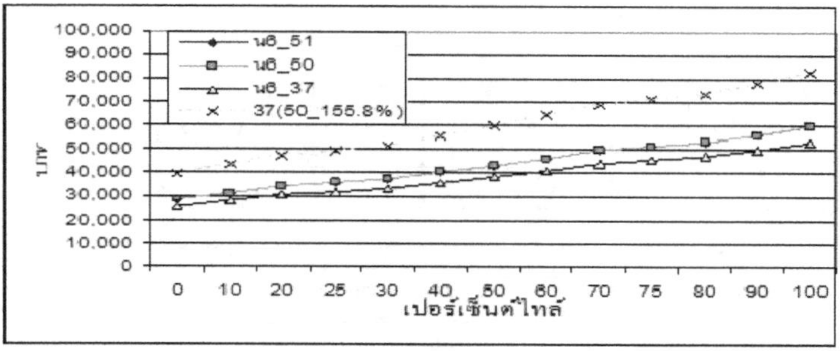

ภาพ 20 โครงสร้างอัตราเงินเดือนข้าราชการทหารชั้นยศนายทหารชั้นสัญญาบัตรระดับ น. 6 ตั้งแต่ พ.ศ. 2537-2551

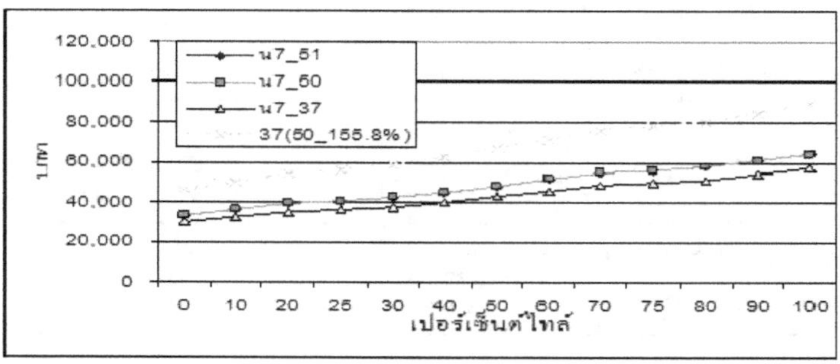

ภาพ 21 โครงสร้างอัตราเงินเดือนข้าราชการทหารชั้นยศนายทหารชั้นสัญญาบัตรระดับ น. 7 ตั้งแต่ พ.ศ. 2537-2551

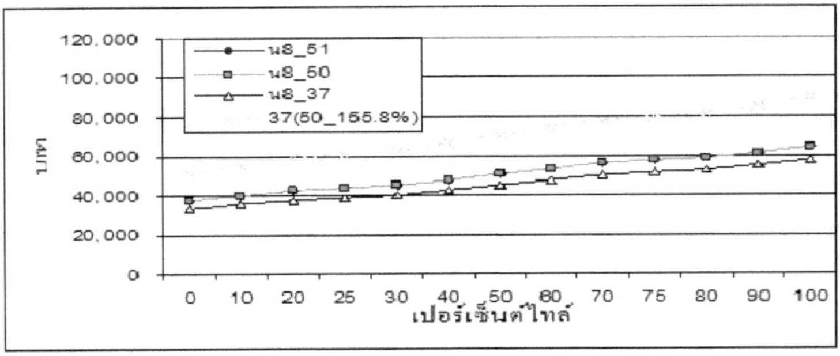

ภาพ 22 โครงสร้างอัตราเงินเดือนข้าราชการทหารชั้นยศนายทหารชั้นสัญญาบัตรระดับ น. 8 ตั้งแต่ พ.ศ. 2537-2551

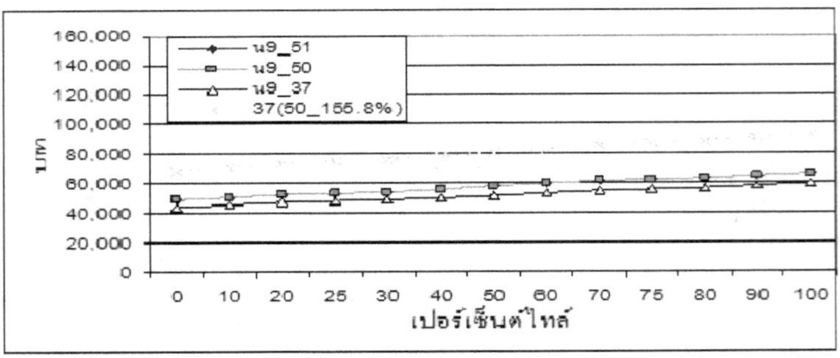

ภาพ 23 โครงสร้างอัตราเงินเดือนข้าราชการทหารชั้นยศนายทหารชั้นสัญญาบัตรระดับ น. 9 ตั้งแต่ พ.ศ. 2537-2551

ภาพ 20-23 ให้แกนตั้ง คือ อัตราเงินเดือนข้าราชการทหาร อัตราเงินเดือนตามโครงสร้าง พ.ศ. 2537, พ.ศ. 2550 และ พ.ศ. 2551 สำหรับแกนนอน คือ เปอร์เซ็นต์ไทล์ ของขั้นในกลุ่มงาน จากกราฟแสดงถึงโครงสร้างอัตราเงินเดือนข้าราชการทหารชั้นยศนายทหารชั้นสัญญาบัตรระดับ น. 6, น. 7, น. 8 และ น. 9 ตามลำดับ จากกราฟในภาพ 20-23 จะเห็นว่า ทั้งหมดมีลักษณะเหมือนกัน คือ ไม่ได้รับการพิจารณาปรับเปลี่ยนในอัตรา พ.ศ. 2551 และที่เหมือนกันอีก คือ การปรับเพิ่มขึ้นเพียงเล็กน้อยในลักษณะขนานกับแนวเดิมของอัตรา พ.ศ. 2537 จึงถือว่าดีขึ้นเพียงเล็กน้อยเท่านั้นเมื่อเทียบในด้านของตัวเงิน แต่เมื่อคำนวณอัตราเงินเดือนใน พ.ศ. 2537 ให้เพิ่มขึ้นตามสัดส่วนการเพิ่มของดัชนีราคาผู้บริโภค พ.ศ. 2537-2550 คือ เพิ่มขึ้นร้อยละ155.8 จากผล

การเปรียบเทียบมูลค่าของอัตราเงินเดือนโดยให้ พ.ศ. 2537 เป็นปีฐานนั้น พบว่า มีมูลค่าที่ต่ำกว่าทุกช่วงเปอร์เซ็นต์ไทล์ของทุกกราฟในภาพ 20-23 จึงอาจกล่าวได้ว่าการปรับอัตราเงินเดือนนับจาก พ.ศ. 2537 เป็นต้นมานั้น

ได้ปรับเพิ่มขึ้นเฉพาะตัวเงินแต่มูลค่าของเงินเดือนนายทหารชั้นสัญญาบัตรระดับ น. 6-9 กลับน้อยกว่าอัตราเงินเดือนในพ.ศ. 2537และไม่ได้รับ ความเป็นธรรมในการปรับอัตราเงินเดือนใน พ.ศ. 2551

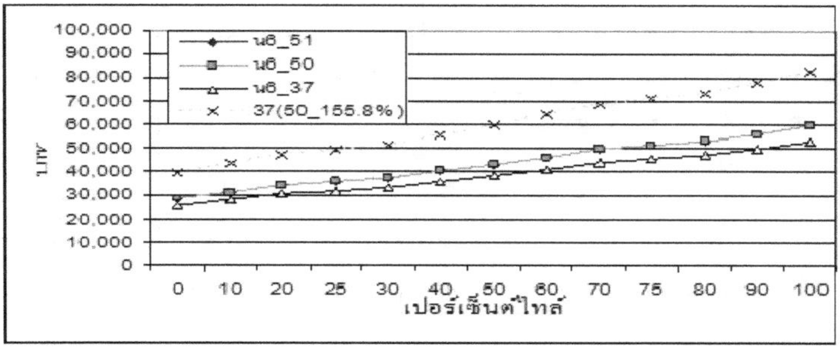

Figure 20: The servants salary grade of commissioned officer level, N. 6, from the year 2537 to 2551.

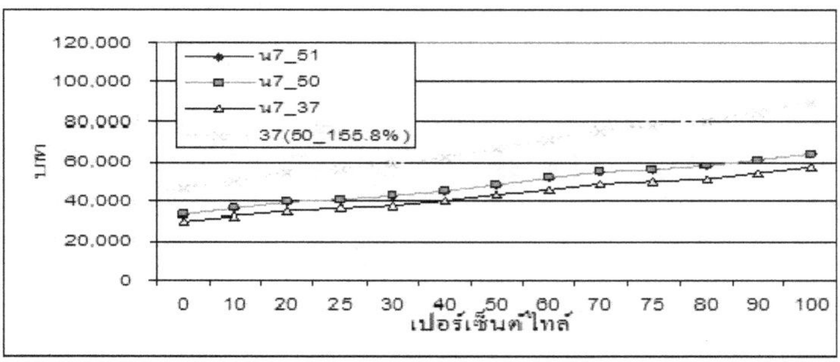

Picture 21: The servants salary grade of commissioned officer level, N. 7, from the year 2537 to 2551.

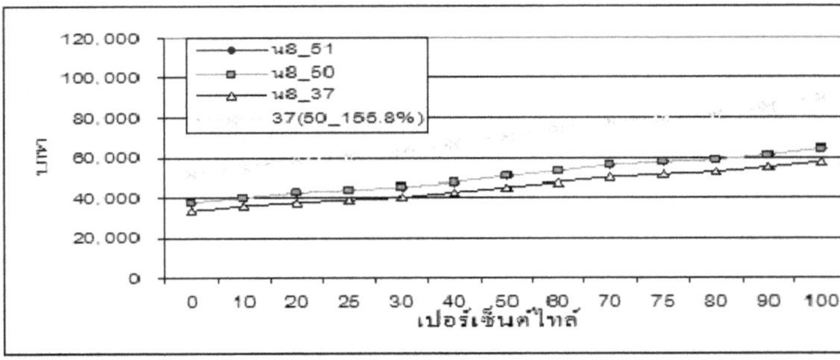

Figure 22: The servants salary grade of commissioned officer level, N. 8, from the year 2537 to 2551.

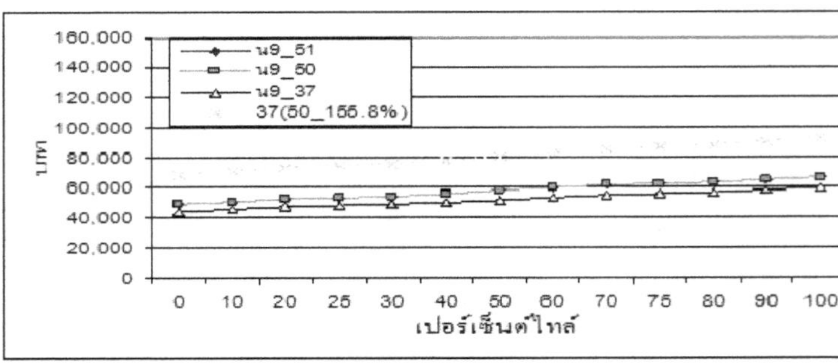

Figure 23: The servants salary grade of commissioned officer level, N. 9, from the year 2537 to 2551.

Figure 20-23 show the vertical axis is the salary structure servants salaries by 2537,

2550 and 2551. The horizontal axis is the percentile. The graph shows the structures servants salary rank of commissioned officer level, N.6, N.7, N.8 and N.9 look the same and the increased rate is not too much different.

Compared to the original salary structure at the year 2537, the rate is slightly improved. In terms of monetary, when calculating the salary in 2537 to the increased rate of the proportion to the increased rate of the Consumer Price Index between 2537 to 2550 is 155.8 percent increasing.

Comparing to the rate of the salary in the year 2537 found that they have a lower percentile range for all graphs in Figure 20-23.

It can be said that the salary rates since the year 2537 onwards, it has an increased only the number of money but not the value of the salary for the commissioned officer level

N.6 to N. 9. They also did not receive a fair salary adjustments in 2551.

Chapter 9

Private Salary Structure in Thailand

โครงสร้างอัตราเงินเดือนภาคเอกชนไทย

โครงสร้างอัตราเงินเดือนภาคเอกชนไทย

ผลสำรวจอัตราค่าจ้างเงินเดือนของภาคเอกชน พ.ศ. 2549-2551 โดยแยกตามกลุ่มเปอร์เซ็นต์ไทล์ ค่าสูงสุด ค่าต่ำสุดและค่าเฉลี่ย รวมทั้งอัตราเงินเดือนตามคุณวุฒิสำหรับผู้สำเร็จการศึกษาที่ยังไม่มีประสบการณ์ ตลอดจนค่าใช้จ่ายสำหรับสวัสดิการ เทียบกับค่าจ้างทั้งหมด มีรายละเอียดดังแสดงในตาราง 3 ถึง 9

Private Salary Structure in Thailand

Wage and salary of the private sector have been survey between the year 2549-2551. The percentile, maximum, minimum, average including salary for graduates with no experience and the costs for welfare are shown in Table 3 to 9.

ตาราง 3

ผลสำรวจเงินเดือนพื้นฐานของภาคเอกชน พ.ศ. 2549

ระดับ	เงินเดือนพื้นฐาน (บาท/เดือน)				อายุเฉลี่ย
	P 25	P 50	P 75	เฉลี่ย	
ผู้บริหาร (Vice President)	194,200	213,505	250,000	221,282	50
ผู้จัดการทั่วไป (Senior Manager)	116,967	136,587	155,000	136,975	46
ผู้จัดการฝ่าย (Middle Manager)	75,000	87,208	100,849	89,406	43
ผู้จัดการแผนก (Junior Manager)	37,570	46,000	57,000	47,740	39
หัวหน้างาน (Supervisory)	22,000	28,100	34,615	28,821	35
เจ้าหน้าที่ (Officer)	12,000	16,060	21,000	17,211	31

ที่มา. จาก *Benefits and Salary Tracking Report 2006* (p. 194), by Thailand Management Association, 2006, Bangkok: Thai Paper.

ตาราง 3 แสดงผลการสำรวจอัตราเงินเดือนพื้นฐานของภาคเอกชนสำหรับ พ.ศ.2549 โดยการใช้ตัวแทนจากภาคส่วนต่าง ๆ แล้วนำเสนอใน รูปแบบของเปอร์เซ็นต์ไทล์ ที่ 25, 50 และ 75 พร้อมแสดง ค่าเฉลี่ยจากตัวแทนทั้งหมด ผลการสำรวจ 6 กลุ่มงานตั้งแต่กลุ่มงานเจ้าหน้าที่สนับสนุนถึงกลุ่มงานผู้บริหาร จะเห็น ได้ว่ามีโครงสร้างเงินเดือนที่มีความห่างกันมากขึ้นเมื่อกลุ่มงานสูงขึ้น และขณะเดียวกันอายุเฉลี่ยสูงกว่าเมื่อกลุ่มงาน สูงขึ้น

ตาราง 3

ผลสำรวจเงินเดือนพื้นฐานของภาคเอกชน พ.ศ. 2549

ระดับ	เงินเดือนพื้นฐาน (บาท/เดือน)				อายุเฉลี่ย
	P 25	P 50	P 75	เฉลี่ย	
ผู้บริหาร (Vice President)	194,200	213,505	250,000	221,282	50
ผู้จัดการทั่วไป (Senior Manager)	116,967	136,587	155,000	136,975	46
ผู้จัดการฝ่าย (Middle Manager)	75,000	87,208	100,849	89,406	43
ผู้จัดการแผนก (Junior Manager)	37,570	46,000	57,000	47,740	39
หัวหน้างาน (Supervisory)	22,000	28,100	34,615	28,821	35
เจ้าหน้าที่ (Officer)	12,000	16,060	21,000	17,211	31

ที่มา. จาก *Benefits and Salary Tracking Report 2006* (p. 194), by Thailand Management Association, 2006, Bangkok: Thai Paper.

Source. The Benefits and Salary Tracking Report 2006 (p. 194), by Thailand Management Association, 2006, Bangkok: Thai Paper.

Table 3 shows the results of the basic salary of the private sector in 2549, the representatives of various sectors, presented in the form of a percentile of 25, 50 and 75 with the average of all agents. The executive shows that there are structures that are very far apart on the job. Also, at the same age group, their salary is higher than average.

ตาราง 4

ผลสำรวจเงินเดือนพื้นฐานของภาคเอกชน พ.ศ. 2550

ระดับ	เงินเดือนพื้นฐาน (บาท/เดือน)				อายุเฉลี่ย
	P 25	P 50	P 75	เฉลี่ย	
ผู้บริหาร (Vice President)	185,000	208,112	233,690	213,699	48
ผู้จัดการทั่วไป (Senior Manager)	115,284	133,841	150,435	136,658	46
ผู้จัดการฝ่าย (Middle Manager)	68,500	80,000	94,863	83,282	42
ผู้จัดการแผนก (Junior Manager)	36,581	43,626	53,054	45,657	39
หัวหน้างาน (Supervisory)	22,500	26,820	32,059	27,969	35
เจ้าหน้าที่ (Officer)	12,700	15,775	19,472	16,584	31
หัวหน้ากลุ่ม (Senior Staff)	9,724	11,220	14,073	12,405	32
พนักงานปฏิบัติการ (Staff)	7,123	8,400	10,043	9,083	30

ที่มา. จาก *Benefits and Salary Tracking Report 2007* (p. 250), by Thailand Management Association, 2007, Bangkok: Thai Paper.

ตาราง 4 แสดงผลสำรวจอัตราเงินเดือนพื้นฐานของภาคเอกชนไทยสำหรับ พ.ศ.2550

ซึ่งลักษณะโครงสร้างอัตราเงินเดือนคล้ายกับผลการสำรวจใน พ.ศ. 2549 เพียงแต่ ทุกกลุ่มงานทุกช่วงเปอร์เซ็นต์ไทล์มีอัตราเงินเดือนเฉลี่ยเพิ่มขึ้น แต่อายุเฉลี่ยกลับลดลงเล็กน้อยในกลุ่มงานระดับบน

ตาราง 4

ผลสำรวจเงินเดือนพื้นฐานของภาคเอกชน พ.ศ. 2550

ระดับ	เงินเดือนพื้นฐาน (บาท/เดือน)				อายุเฉลี่ย
	P 25	P 50	P 75	เฉลี่ย	
ผู้บริหาร (Vice President)	185,000	208,112	233,690	213,699	48
ผู้จัดการทั่วไป (Senior Manager)	115,284	133,841	150,435	136,658	46
ผู้จัดการฝ่าย (Middle Manager)	68,500	80,000	94,863	83,282	42
ผู้จัดการแผนก (Junior Manager)	36,581	43,626	53,054	45,657	39
หัวหน้างาน (Supervisory)	22,500	26,820	32,059	27,969	35
เจ้าหน้าที่ (Officer)	12,700	15,775	19,472	16,584	31
หัวหน้ากลุ่ม (Senior Staff)	9,724	11,220	14,073	12,405	32
พนักงานปฏิบัติการ (Staff)	7,123	8,400	10,043	9,083	30

ที่มา. จาก *Benefits and Salary Tracking Report 2007* (p. 250), by Thailand Management Association, 2007, Bangkok: Thai Paper.

Source. The Benefits and Salary Tracking Report 2007 (p. 250), by Thailand Management Association, 2007, Bangkok: Thai Paper.

Table 4 shows the results of the basic salary for private sector Thailand in 2550. The salary structure, which is similar to the results of the survey in 2549, but every group and every percentile Median salary increases. The average age dropped slightly in the work group level.

ตาราง 5

ผลสำรวจเงินเดือนพื้นฐานของภาคเอกชน พ.ศ. 2551

ระดับ	เงินเดือนพื้นฐาน (บาท/เดือน)				อายุเฉลี่ย
	P 25	P 50	P 75	เฉลี่ย	
ผู้บริหาร (Vice President)	223,750	266,819	302,128	291,393	49
ผู้จัดการทั่วไป (Senior Manager)	111,017	130,210	160,273	138,166	47
ผู้จัดการฝ่าย (Middle Manager)	63,662	79,543	97,558	82,287	43
ผู้จัดการแผนก (Junior Manager)	37,960	47,000	58,848	49,566	41
หัวหน้างาน (Supervisory)	22,987	28,723	36,135	30,646	37
เจ้าหน้าที่สนับสนุน (Officer)	13,500	17,680	22,000	18,451	32
หัวหน้ากลุ่ม (Senior Staff)	10,375	13,361	18,570	14,905	34
พนักงานปฏิบัติการ (Staff)	7,404	9,050	11,700	9,993	31

ที่มา. จาก *Benefits and Salary Tracking Report 2008* (p. 218), by Thailand Management Association, 2008, Bangkok: Thai Paper.

ตาราง 5 แสดงผลสำรวจอัตราเงินเดือนพื้นฐานของภาคเอกชนไทยสำหรับ พ.ศ. 2551

ลักษณะโครงสร้างอัตราเงินเดือนไม่ได้เปลี่ยนแปลงจากเดิมมากนัก กลุ่มงานระดับบนสุดมีอัตราเงินเดือนเพิ่มขึ้นสูงมากเมื่อเทียบกับกลุ่มงานระดับถัดลงมา ในขณะที่อายุเฉลี่ยไม่ต่างจากเดิมมากนัก

Basic salary survey of the private sector 2551.

ตาราง 5

ผลสำรวจเงินเดือนพื้นฐานของภาคเอกชน พ.ศ. 2551

ระดับ	เงินเดือนพื้นฐาน (บาท/เดือน)				อายุเฉลี่ย
	P 25	P 50	P 75	เฉลี่ย	
ผู้บริหาร (Vice President)	223,750	266,819	302,128	291,393	49
ผู้จัดการทั่วไป (Senior Manager)	111,017	130,210	160,273	138,166	47
ผู้จัดการฝ่าย (Middle Manager)	63,662	79,543	97,558	82,287	43
ผู้จัดการแผนก (Junior Manager)	37,960	47,000	58,848	49,566	41
หัวหน้างาน (Supervisory)	22,987	28,723	36,135	30,646	37
เจ้าหน้าที่สนับสนุน (Officer)	13,500	17,680	22,000	18,451	32
หัวหน้ากลุ่ม (Senior Staff)	10,375	13,361	18,570	14,905	34
พนักงานปฏิบัติการ (Staff)	7,404	9,050	11,700	9,993	31

ที่มา. จาก *Benefits and Salary Tracking Report 2008* (p. 218), by Thailand Management Association, 2008, Bangkok: Thai Paper.

Source. The Benefits and Salary Tracking Report 2008 (p. 218), by Thailand Management Association, 2008, Bangkok: Thai Paper.

Table 5 shows the results of the basic salary for private sector Thailand in 2551. The salary structure did not change much. The top level has a very high rate of salary. The rate on increased is higher when compared to the next lower level while the average age did not differrent much from the original.

ตาราง 6

ผลสำรวจเงินเดือนพื้นฐานสำหรับผู้สำเร็จการศึกษาใหม่จากในประเทศ พ.ศ. 2549

ระดับการศึกษา	สำเร็จจากในประเทศ			หลังผ่านทดลองงาน		
	ต่ำสุด	สูงสุด	เฉลี่ย	ต่ำสุด	สูงสุด	เฉลี่ย
ปริญญาเอก	17,355	35,000	25,785	25,000	35,000	28,833
ปริญญาโท						
-เทคนิค	13,000	25,000	18,179	15,000	27,500	18,778
-บริหาร	11,700	23,000	16,534	11,700	23,000	16,947
-อื่น ๆ	12,000	21,850	16,429	12,000	21,850	16,948
ปริญญาตรี						
-เทคนิค	8,250	20,900	13,241	8,750	22,000	13,613
-เชี่ยวชาญ	8,000	21,000	11,165	8,000	21,000	11,483
-เชี่ยวชาญพิเศษ	10,000	25,000	14,052	10,000	25,000	14,849
วิชาชีพชั้นสูง						
-เทคนิค	6,200	9,300	7,508	6,200	9,500	8,793
-พาณิชย์	5,800	9,300	7,232	5,800	9,500	7,445
วิชาชีพ						
-เทคนิค	5,000	9,000	6,354	5,000	9,000	6,585
-พาณิชย์	5,000	9,500	6,238	5,000	9,500	6,447

ที่มา. จาก *Benefits and Salary Tracking Report 2006* (p. 350), by Thailand Management Association, 2006, Bangkok: Thai Paper.

ตาราง 6 แสดงผลการสำรวจอัตราเงินเดือนพื้นฐานของภาคเอกชนสำหรับผู้สำเร็จการศึกษาใหม่ ซึ่งถือว่ายังไม่มีประสบการณ์ในการทำงาน ในพ.ศ. 2549 พบว่ามีโครงสร้างอัตราเงินเดือนขึ้นกับสาขาวิชาที่สำเร็จการศึกษามา และขึ้นกับตำแหน่งงานที่บรรจุใหม่นั้นด้วย และเมื่อเปรียบเทียบกับอัตราเงินเดือนพื้นฐานของผู้มี

ประสบการณ์ในกลุ่มงานเริ่มต้นแล้ว ผู้บรรจุใหม่มี อัตราเงินเดือนที่ต่ำกว่าเล็กน้อย ยกเว้นผู้สำเร็จการศึกษาในระดับปริญญาโทและเอก เมื่อผู้บรรจุงานใหม่ผ่านช่วงทดลองงานแล้วจะได้รับอัตราเงินเดือนเพิ่มขึ้น

Survey of basic salary for new graduates in 2549.

ตาราง 6

ผลสำรวจเงินเดือนพื้นฐานสำหรับผู้สำเร็จการศึกษาใหม่จากในประเทศ พ.ศ. 2549

ระดับการศึกษา	สำเร็จจากในประเทศ			หลังผ่านทดลองงาน		
	ต่ำสุด	สูงสุด	เฉลี่ย	ต่ำสุด	สูงสุด	เฉลี่ย
ปริญญาเอก	17,355	35,000	25,785	25,000	35,000	28,833
ปริญญาโท						
-เทคนิค	13,000	25,000	18,179	15,000	27,500	18,778
-บริหาร	11,700	23,000	16,534	11,700	23,000	16,947
-อื่น ๆ	12,000	21,850	16,429	12,000	21,850	16,948
ปริญญาตรี						
-เทคนิค	8,250	20,900	13,241	8,750	22,000	13,613
-เชี่ยวชาญ	8,000	21,000	11,165	8,000	21,000	11,483
-เชี่ยวชาญพิเศษ	10,000	25,000	14,052	10,000	25,000	14,849
วิชาชีพชั้นสูง						
-เทคนิค	6,200	9,300	7,508	6,200	9,500	8,793
-พาณิชย์	5,800	9,300	7,232	5,800	9,500	7,445
วิชาชีพ						
-เทคนิค	5,000	9,000	6,354	5,000	9,000	6,585
-พาณิชย์	5,000	9,500	6,238	5,000	9,500	6,447

ที่มา. จาก *Benefits and Salary Tracking Report 2006* (p. 350), by Thailand Management Association, 2006, Bangkok: Thai Paper.

Source. The Benefits and Salary Tracking Report 2006 (p. 350), by Thailand Management Association, 2006, Bangkok: Thai Paper.

Table 6 shows the results of a survey of private sector salaries for new graduates. This is no work experience was in 2549.

The salary structure is for new graduation. It depends on the subject of graduation. When compared to the basic salary of an experienced group started, the new graduation has a little lower salaries than experience candidates. The students with postgraduate education and has some experience will receive a higher salary than no work experience.

ตาราง 7 ผลสำรวจเงินเดือนพื้นฐานสำหรับผู้สำเร็จการศึกษาใหม่ พ.ศ. 2550

ตาราง 7

ผลสำรวจเงินเดือนพื้นฐานสำหรับผู้สำเร็จการศึกษาใหม่ พ.ศ. 2550

ระดับ	สำเร็จจากในประเทศ			สำเร็จจากต่างประเทศ			หลังผ่านทดลองงาน		
การศึกษา	ต่ำสุด	สูงสุด	เฉลี่ย	ต่ำสุด	สูงสุด	เฉลี่ย	ต่ำสุด	สูงสุด	เฉลี่ย
ปริญญาเอก	25,000	46,000	35,000	29,000	55,000	38,000	31,000	58,000	44,500
ปริญญาโท									
-เทคนิค	12,000	28,000	18,643	13,000	35,000	20,910	12,000	37,000	18,932
-บัญชี	11,500	25,000	17,174	12,000	32,500	19,482	12,000	35,000	18,164
-เชี่ยวชาญ	11,000	25,000	16,208	12,000	32,500	18,467	12,000	35,000	17,110
ปริญญาตรี									
-เทคนิค	6,800	24,000	13,890	10,000	22,200	15,475	7,228	24,000	14,901
-บัญชี	7,500	19,000	11,541	8,500	20,260	13,716	8,000	23,000	11,901
-เชี่ยวชาญ	8,000	25,000	11,476	9,000	25,000	13,583	8,750	25,000	12,437
วิชาชีพชั้นสูง									
-เทคนิค	5,800	11,500	7,789	7,000	16,000	8,917	6,500	18,000	8,153
-บัญชี	5,800	10,000	7,544	7,000	14,000	8,639	6,500	16,000	7,859
-พาณิชย์	5,800	10,000	7,404	7,000	12,000	8,272	6,500	14,000	7,655
วิชาชีพ									
-เทคนิค	4,860	9,500	6,510	5,730	10,000	6,981	5,730	12,000	6,626
-บัญชี	5,000	9,500	6,471	5,730	12,000	7,148	5,500	13,000	6,648
-พาณิชย์	5,500	9,500	6,412	5,730	10,000	6,892	5,500	12,000	6,571

ที่มา. จาก *Benefits and Salary Tracking Report 2007* (p. 313), by Thailand Management Association, 2007, Bangkok: Thai Paper.

ที่มา. จาก Benefits and Salary Tracking Report 2007 (p. 313), by Thailand Management Association, 2007, Bangkok: Thai Paper.

ตาราง 7 แสดงผลการสำรวจอัตราเงินเดือนพื้นฐานของภาคเอกชนสำหรับผู้สำเร็จการศึกษาใหม่ ซึ่งถือว่ายังไม่มีประสบการณ์ในการทำงาน ในพ.ศ. 2550 พบว่ามีโครงสร้างอัตราเงินเดือนที่ไม่แตกต่างจาก พ.ศ. 2549 แต่ในกลุ่มผู้ที่สำเร็จการศึกษาในระดับปริญญาเอกจะมีอัตราเงินเดือนที่เพิ่มสูงกว่าปีที่ผ่านมาอย่างชัดเจนเพียงกลุ่มเดียว

ตาราง 7

ผลสำรวจเงินเดือนพื้นฐานสำหรับผู้สำเร็จการศึกษาใหม่ พ.ศ. 2550

ระดับ	สำเร็จจากในประเทศ			สำเร็จจากต่างประเทศ			หลังผ่านทดลองงาน		
การศึกษา	ต่ำสุด	สูงสุด	เฉลี่ย	ต่ำสุด	สูงสุด	เฉลี่ย	ต่ำสุด	สูงสุด	เฉลี่ย
ปริญญาเอก	25,000	46,000	35,000	29,000	55,000	38,000	31,000	58,000	44,500
ปริญญาโท									
-เทคนิค	12,000	28,000	18,643	13,000	35,000	20,910	12,000	37,000	18,932
-บัญชี	11,500	25,000	17,174	12,000	32,500	19,482	12,000	35,000	18,164
-เชี่ยวชาญ	11,000	25,000	16,208	12,000	32,500	18,467	12,000	35,000	17,110
ปริญญาตรี									
-เทคนิค	6,800	24,000	13,890	10,000	22,200	15,475	7,228	24,000	14,901
-บัญชี	7,500	19,000	11,541	8,500	20,260	13,716	8,000	23,000	11,901
-เชี่ยวชาญ	8,000	25,000	11,476	9,000	25,000	13,583	8,750	25,000	12,437
วิชาชีพชั้นสูง									
-เทคนิค	5,800	11,500	7,789	7,000	16,000	8,917	6,500	18,000	8,153
-บัญชี	5,800	10,000	7,544	7,000	14,000	8,639	6,500	16,000	7,859
-พาณิชย์	5,800	10,000	7,404	7,000	12,000	8,272	6,500	14,000	7,655
วิชาชีพ									
-เทคนิค	4,860	9,500	6,510	5,730	10,000	6,981	5,730	12,000	6,626
-บัญชี	5,000	9,500	6,471	5,730	12,000	7,148	5,500	13,000	6,648
-พาณิชย์	5,500	9,500	6,412	5,730	10,000	6,892	5,500	12,000	6,571

ที่มา. จาก *Benefits and Salary Tracking Report 2007* (p. 313), by Thailand Management Association, 2007, Bangkok: Thai Paper.

Table 7 Basic salary survey in 2550 for graduates degree

Source. The Benefits and Salary Tracking Report 2007 (p. 313), by Thailand

Management Association, 2007, Bangkok: Thai Paper.

Table 7 shows the results of a survey of private sector salaries for new graduates with no work experience in 2550. The salary structure is not different from 2549, but among those who graduate at the doctoral degree, their salaries are higher than previous.

ตาราง 8

ผลสำรวจเงินเดือนพื้นฐานสำหรับผู้สำเร็จการศึกษาใหม่ พ.ศ. 2551

ระดับ	สำเร็จจากในประเทศ			สำเร็จจากต่างประเทศ			หลังผ่านทดลองงาน		
การศึกษา	ต่ำสุด	สูงสุด	เฉลี่ย	ต่ำสุด	สูงสุด	เฉลี่ย	ต่ำสุด	สูงสุด	เฉลี่ย
ปริญญาเอก	17,355	30,000	25,088	17,355	40,000	29,088	25,000	40,000	31,435
ปริญญาโท									
-เทคนิค	13,000	27,500	20,036	13,045	30,000	20,991	11,500	30,000	21,307
-บัญชี	11,250	25,000	17,163	11,250	30,000	18,519	11,250	30,000	18,754
-เชี่ยวชาญ	10,020	35,000	16,903	10,020	35,000	17,831	10,375	35,000	18,080
ปริญญาตรี									
-เทคนิค	8,500	23,000	14,740	8,500	23,000	15,052	9,250	23,000	15,390
-บัญชี	8,500	18,260	12,305	8,500	20,260	12,658	8,500	20,260	12,805
-เชี่ยวชาญ	8,000	25,000	11,820	8,000	25,000	12,230	8,000	25,000	12,373
วิชาชีพชั้นสูง									
-เทคนิค	5,650	12,000	8,059	5,650	12,000	8,135	5,650	12,000	8,263
-บัญชี	5,650	12,000	7,780	5,650	12,000	7,861	5,650	12,000	7,985
-พาณิชย์	5,650	12,000	7,669	5,650	12,000	7,746	5,650	12,000	7,881
วิชาชีพ									
-เทคนิค	4,900	12,000	6,774	4,900	12,000	6,809	4,900	12,000	6,939
-บัญชี	4,900	12,000	6,700	4,900	12,000	6,739	4,900	12,000	6,896
-พาณิชย์	4,900	12,000	6,668	4,900	12,000	6,707	4,900	12,000	6,855

ที่มา. จาก *Benefits and Salary Tracking Report 2008* (p. 260), by Thailand Management Association, 2008, Bangkok: Thai Paper.

ตาราง 8 ผลสำรวจเงินเดือนพื้นฐานสำหรับผู้สำเร็จการศึกษาใหม่ พ.ศ. 2551

ที่มา. จาก Benefits and Salary Tracking Report 2008 (p. 260), by Thailand Management Association, 2008, Bangkok: Thai Paper.

ตาราง ๘ แสดงผลการสำรวจอัตราเงินเดือนพื้นฐานของภาคเอกชนสำหรับผู้สำเร็จการศึกษาใหม่ซึ่งถือว่ายังไม่มีประสบการณ์ในการทำงาน ในพ.ศ. 2551 พบว่ามีโครงสร้างอัตราเงินเดือนที่ไม่แตก ต่างจาก พ.ศ. 2550 มากนัก คือ ทุกกลุ่มผู้สำเร็จการศึกษามีอัตราเงินเดือนเฉลี่ยเพิ่มขึ้น ยกเว้นระดับปริญญาเอกที่มีอัตราเงินเดือนลดลง

ตาราง 8

ผลสำรวจเงินเดือนพื้นฐานสำหรับผู้สำเร็จการศึกษาใหม่ พ.ศ. 2551

ระดับ	สำเร็จจากในประเทศ			สำเร็จจากต่างประเทศ			หลังผ่านทดลองงาน		
การศึกษา	ต่ำสุด	สูงสุด	เฉลี่ย	ต่ำสุด	สูงสุด	เฉลี่ย	ต่ำสุด	สูงสุด	เฉลี่ย
ปริญญาเอก	17,355	30,000	25,088	17,355	40,000	29,088	25,000	40,000	31,435
ปริญญาโท									
-เทคนิค	13,000	27,500	20,036	13,045	30,000	20,991	11,500	30,000	21,307
-บัญชี	11,250	25,000	17,163	11,250	30,000	18,519	11,250	30,000	18,754
-เชี่ยวชาญ	10,020	35,000	16,903	10,020	35,000	17,831	10,375	35,000	18,080
ปริญญาตรี									
-เทคนิค	8,500	23,000	14,740	8,500	23,000	15,052	9,250	23,000	15,390
-บัญชี	8,500	18,260	12,305	8,500	20,260	12,658	8,500	20,260	12,805
-เชี่ยวชาญ	8,000	25,000	11,820	8,000	25,000	12,230	8,000	25,000	12,373
วิชาชีพชั้นสูง									
-เทคนิค	5,650	12,000	8,059	5,650	12,000	8,135	5,650	12,000	8,263
-บัญชี	5,650	12,000	7,780	5,650	12,000	7,861	5,650	12,000	7,985
-พาณิชย์	5,650	12,000	7,669	5,650	12,000	7,746	5,650	12,000	7,881
วิชาชีพ									
-เทคนิค	4,900	12,000	6,774	4,900	12,000	6,809	4,900	12,000	6,939
-บัญชี	4,900	12,000	6,700	4,900	12,000	6,739	4,900	12,000	6,896
-พาณิชย์	4,900	12,000	6,668	4,900	12,000	6,707	4,900	12,000	6,855

ที่มา. จาก *Benefits and Salary Tracking Report 2008* (p. 260), by Thailand Management Association, 2008, Bangkok: Thai Paper.

Table 8: Basic salary survey in 2551 for graduates degree.

Source. The Benefits and Salary Tracking Report 2008 (p. 260), by Thailand

Management Association, 2008, Bangkok: Thai Paper.

Table 8 shows the results of a survey of private sector salaries for new graduates which no work experience in 2551.

The salary structure does not differ much from the 2550's all the students. The average salary increase except for a PhD which is in a reduction rate.

ตาราง 9

ผลสำรวจเงินเดือนพื้นฐานสำหรับผู้สำเร็จการศึกษาใหม่จากต่างประเทศ พ.ศ. 2549

ระดับการศึกษา	สำเร็จจากต่างประเทศ			หลังผ่านทดลองงาน		
	ต่ำสุด	สูงสุด	เฉลี่ย	ต่ำสุด	สูงสุด	เฉลี่ย
ปริญญาเอก	17,355	35,000	27,118	25,000	35,000	30,247
ปริญญาโท						
-เทคนิค	13,000	30,000	20,371	15,500	32,000	20,972
-บริหาร	12,340	25,000	18,324	13,000	27,000	18,773
-อื่น ๆ	12,340	25,000	18,646	13,000	25,000	18,878
ปริญญาตรี						
-เทคนิค	10,000	21,500	13,948	10,000	21,500	14,407
-เชี่ยวชาญ	9,000	21,000	12,926	9,000	21.000	13,122
-เชี่ยวชาญพิเศษ	14,500	16,500	15,579	14,500	16,960	15,751
วิชาชีพชั้นสูง						
-เทคนิค	6,800	8,000	7,459	7,000	9,400	7,811
-พาณิชย์	6,200	8,000	7,393	65,00	9,400	7,744
วิชาชีพ						
-เทคนิค	5,550	7,000	6,372	5,550	8,000	6,650
-พาณิชย์	5,200	7,000	6,234	5,550	8,000	6,456

ที่มา. จาก *Benefits and Salary Tracking Report 2006* (p. 350), by Thailand Management Association, 2006, Bangkok: Thai Paper.

ตาราง 9 ผลสำรวจเงินเดือนพื้นฐานสำหรับผู้สำเร็จการศึกษาใหม่จากต่างประเทศ พ.ศ. 2549

ที่มา. จาก Benefits and Salary Tracking Report 2006 (p. 350), by Thailand Management Association, 2006, Bangkok: Thai Paper.

ตาราง 9 แสดงผลการสำรวจอัตราเงินเดือนพื้นฐานของภาคเอกชนสำหรับผู้สำเร็จการศึกษาใหม่จากต่างประเทศใน พ.ศ. 2549 พบว่า มีโครงสร้างอัตราเงินเดือนที่สูงกว่าเล็กน้อย เมื่อเทียบระดับเดียวกันกับผู้สำเร็จการศึกษาจากในประเทศ

ตาราง 9

ผลสำรวจเงินเดือนพื้นฐานสำหรับผู้สำเร็จการศึกษาใหม่จากต่างประเทศ พ.ศ. 2549

ระดับการศึกษา	สำเร็จจากต่างประเทศ			หลังผ่านทดลองงาน		
	ต่ำสุด	สูงสุด	เฉลี่ย	ต่ำสุด	สูงสุด	เฉลี่ย
ปริญญาเอก	17,355	35,000	27,118	25,000	35,000	30,247
ปริญญาโท						
-เทคนิค	13,000	30,000	20,371	15,500	32,000	20,972
-บริหาร	12,340	25,000	18,324	13,000	27,000	18,773
-อื่น ๆ	12,340	25,000	18,646	13,000	25,000	18,878
ปริญญาตรี						
-เทคนิค	10,000	21,500	13,948	10,000	21,500	14,407
-เชี่ยวชาญ	9,000	21,000	12,926	9,000	21.000	13,122
-เชี่ยวชาญพิเศษ	14,500	16,500	15,579	14,500	16,960	15,751
วิชาชีพชั้นสูง						
-เทคนิค	6,800	8,000	7,459	7,000	9,400	7,811
-พาณิชย์	6,200	8,000	7,393	65,00	9,400	7,744
วิชาชีพ						
-เทคนิค	5,550	7,000	6,372	5,550	8,000	6,650
-พาณิชย์	5,200	7,000	6,234	5,550	8,000	6,456

ที่มา. จาก *Benefits and Salary Tracking Report 2006* (p. 350), by Thailand Management Association, 2006, Bangkok: Thai Paper.

Table 9 Survey basic salary for new graduates from abroad in 2549.

Source. The Benefits and Salary Tracking Report 2006 (p. 350), by Thailand Management Association, 2006, Bangkok: Thai Paper.

Table 9 shows the results of a survey in private sector salaries for new graduates from abroad in 2549 found that the salary structure is slightly higher than those who graduated in the same degree in Thailand.

Chapter 10

The Basic Salary of the Civil Servants in United States

โครงสร้างอัตราเงินเดือนพื้นฐานของข้าราชการทหารอเมริกา

โครงสร้างอัตราเงินเดือนพื้นฐานของข้าราชการทหารอเมริกา

ประเทศอเมริกาได้มีการกำหนดโครงสร้างอัตราเงินเดือนพื้นฐาน มาตั้งแต่ พ.ศ. 2492 (ค.ศ. 1942) ลักษณะโครงสร้างกำหนดตามจำนวนปีที่รับราชการทหาร โดยในครั้งแรกอัตราเงินเดือนพื้นฐานจะเพิ่มขึ้นทุก 2 ปี ที่รับราชการทหารในชั้นยศนั้น ๆ สำหรับการปรับเปลี่ยนโครงสร้างอัตราเงินเดือนข้าราชการทหารอเมริกาสรุปได้ดังนี้

โครงสร้างอัตราเงินเดือนขั้นสูงสุดของข้าราชการทหารอเมริกา ระหว่าง พ.ศ. 2492- 2552 (ค.ศ. 1949-2009)

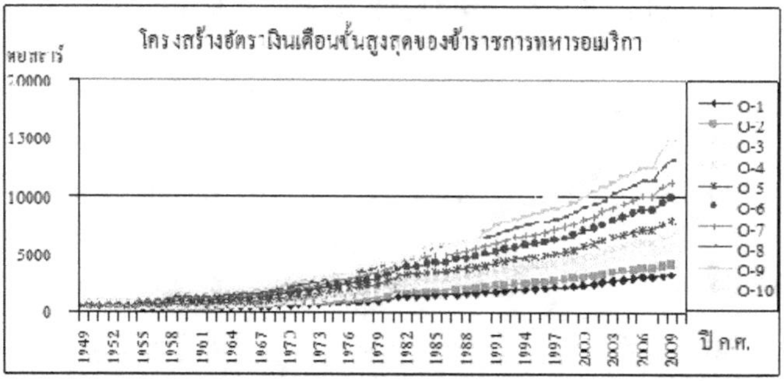

ภาพ 24 โครงสร้างอัตราเงินเดือนขั้นสูงสุดของข้าราชการทหารอเมริกา ระดับชั้นสัญญาบัตร ระหว่าง พ.ศ. 2492-2552 (ค.ศ. 1949-2009)

ภาพ 24 แกนตั้ง คือ อัตราเงินเดือนขั้นสูงสุดของระดับต่าง ๆ สำหรับนายทหาร ชั้นสัญญาบัตร ซึ่งแบ่งออกเป็น 10 ระดับ มีหน่วยเป็นดอลลาร์ แกนนอน คือ ระยะเวลากำหนดวงรอบเรียงตามลำดับแต่ละปี กราฟเส้นแสดงความสัมพันธ์ของอัตราเงินเดือนขั้นสูงสุดของแต่ละระดับที่เพิ่มขึ้นในแต่ละปี ของข้าราชการทหารอเมริกา เริ่มจาก ค.ศ. 1949 (พ.ศ. 2492) ถึง ค.ศ. 2009 (พ.ศ. 2552) ลักษณะเส้นกราฟแสดงได้ว่า อัตราการเพิ่มขึ้นของอัตราเงินเดือน

ขั้นสูงสุดในโครงสร้างอัตราเงินเดือนพื้นฐานสำหรับข้าราชการทหารอเมริกานั้น มีความห่างที่ชัดเจนมากขึ้นตั้งแต่ ค.ศ. 1990 (พ.ศ. 2533) เป็นต้นมา และความห่างของแต่ละระดับที่เพิ่มขึ้นในแต่ละปี จะเพิ่มขึ้นทุกระดับอย่างสอดคล้องกันทั้งระบบ ยกเว้นระดับสูงสุด คือ 0-10 ที่ไม่ได้ปรับอัตราเงินเดือนขั้นสูงสุดในช่วง ค.ศ. 2008-2009 เท่านั้น โดยรวมของการเปลี่ยนแปลงโครงสร้างอัตราเงินเดือนขั้นสูงสุดของแต่ละระดับสำหรับข้าราชการทหารชั้นสัญญาบัตร ของอเมริกานั้น ทุกระดับมีอัตราเงินเดือนขั้นสูงสุดเพิ่มขึ้นทุกปี โดยระดับสูงกว่ามีอัตราการเพิ่มขึ้นเป็นตัวเงินมากกว่าระดับรอง ๆ ลงมาอย่างได้สัดส่วนกัน

The Basic Salary of the Civil Servants in United States

The United States has set the base salary rate since 2492 (1942). The structure determined by the number of years military service. The first basic salary will increase every two years, military service is in the grade and the salary changes with the American military.

The maximum salary of American soldiers during the 2492- 2552 (AD 1949-2009).

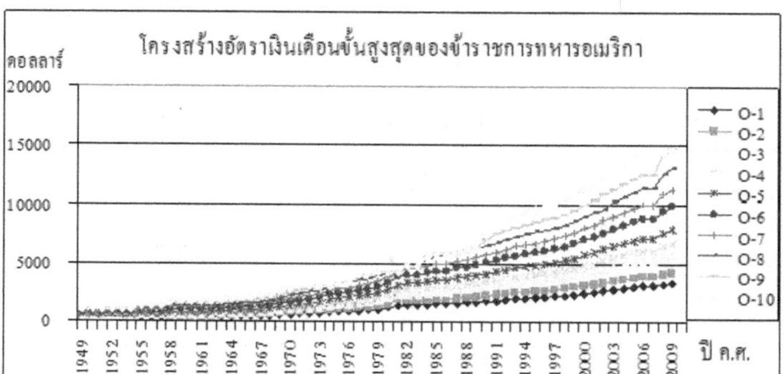

Figure 24: Salary structure at the top of the US military at the commissioned level during the year 2492-2552 (AD 1949-2009).

Figure 24 shows the vertical axis is the maximum salary levels for officers. There are 10 levels as measured in dollars. Tthe horizontal axis is the duration of the cycle in sequence each year. Chart shows the relationship of the maximum salary of each level which increases each year from America's Military.

The year 1949 (2492) to 2009 (2552) show that the characteristic curves, the increase rate to the maximum salary in the salary base for the United States military. There are far more obvious since 1990 (2533) onwards, and geographical levels increased each year. Increased levels consistent throughout the system. The top level is not adjustable 0-10 salary.

The year 2008-2009, the overall structural change rate to the highest salary levels for each of the Military Officers of the United

States. Every level has the highest rate of salary increase every year.

The higher the level, the rate of increase is higher in money than the lower level.

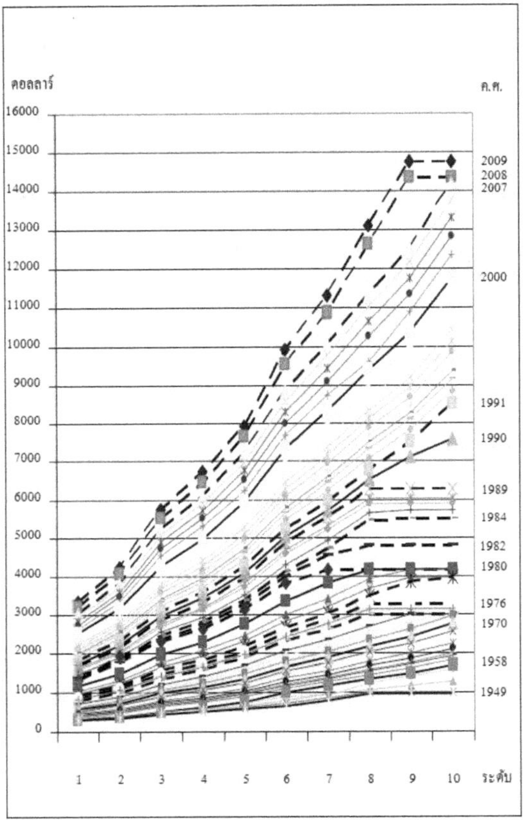

ภาพ 25 โครงสร้างอัตราเงินเดือนขั้นสูงสุดของข้าราชการทหารอเมริกา ระดับชั้นสัญญาบัตร ระหว่าง พ.ศ. 2492-2552 (ค.ศ. 1949-2009)

ภาพ 25 แกนตั้ง คือ อัตราเงินเดือนขั้นสูงสุดของระดับต่าง ๆ สำหรับนายทหารชั้นสัญญาบัตร มีหน่วยเป็นดอลลาร์ แกนนอน คือ ระดับต่าง ๆ ในโครงสร้างอัตราเงินเดือน ข้าราชการทหารอเมริกา ซึ่งแบ่งออกเป็น 10 ระดับ กราฟ เส้นแสดงการเพิ่มขึ้นของอัตราเงินเดือนขั้นสูงสุดของแต่ละระดับที่เพิ่มขึ้นในแต่ละปี ตั้งแต่ ค.ศ. 1949 (พ.ศ. 2492) ถึง ค.ศ. 2009 (พ.ศ. 2552)

จากภาพแสดงได้ว่า อัตราการ เพิ่มขึ้นของอัตราเงินเดือนขั้นสูงสุดในโครงสร้างอัตราเงินเดือนพื้นฐานนี้ โดยส่วนใหญ่แล้ว ถ้าระดับที่สูงกว่า จะมี ปริมาณอัตราเงินเดือนเพิ่มขึ้น มากกว่า ยกเว้น ระดับที่ 9-10 ที่มีการเพิ่มขึ้นอย่างไม่สอดคล้อง เฉพาะในช่วง ค.ศ. 1976-1990 เท่านั้น ที่ไม่เพิ่มขึ้น หรือเพิ่มขึ้นเพียงเล็กน้อย โดยรวมแล้ว การปรับเพิ่มขึ้นของอัตราเงินเดือนในทุก ระดับที่ปรับเพิ่มค่อนข้างมาก คือ ใน ค.ศ. 1980 และระดับ 6-9 มีการปรับเพิ่มขึ้นอย่างก้าวกระโดดมากกว่าระดับอื่น ๆ ใน ค.ศ. 2008

กรณีของการพิจารณาความสอดคล้องทั้ง ระบบ สำหรับโครงสร้างอัตราเงินเดือนของสัญญาบัตรแล้ว พบว่า มีความสอดคล้องกันมากขึ้น นับตั้งแต่ ค.ศ. 1991 ถึงปัจจุบันการปรับเปลี่ยนโครงสร้างอัตราเงินเดือนขั้นต่ำสุดของข้าราชการทหารอเมริกา ระหว่าง พ.ศ. 2492-2552 (ค.ศ. 1949-2009)

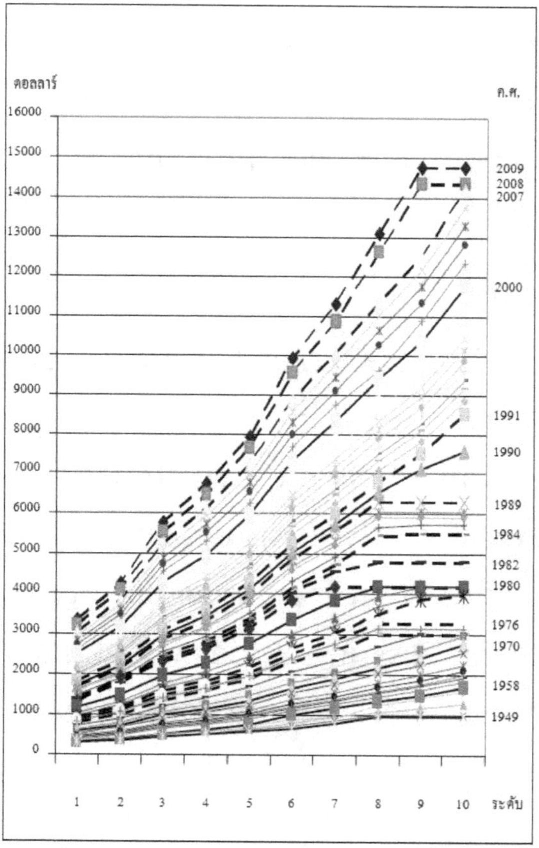

Figure 25: Salary structure at the top of America's military commissioned level during the year 2492-2552 (AD 1949-2009).

The vertical axis is the 25th highest salary level for a commissioned officer. The horizontal axis is measured in dollars, the various levels in the rate structure in US military officials. There are 10 levels chart which shows the increase in the maximum salary of each level. This increased every year since 1949.

The year (2492) to 2009 (2552, In most cases the higher salary, the higher rate salary increased except levels 9-10 which has increased significantly during the year 1976-1990. It is inconsistent increased slightly overall. The increase in salaries which have increased at all levels is quite a lot is level 6-9 in 1980 and have increased dramatically over the other in 2008. This considered the case of a consistent system for the salaries of the officers and found the consensus is more from 1991 to the present.

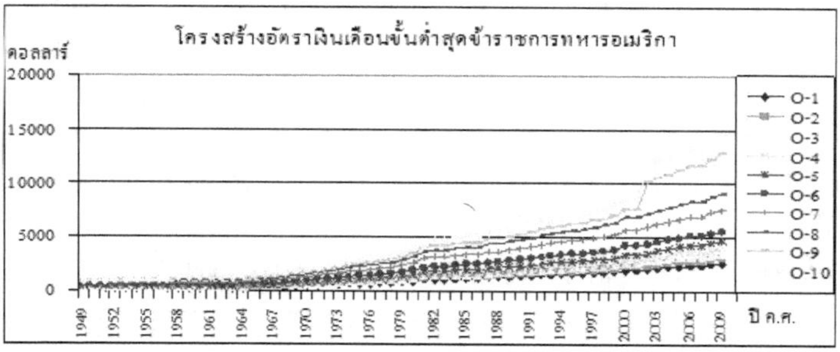

ภาพ 26 โครงสร้างอัตราเงินเดือนขั้นต่ำสุดของข้าราชการทหารอเมริกา ระดับชั้น-สัญญาบัตร ระหว่าง พ.ศ. 2492-2552 (ค.ศ. 1949-2009)

ภาพ 26 แกนตั้ง คือ อัตราเงินเดือนขั้นต่ำสุดของระดับต่าง ๆ สำหรับนายทหารชั้นสัญญาบัตร ซึ่งแบ่งออกเป็น 10 ระดับ มีหน่วยเป็นดอลลาร์ แกนนอน คือ ระยะเวลากำหนดวงรอบเรียงตามลำดับแต่ละปี เริ่มจาก ค.ศ. 1949 (พ.ศ. 2492) ถึง ค.ศ. 2009 (พ.ศ. 2552) เส้นกราฟแสดงได้ว่า อัตราการเพิ่มขึ้นของอัตราเงินเดือนขั้นต่ำสุดในโครงสร้างอัตราเงินเดือนพื้นฐานนี้ มีความห่างที่ชัดเจนมากขึ้นตั้งแต่ ค.ศ. 1980 เป็นต้นมา และความห่างของแต่ละระดับ

ที่เพิ่มขึ้นในแต่ละปี อย่างต่อเนื่อง และมีการเพิ่มขึ้นอย่างก้าวกระโดดมากของระดับที่ 9-10 ใน ค.ศ. 2002 เป็นต้นมา จึงส่งผลให้โครงสร้างอัตราเงินเดือนขั้นต่ำสุดตั้งแต่ ค.ศ. 2002 เป็นต้นมามีลักษณะเป็น 2 กลุ่ม กลุ่มแรก คือระดับ 1-8 ที่มีความสอดคล้องกันมาโดยตลอด และกลุ่มที่ 2 คือระดับ 9-10 ซึ่งมีอัตราเงินเดือนซึ่งมากกว่าระดับ 8 ในกลุ่มที่ 1 อย่างชัดเจน และเพิ่มขึ้นทุกปีอย่างต่อเนื่อง

The change in the minimum salary of American soldiers during the year 2492-2552 (AD 1949-2009).

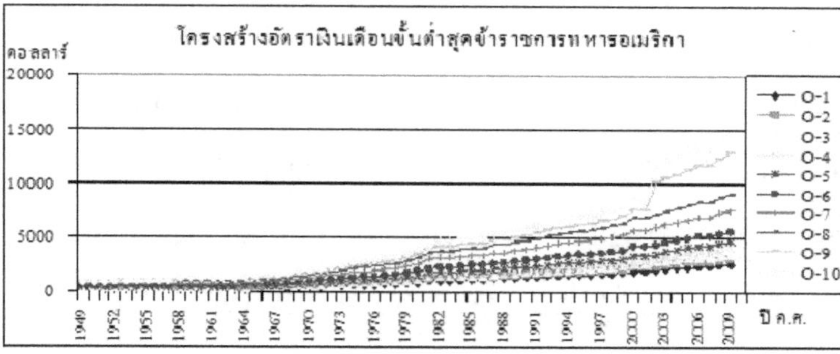

Figure 26: Minimum salary structure of the United States military, class commissioned during the year 2492-2552 (AD 1949-2009).

Vertical axis is the minimum salary level for a commissioned officer. There are 10 levels as measured in dollars. The horizontal axis is the duration of the cycle sequence for each year from 1949 (2492) to 2009 (2552). The graph shows the increased rate of the minimum salary in the salary basis. There are far more obvious since 1980 onwards and geographical levels increased each year continuously and there is a rise in leaps of levels 9-10 in 2002. As a result, the structure of minimum wages from 2002 onwards, there is a level 2 groups: Group 1 is 1-8, consistent throughout and Group 2 is 9-10, which is the rate which is more than the salary at the level 8 in group 1. Also, it is clearly continues to increase every year.

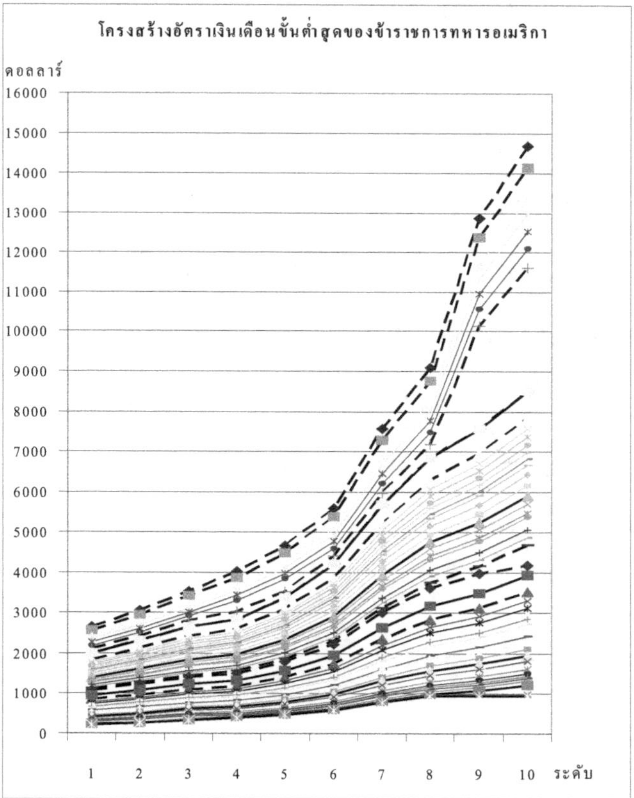

ภาพ 27 โครงสร้างอัตราเงินเดือนขั้นต่ำสุดของข้าราชการทหารอเมริกา ระดับชั้น-สัญญาบัตร ระหว่าง พ.ศ. 2492-2552 (ค.ศ. 1949-2009)

ภาพ 27 แกนตั้ง คือ อัตราเงินเดือนขั้นต่ำสุดของระดับต่าง ๆ สำหรับนายทหารชั้นสัญญาบัตร มีหน่วยเป็นดอลลาร์ แกนนอน คือ ระดับต่าง ๆ ในโครงสร้างอัตราเงินเดือนข้าราชการทหารอเมริกา ซึ่งแบ่งออกเป็น 10 ระดับ กราฟเส้นแสดงการเพิ่มขึ้นของอัตราเงินเดือนขั้นต่ำสุดของแต่ละระดับ จากภาพแสดงได้ว่า อัตราการเพิ่มขึ้นของอัตราเงินเดือนขั้นต่ำสุดในโครงสร้างอัตราเงินเดือนพื้นฐานนี้มีอัตราการเพิ่มมากกว่าในระดับที่สูงกว่า ยกเว้นระดับที่ 9-10 ที่มีการเพิ่มขึ้นอย่างก้าวกระโดดตั้งแต่ ค.ศ. 2002 เป็นต้นมา และเพิ่มขึ้นจากฐานเดิมนั้นอย่างต่อเนื่องทุกปี

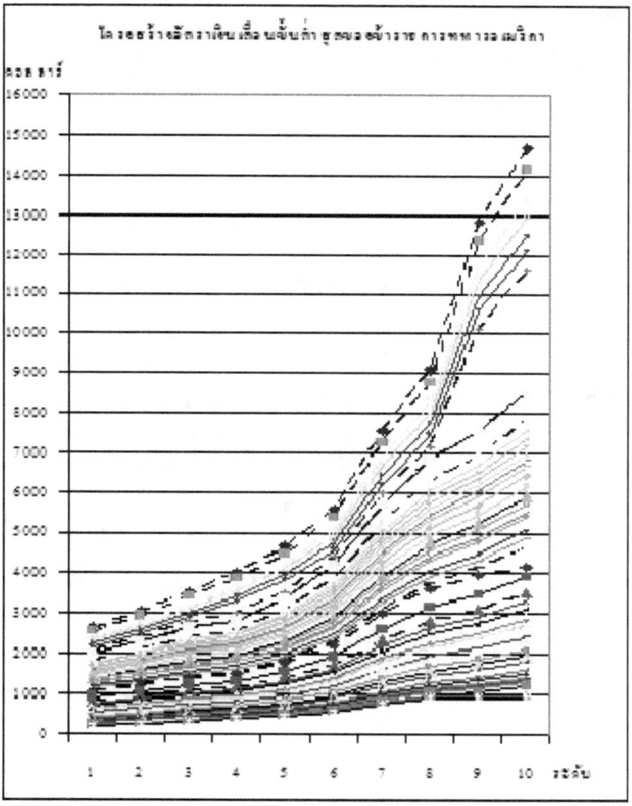

Figure 27: The minimum salary structure of the United States military, class commissioned during the year 2492-2552 (AD 1949-2009).

Figure 27 shows the vertical axis is the minimum salary level for a commissioned officer. The horizontal axis is measured in dollars, the various levels in the rate structure - US military officials. There are 10 levels chart shows the increase in the minimum salary of each level. The figure shows that the increase rate of the minimum salary of the salary basis has the rate of increase more than higher levels, except levels 9-10 which has increased dramatically from 2002 onwards and the increase rate from the previous base is steadily every year.

Bibliography

บรรณานุกรม

กฎเสนาบดีกระทรวงพระคลังมหาสมบัติ
ว่าด้วยอัตราเงินเดือนข้าราชการหัวเมือง

รัตนโกสินทร์ ศก 121. (2445). ราชกิจจานุเบกษา, 19, 461-
462.

กรรณิการ์ จันตัน. (2547).
เงินเดือนของข้าราชการไทยตามภาวะเศรษฐกิจไทย.
เชียงใหม่: มหาวิทยาลัยเชียงใหม่.

กระทรวงการคลัง, กรมบัญชีกลาง. (2553).
รายงานการเงินของแผ่นดิน
พ.ศ. 2523-2552. กรุงเทพมหานคร: ผู้แต่ง.

กลุ่มงานพัฒนาระบบรายได้และค่าจ้างขั้นต่ำ. (2547).
รายงานการศึกษาวิจัย เรื่อง
ความจำเป็นในการกำหนดอัตราค่าจ้างขั้นต่ำ.
กรุงเทพมหานคร: ผู้แต่ง.
(หน้า๓กองบัญชาการทหารสูงสุด. (2525).
ประวัติกองทัพไทยในรอบ 200 ปี. กรุงเทพมหานคร:
ผู้แต่ง.

กิ่งพร ทองใบ. (2541). การจัดทำโครงสร้างค่าตอบแทน. นนทบุรี: สำนักพิมพ์-

มหาวิทยาลัยสุโขทัยธรรมาธิราช.

กิ่งพร ทองใบ. (2551).

การจัดทำโครงสร้างค่าตอบแทนพื้นฐาน. พิมพ์ครั้งที่ 2.

นนทบุรี: สำนักพิมพ์ มหาวิทยาลัยสุโขทัยธรรมาธิราช.

กิ่งพร ทองใบ. (2553).

ระบบค่าตอบแทนสมัยใหม่จากวิชาการสู่วิชาชีพ.

กรุงเทพมหานคร: พิมพ์ดีการพิมพ์.

กิ่งพร ทองใบ, เอกพล หนุ่ยศรี และเสาวภา มีถาวรกุล. (2548). รายงานผลการวิจัย

โครงสร้างเงินเดือนและค่าตอบแทนของข้าราชการทหาร. นนทบุรี:

มหาวิทยาลัยสุโขทัยธรรมาธิราช.

คณะกรรมการจัดงานสมโภชกรุงรัตนโกสินทร์ 200 ปี. (2525). ประวัติศาสตร์

กรุงรัตนโกสินทร์ (เล่ม1) รัชการที่ 1-3 พ.ศ. 2325-2394.
กรุงเทพมหานคร:
อมรินทร์การพิมพ์.

ดวงกมล โชติกพนิช และจุรี ตาปนานนท์. (2526).
ผลกระทบของการปรับอัตรา-
เงินเดือนต่อการกระจายรายได้ของข้าราชการพลเรือน:
ศึกษาเฉพาะกรณี
การปรับใช้อัตราเงินเดือนหมายเลข 3. กรุงเทพมหานคร:
มหาวิทยาลัย-
รามคำแหง.

ถนอม อานามวัฒน์, สมคิด ศรีสิงห์, ไพฑูรย์ มีสกุล,
พวงร้อย กล่อมเอี้ยง และทวีศักดิ์
ล้อมลิ้ม. (2522).
ประวัติศาสตร์ไทยตั้งแต่สมัยเริ่มแรกจนถึงสิ้นอยุธยา.
กรุงเทพมหานคร: โรงพิมพ์แสงรุ้งการพิมพ์.

ถวิล นิลใบ. (2544). เศรษฐมิติ 2. กรุงเทพมหานคร: มหาวิทยาลัยรามคำแหง.

ธนาคารแห่งประเทศไทย. (2545). 100 ปี ธนบัตรไทย. กรุงเทพมหานคร: โรงพิมพ์-

กรุงเทพ (1984).

ธนาคารแห่งประเทศไทย, สำนักงานคณะกรรมการพัฒนาการเศรษฐกิจและสังคม-

แห่งชาติ. (2554). ผลิตภัณฑ์มวลรวมในประเทศ ไตรมาสที่ 4/2553.

กรุงเทพมหานคร: ผู้แต่ง.

แชรแวส, เอ็น. (2550). ประวัติศาสตร์ธรรมชาติและการเมืองแห่งราชอาณาจักร-

สยาม. แปลโดย สันต์ ท. โกมลบุตร. นนทบุรี: สำนักพิมพ์ศรีปัญญา.

นิลุบล เครือนพรัตน์. (2538). การปรับอัตราเงินเดือนข้าราชการและดัชนีค่าครองชีพ.

กรุงเทพมหานคร: มหาวิทยาลัยรามคำแหง.

ประกายทอง สิริสุข และพรรณี สรุงบุญมี. (2518). สังคมไทยในสมัยต้นรัตนโกสินทร์

(พ.ศ. 2325-2416). กรุงเทพมหานคร: โรงพิมพ์พิฆเณศ.

ประกาศ เรื่องให้รวมการเรียกคนรับราชการ ตำรวจภูธร พลตระเวน พลชาววัง เข้าใน

พระราชบัญญัติลักษณะเกณฑ์ทหาร. (2451). ราชกิจจานุเบกษา, 25, 1162-1163.)

ประกาศกรมยุทธนาธิการ. (2430). ราชกิจจานุเบกษา, 4(31 ก), 342.

ประกาศกรมยุทธนาธิการ. (2434). ราชกิจจานุเบกษา, 8, 416-417.

ประกาศแก้กฎเสนาบดีที่ 1/130-00020 ว่าด้วยอัตราเงินเดือน. (2456). ราชกิจจานุเบกษา,

30, 24-29.

ประกาศเพิ่มเติมความในพระราชบัญญัติสำหรับกรมทหาร. (2458). ราชกิจจานุเบกษา,

32, 150-151.

ประเวศน์ มหารัตน์สกุล. (2549). คู่มือการบริหารค่าจ้างเงินเดือน. ปทุมธานี: เม็ดทราย-

พริ้นติ้ง.

พระราชกฤษฎีกาการปรับอัตราเงินเดือนข้าราชการตำรวจ

พ.ศ. 2554. (2554).

ราชกิจจานุเบกษา, 128(31ก), 1-2.

พระราชกฤษฎีกากำหนดอัตราเงินเดือนข้าราชการตำรวจ และกำหนดคุณสมบัติ

พื้นความรู้ วิธีคัดเลือก และวิธีสอบคัดเลือก เพื่อบรรจุและแต่งตั้งข้าราชการ

ในกรมตำรวจ พุทธศักราช 2480. (2480). ราชกิจจานุเบกษา, 54, 782-798.

พระราชกฤษฎีกากำหนดอัตราเงินเดือนข้าราชการพลเรือน สามัญ กระทรวงมหาดไทย

ฉบับที่ 1 พุทธศักราช 2477. (2477). ราชกิจจานุเบกษา, 51, 508-568. พระราชบัญญัติระเบียบข้าราชการทหาร ฉบับที่ 7 พ.ศ. 2551. (2551).ราชกิจจานุเบกษา,

125(25), 1-6.

พระราชบัญญัติระเบียบข้าราชการพลเรือน พุทธศักราช 2471. (2471). ราชกิจจานุเบกษา,

45, 293-311.

พระราชบัญญัติระเบียบข้าราชการพลเรือน พุทธศักราช 2476. (2477). ราชกิจจานุเบกษา,

51, 43-81.

พระราชบัญญัติระเบียบข้าราชการพลเรือน พุทธศักราช 2479. (2479). ราชกิจจานุเบกษา,

53, 937-971.

พระราชบัญญัติระเบียบข้าราชการพลเรือน พุทธศักราช 2518. (2518). ราชกิจจานุเบกษา,

92, 1-78.

พระราชบัญญัติระเบียบข้าราชการพลเรือน พุทธศักราช 2551. (2551). ราชกิจจานุเบกษา,

125, 1-51.

พระราชบัญญัติลักษณะเกณฑ์จ้าง รัตนโกสินทร์ศก 119. (2442). ราชกิจจานุเบกษา,

17, 594.

สมาคมการจัดการธุรกิจแห่งประเทศไทย. (2549). Benefits and salary tracking

report 2006. กรุงเทพมหานคร: ผู้แต่ง.

สมาคมการจัดการธุรกิจแห่งประเทศไทย. (2550). Benefits and salary tracking

report 2007. กรุงเทพมหานคร: ผู้แต่ง.

สมาคมการจัดการธุรกิจแห่งประเทศไทย. (2551). Benefits and salary tracking report 2008. กรุงเทพมหานคร: ผู้แต่ง.

สวัสดิ์ สุคนธรังษี. (2528). หลักการกำหนดระดับตำแหน่งและอัตราเงินเดือนในระบบราชการ. กรุงเทพมหานคร: สถาบันบัณฑิตพัฒนบริหารศาสตร์.

สำนักกรรมาธิการ 2. (2551). รายงานของคณะกรรมาธิการวิสามัญพิจารณาศึกษาสิทธิประโยชน์ของกำลังพลในกองทัพไทย ส่วนที่ 1 เสนอสภานิติบัญญัติแห่งชาติ. กรุงเทพมหานคร: สำนักการพิมพ์สำนักงานเลขาธิการวุฒิสภา.

สำนักพัฒนาระบบบริหารงานบุคคลภาครัฐ. (2535). การปรับปรุงเงินเดือนข้าราชการ-พลเรือน. กรุงเทพมหานคร: ผู้แต่ง.

สำนักพิมพ์แสงดาว. (2553). คำให้การชาวกรุงเก่า. ใน ประชุมคำให้การกรุงศรีอยุธยา

รวม 3 เรื่อง (หน้า 1-225). กรุงเทพมหานคร: ผู้แต่ง.

สินชัย กระบวนแสง. (2520). ประวัติศาสตร์สมัยสุโขทัย. กรุงเทพมหานคร: โรงพิมพ์-

พิฆเณศ.

อภิชาติ โพธิ์พินิจ. (2532). การวิเคราะห์โครงสร้างเงินเดือนข้าราชการทหาร.

กรุงเทพมหานคร: สถาบันบัณฑิตพัฒนบริหารศาสตร์.)

อัมพร เพ็ชราช. (2550). อัตราเงินเดือนข้าราชการกับตัวชี้วัดทางเศรษฐกิจของไทย.

วิทยานิพนธ์เศรษฐศาสตรมหาบัณฑิต,

มหาวิทยาลัยรามคำแหง.

Abown, M. J., & Allain, L. (1996, March). Compensation structure and product market competition (Working Paper No. 5493). Massachusetts, MA: National Bureau of Economic Research.

Acemoglu, D., & Pischke, J. S. (2000, October). Changes in the wage structure, family income, and children's education (Working Paper No. 7986). Massachusetts, MA: National Bureau of Economic Research.

Acemoglu, D., Autor, H. D., & Lyle, D. (2002, June). Womem, war and wages: The effect of female labor supply on the wage structure at mid-century (Working Paper No. 9013). Massachusetts, MA: National Bureau of Economic Research.

Allen, G. S. (1994, February). Updated notes on the inter industry wage structure (Working Paper No. 4664). Massachusetts, MA: National Bureau of Economic Research.

Amaral, F. L. E. (2007, October). Demographic change and the structure of wages: A demand-theoretica analysis for Brazil (Working Paper No. 13533). Massachusetts, MA: National Bureau of Economic Research.

Battese, & Coelli, T. J. (1995). A model for technical inefficiency effects in a stochastic production function for panel data. Empirical Economics,

20, 325-332.

Bell, A. L., & Freeman, B. R. (1985, April). Does a flexible industry wage structure increase emploment?: The U.S. experience (Working Paper No. 1604). Massachusetts, MA: National Bureau of Economic Research.

Benigno, P., & Ricci, A. L. (2010, Feb). The inflation-output trade-off with downward wage rigidities (Working Paper No. 15762). Massachusetts, MA: National Bureau of Economic Research.

Borghans, L., & Kriechel, B. (2007, July). Wage structure and labor mobility in the Netherlands 1999-2003 (Working Paper No. 13210).

Massachusetts, MA: National Bureau of Economic Research.

Borjas, J. G. (2002, October). The wage structure and the sorting of the

public sector (Working Paper No. 15762). Massachusetts, MA:

National Bureau of Economic Research.

Card, D., & Rica, D. S. (2005, December). The effect of firm-level contracts

on the structure of wage: Evidence from matched employer-employee

data (Working Paper No. 11829). Massachusetts, MA: National

Bureau of Economic Research.

Chari, A., Henry, B. P., & Sasson, D. (2009, August). Capital market integration and wages (Working Paper No. 15204). Massachusetts, MA: National Bureau of Economic Research.

Coelli, T. (1996, July). A guide to frontier version 4.1: A computer program for stochastic frontier production and cost function estimation (Working Paper No. 7/96). Armidale, Australia: University of New England, Centre for Efficiency and Productivity Analysis.

Coelli, T. J., Rao, D. S. P., O'Donnel C. J., & Battese, G. E. (1998). An introduction to efficiency and productivity analysis. New York:

Springer.

Drinkwater, S., & Harris, R. (1999, June). Royal Economic Society 1999:

Software reviews. The Economic Journal, 109, 453-485.

Eaton, J., & Rosen, S. H. (1981, October). Agency, delayed compensation

and the structure of executive remuneration (Working Paper No. 77).

Massachusetts, MA: National Bureau of Economic Research.

Fochsen, G., Sjogren, K., josephson, M., & Lagerstrom, M. (2005). Factors

contributing to the decision to leave nursing care: A study among

Swedish nursing personnel. Journal of Nursing Management, 13,

338-344.

Fortier, K., & Fusco, J. C. (2002). Salary structures. Retrieved February 6,

2010, from

http://www.salary.com/docs/resources/salarycom_wp_

salary_structures.pdf

Goh, C. C., & Javorcik, B. S. (2005, February). Trade protection and industry

wage structure in Poland (Working Paper No. 11143). Massachusetts,

MA: National Bureau of Economic Research.

Haagh, L. (2006, August). Equality and income security in market economies:

What's wrong with insurance. New York: Social Policy and

Administration.

Jorgensen,V. A. (2002, April). Towards an explanation of household

portfolio choiceheterogeneity: Non financial income and

participation cost structures (Working Paper No. 8884).

Massachusetts, MA: National Bureau of Economic Research.

Kearl, J. R. (1985, October). The covariance structure of earnings and

income, compensatory behavior and on the job investments (Working

Paper No. 1747). Massachusetts, MA: National Bureau of Economic Research.

Kodde, D. A., & Palm, F. C. (1986). Wald criteria for jointly testing equality

and inequality restrictions. Econometrica, 54(5), 1243-1248.

Kumbhakar, C. S., & Lovell, C. A. K. (2000). Stochastic frontier analysis.

New York: Cambridge University Press.

Lazear, P. E., & Shaw, L. K. (2007, November). Wage structure, raises and

mobility: International comparisons of the structure of wages within

and across firms (Working Paper No. 13654). Massachusetts, MA:

National Bureau of Economic Research.

Lee, C. (2005, December). Rising family income inequality in The

United States, 1968-2000: Impacts of changing labor supply, wages,

and family structure (Working Paper No. 11836). Massachusetts, MA:

National Bureau of Economic Research.

Martins, S. P., Solon, G., & Thomas, J. (2010, February). Measuring what

employers really do about entry wages over the business cycle

(Working Paper No. 15767). Massachusetts, MA: National Bureau of

Economic Research. ๕๓)

Mincer, J. (1974). Schooling experience and earnings. New York: Columbia

University Press.

Mitchener, K. J., & Yan, S. (2010, January). Globalization, trade & wages:

What does history tell us about China? (Working Paper No. 15679).

Massachusetts, MA: National Bureau of Economic Research.

Oyer, P. (2005, December). Salary or benefits (Working Paper No. 11816).

Massachusetts, MA: National Bureau of Economic Research.

Pascoe, S., Kirkley, E. J., Greboval, D. F., & Morrison, J. C. (2003, January).

Measuring and assessing capacity in fisheries: 2 issues and methods

(Technical Paper 433/2). Rome: FAO Fisheries.

Stoskopf, A. G. (2002). Choosing the best salary structure for organization.

World at Work Journal, 4, 28-29.

Thailand Management Association. (2006). Benefits and salary tracking report 2006. Bangkok: Thai Paper.

Thailand Management Association. (2007). Benefits and salary tracking

report 2007. Bangkok: Thai Paper.

Thailand Management Association. (2008). Benefits and salary tracking

report 2008. Bangkok: Thai Paper.

Turnovsky, J. S. (1986, October). Ootimal monetary policy and wage

indexation underalternative disturbances and information structures

(Working Paper No. 2042). Massachusetts, MA: National Bureau of

Economic Research.

Turnovsky, J. S. (2008). Taxation and income distribution dynamics in a neoclassical growth model. Washington, DC: University of Washington.

Williamson, G. J. (2009, August). Five centuries of Latin American

inequality (Working Paper No. 15305). Massachusetts, MA: National

Bureau of Economic Research.

Xu, X., & Kaestner, R. (2010, Febuary). The business cycle and health

behaviors (Working Paper No. 15737). Massachusetts, MA: National Bureau of Economic Research.

Appendix 1

Test Parameters

การทดสอบคุณสมบัติตัวแปร

ตาราง 26

ข้อมูลตัวแปรในตัวแบบคำนวณอัตราเงินเดือนพื้นฐาน

พ.ศ.	CPI (ดัชนี)	GDP_{CAP} (บาท/คน)	GOS (บาท)	GOW (บาท)	Y_{MAX} (บาท)	Y_{MIN} (บาท)
2523	35.00	19,457	42,474,200,000	8,835,000,000	16,585	2,145
2524	39.40	20,215	51,562,800,000	9,919,000,000	16,585	2,145
2525	41.40	20,874	56,799,000,000	11,520,000,000	19,325	2,485
2526	43.00	21,741	61,212,900,000	12,790,000,000	19,325	2,485
2527	43.40	22,505	61,719,600,000	14,028,713,600	19,325	2,485
2528	44.40	23,001	66,092,400,000	14,342,000,000	19,325	2,485
2529	45.20	23,732	70,141,800,000	15,032,000,000	19,325	2,485
2530	46.30	25,558	74,858,800,000	17,436,000,000	19,325	2,485
2531	48.10	28,381	89,284,100,000	18,546,000,000	19,325	2,485
2532	50.70	31,310	96,312,000,000	18,169,000,000	26,000	3,150
2533	53.70	34,837	166,827,500,000	22,940,000,000	31,700	3,590
2534	56.80	37,030	124,479,900,000	25,720,000,000	31,700	3,590
2535	59.10	39,613	163,855,400,000	29,443,100,000	44,160	4,760
2536	61.10	42,281	174,545,800,000	33,811,000,000	44,160	4,760
2537	64.20	45,457	209,609,700,000	39,877,000,000	60,040	5,460
2538	67.90	49,624	223,717,000,000	52,458,000,000	60,040	5,460
2539	71.80	52,008	242,847,000,000	58,045,693,000	60,040	5,460
2540	75.90	50,787	291,580,900,000	58,816,000,000	60,040	5,460
2541	82.00	44,928	263,210,900,000	57,479,000,000	60,040	5,460
2542	82.20	46,471	275,047,900,000	63,360,000,000	60,040	5,460
2543	83.50	48,617	279,940,900,000	72,310,000,000	60,040	5,460
2544	84.90	49,328	287,494,500,000	91,900,000,000	60,040	5,460
2545	85.40	51,545	298,027,100,000	94,810,000,000	60,040	5,460
2546	87.00	54,979	314,610,500,000	88,764,650,000	60,040	5,460

ตาราง 26 (ต่อ)

พ.ศ.	CPI (ดัชนี)	GDP_{CAP} (บาท/คน)	GOS (บาท)	GOW (บาท)	Y_{MAX} (บาท)	Y_{MIN} (บาท)
2547	89.40	59,514	352,705,800,000	101,810,000,000	60,040	5,630
2548	93.40	61,807	374,720,000,000	112,192,000,000	60,040	5,630
2549	97.80	64,531	413,104,000,000	138,200,000,000	60,040	5,630
2550	100.00	67,560	447,011,100,000	150,870,000,000	60,040	5,630
2551	105.40	68,856	478,376,800,000	167,719,636,900	67,550	6,160
2552	104.50	67,104	478,376,800,000	167,719,636,900	67,550	6,160

ที่มา. 1. จาก *ผลิตภัณฑ์มวลรวมในประเทศ ไตรมาสที่ 4/2553* (หน้า 1),
โดย สำนักงานคณะกรรมการพัฒนาการเศรษฐกิจและสังคมแห่งชาติ
ธนาคารแห่งประเทศไทย, 2554, กรุงเทพมหานคร: ผู้แต่ง.

2. จาก *รายงานการเงินของแผ่นดิน พ.ศ. 2523-2552* (หน้า 45-47),
โดย กรมบัญชีกลาง กระทรวงการคลัง, 2553, กรุงเทพมหานคร: ผู้แต่ง.

3. จาก "พระราชบัญญัติระเบียบข้าราชการทหาร ฉบับที่ 7 พ.ศ. 2551," 2551,
ราชกิจจานุเบกษา, 125(25), หน้า 1-6.

ตาราง 27

ข้อมูลตัวแปรที่ปรับค่าให้อยู่ในรูป ln

พ.ศ.	lnCPI	$lnGDP_{CAP}$	lnGOS	lnGOW	lnY_{MAX}	lnY_{MIN}
2523	3.6738	9.8760	24.4722	22.9020	7.6709	9.7163
2524	3.7233	9.9142	24.6661	23.0177	7.6709	9.7163
2525	3.7612	9.9463	24.7628	23.1674	7.8180	9.8692
2526	3.7705	9.9870	24.8376	23.2719	7.8180	9.8692
2527	3.7932	10.0215	24.8459	23.3644	7.8180	9.8692
2528	3.8111	10.0433	24.9143	23.3865	7.8180	9.8692
2529	3.8351	10.0746	24.9738	23.4334	7.8180	9.8692
2530	3.8733	10.1487	25.0389	23.5818	7.8180	9.8692
2531	3.9259	10.2535	25.2151	23.6435	7.8180	9.8692
2532	3.9834	10.3517	25.2909	23.6230	8.0552	10.1659
2533	4.0395	10.4584	25.8402	23.8561	8.1859	10.3641
2534	4.0792	10.5195	25.5474	23.9705	8.1859	10.3641
2535	4.1125	10.5869	25.8223	24.1057	8.4680	10.6956
2536	4.1620	10.6521	25.8855	24.2441	8.4680	10.6956
2537	4.2180	10.7245	26.0685	24.4091	8.6052	10.9868
2538	4.2739	10.8122	26.1336	24.6833	8.6052	10.9868
2539	4.3294	10.8592	26.2157	24.7845	8.6052	10.9868
2540	4.4067	10.8354	26.3986	24.7977	8.6052	10.9868
2541	4.4092	10.7128	26.2962	24.7747	8.6052	10.9868
2542	4.4248	10.7466	26.3402	24.8721	8.6052	10.9868
2543	4.4415	10.7917	26.3578	25.0042	8.6052	10.9868
2544	4.4473	10.8062	26.3845	25.2440	8.6052	10.9868
2545	4.4659	10.8502	26.4205	25.2751	8.6052	10.9868
2546	4.4931	10.9147	26.4746	25.2093	8.6052	10.9868
2547	4.5369	10.9940	26.5889	25.3464	8.6359	11.0028
2548	4.5829	11.0318	26.6494	25.4435	8.6359	11.0028
2549	4.6052	11.0749	26.7470	25.6520	8.6359	11.0028

ตาราง 27 (ต่อ)

พ.ศ.	lnCPI	$lnGDP_{CAP}$	lnGOS	lnGOW	lnY_{MAX}	lnY_{MIN}
2550	4.6578	11.1208	26.8258	25.7397	8.6359	11.0028
2551	4.6492	11.1398	26.8937	25.8456	8.7258	11.1206
2552	4.6587	11.1140	26.8937	25.8456	8.7258	11.1206

ที่มา. 1. จาก *ผลิตภัณฑ์มวลรวมในประเทศ ไตรมาสที่ 4/2553* (หน้า 1),
โดย สำนักงานคณะกรรมการพัฒนาการเศรษฐกิจและสังคมแห่งชาติ
ธนาคารแห่งประเทศไทย, 2554, กรุงเทพมหานคร: ผู้แต่ง.

2. จาก *รายงานการเงินของแผ่นดิน พ.ศ. 2523-2552* (หน้า 45-47),
โดย กรมบัญชีกลาง กระทรวงการคลัง, 2553, กรุงเทพมหานคร: ผู้แต่ง.

3. จาก "พระราชบัญญัติระเบียบข้าราชการทหาร ฉบับที่ 7 พ.ศ. 2551," 2551,
ราชกิจจานุเบกษา, 125(25), หน้า 1-6.

ตาราง 28

ข้อมูลตัวแปรปรับเป็นเลขดัชนีปีฐาน คือ พ.ศ. 2523

พ.ศ.	CPI (ดัชนี)	GDP_{CAP} (ดัชนี)	Y_{MAX} (ดัชนี)	Y_{MIN} (ดัชนี)
2523	100	100	100	100
2524	113	104	100	100
2525	118	107	117	116
2526	123	112	117	116
2527	124	116	117	116
2528	127	118	117	116
2529	129	122	117	116
2530	132	131	117	116
2531	137	146	117	116
2532	145	161	157	147
2533	153	179	191	167
2534	162	190	191	167
2535	169	204	266	222
2536	175	217	266	222
2537	183	234	362	255
2538	194	255	362	255
2539	205	267	362	255
2540	217	261	362	255
2541	234	231	362	255
2542	235	239	362	255
2543	239	250	362	255
2544	243	254	362	255
2545	244	265	362	255
2546	249	283	362	255
2547	255	306	362	262
2548	267	318	362	262
2549	279	332	362	262

ตาราง 28 (ต่อ)

พ.ศ.	CPI (ดัชนี)	GDP_{CAP} (ดัชนี)	Y_{MAX} (ดัชนี)	Y_{MIN} (ดัชนี)
2523	100	100	100	100
2524	113	104	100	100
2525	118	107	117	116

ที่มา. 1. จาก *ผลิตภัณฑ์มวลรวมในประเทศ ไตรมาสที่ 4/2553* (หน้า 1), โดย สำนักงานคณะกรรมการพัฒนาการเศรษฐกิจและสังคมแห่งชาติ ธนาคารแห่งประเทศไทย, 2554, กรุงเทพมหานคร: ผู้แต่ง.

2. จาก "พระราชบัญญัติระเบียบข้าราชการทหาร ฉบับที่ 7 พ.ศ. 2551," 2551, *ราชกิจจานุเบกษา, 125*(25), หน้า 1-6.

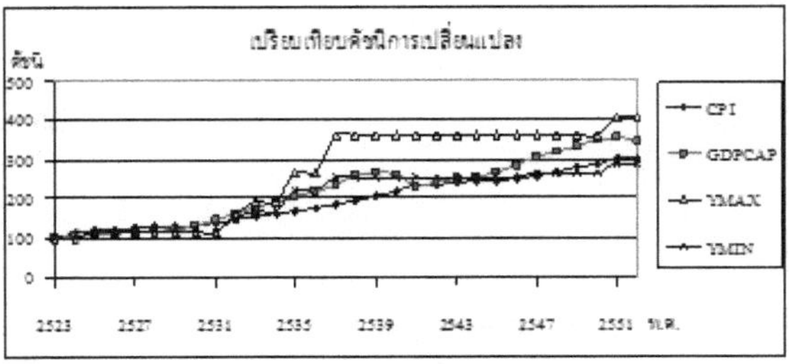

ภาพ 105 เปรียบเทียบดัชนี CPI, GDP_{CAP}, Y_{MAX}, Y_{MIN} ระหว่าง พ.ศ. 2523-2552 โดยปีฐาน คือ พ.ศ. 2523

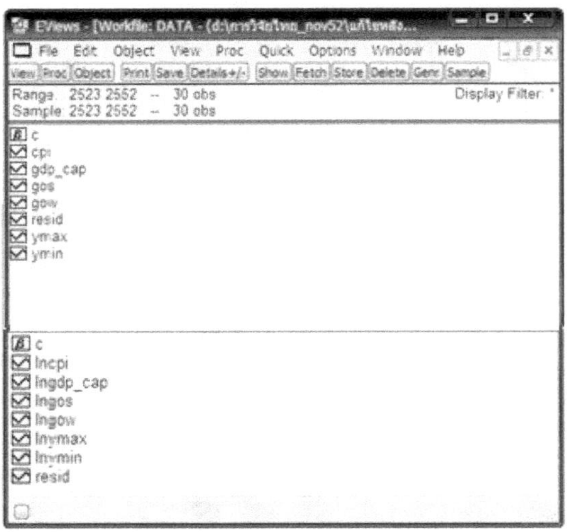

ภาพ 106 โปรแกรมสำเร็จรูปตรวจสอบข้อมูลนำเข้าของตัวแบบคำนวณ

การตรวจสอบข้อมูล CPI ระหว่าง พ.ศ. 2523-2552

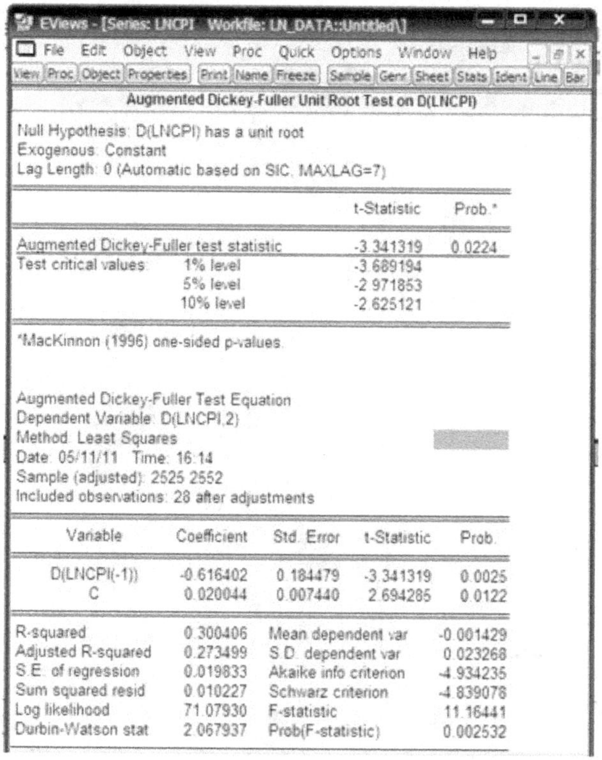

EViews - [Series: LNCPI Workfile: LN_DATA::Untitled\]

File Edit Object View Proc Quick Options Window Help

View Proc Object Properties Print Name Freeze Sample Genr Sheet Stats Ident Line Bar

Augmented Dickey-Fuller Unit Root Test on D(LNCPI)

Null Hypothesis: D(LNCPI) has a unit root
Exogenous: Constant
Lag Length: 0 (Automatic based on SIC, MAXLAG=7)

		t-Statistic	Prob.*
Augmented Dickey-Fuller test statistic		-3.341319	0.0224
Test critical values:	1% level	-3.689194	
	5% level	-2.971853	
	10% level	-2.625121	

*MacKinnon (1996) one-sided p-values.

Augmented Dickey-Fuller Test Equation
Dependent Variable: D(LNCPI,2)
Method: Least Squares
Date: 05/11/11 Time: 16:14
Sample (adjusted): 2525 2552
Included observations: 28 after adjustments

Variable	Coefficient	Std. Error	t-Statistic	Prob.
D(LNCPI(-1))	-0.616402	0.184479	-3.341319	0.0025
C	0.020044	0.007440	2.694285	0.0122

R-squared	0.300406	Mean dependent var	-0.001429
Adjusted R-squared	0.273499	S.D. dependent var	0.023268
S.E. of regression	0.019833	Akaike info criterion	-4.934235
Sum squared resid	0.010227	Schwarz criterion	-4.839078
Log likelihood	71.07930	F-statistic	11.16441
Durbin-Watson stat	2.067937	Prob(F-statistic)	0.002532

ภาพ 107 ผลการตรวจสอบความนิ่งของข้อมูล CPI

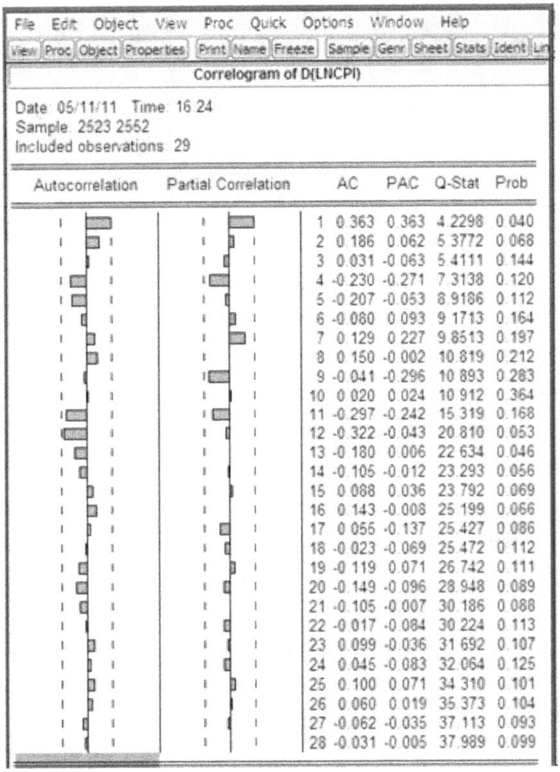

File Edit Object View Proc Quick Options Window Help

View Proc Object Properties Print Name Freeze Sample Genr Sheet Stats Ident

Correlogram of D(LNCPI)

Date: 05/11/11 Time: 16:24
Sample: 2523 2552
Included observations: 29

Autocorrelation	Partial Correlation		AC	PAC	Q-Stat	Prob
		1	0.363	0.363	4.2298	0.040
		2	0.186	0.062	5.3772	0.068
		3	0.031	-0.063	5.4111	0.144
		4	-0.230	-0.271	7.3138	0.120
		5	-0.207	-0.053	8.9186	0.112
		6	-0.080	0.093	9.1713	0.164
		7	0.129	0.227	9.8513	0.197
		8	0.150	-0.002	10.819	0.212
		9	-0.041	-0.296	10.893	0.283
		10	0.020	0.024	10.912	0.364
		11	-0.297	-0.242	15.319	0.168
		12	-0.322	-0.043	20.810	0.053
		13	-0.180	0.006	22.634	0.046
		14	-0.105	-0.012	23.293	0.056
		15	0.088	0.036	23.792	0.069
		16	0.143	-0.008	25.199	0.066
		17	0.055	-0.137	25.427	0.086
		18	-0.023	-0.069	25.472	0.112
		19	-0.119	0.071	26.742	0.111
		20	-0.149	-0.096	28.948	0.089
		21	-0.105	-0.007	30.186	0.088
		22	-0.017	-0.084	30.224	0.113
		23	0.099	-0.036	31.692	0.107
		24	0.045	-0.083	32.064	0.125
		25	0.100	0.071	34.310	0.101
		26	0.060	0.019	35.373	0.104
		27	-0.062	-0.035	37.113	0.093
		28	-0.031	-0.005	37.989	0.099

ภาพ 108 ผลการตรวจสอบสหสัมพันธ์ของข้อมูล CPI

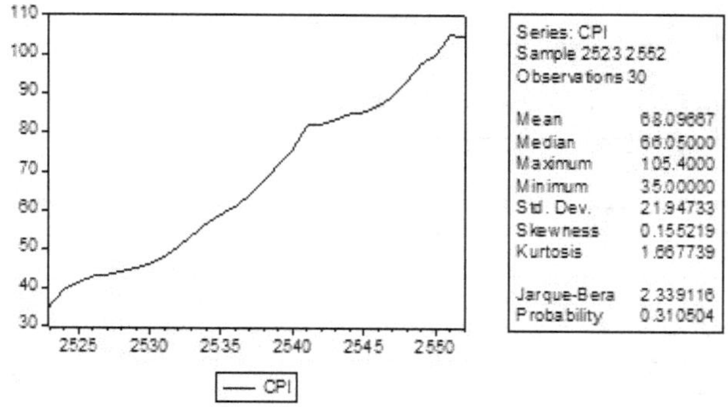

ภาพ 109 ผลการตรวจสอบค่าสถิติของข้อมูล CPI

ตาราง 29

รูปแบบความสัมพันธ์ของตัวแปรดัชนีราคาผู้บริโภค

รูปแบบ	สมการความสัมพันธ์
โพลิโนเมียล	$y = 0.0209x^2 + 1.8241x + 33.224; R^2 = 0.9883$
เอ็กซ์โพเนนเชียล	$y = 35.938e^{0.0378x}; R^2 = 0.9846$
เชิงเส้น	$y = 2.4732x + 29.763; R^2 = 0.9841$
ยกกำลัง	$y = 25.949x^{0.3664}; R^2 = 0.8624$
ลอการิทึม	$y = 22.825\ln(x) + 11.295; R^2 = 0.7822$

หมายเหตุ: รูปแบบของความสัมพันธ์ที่ให้ค่า R^2 สูงกว่า แสดงว่าผลจากการคำนวณจะให้ค่าที่ใกล้เคียงกับข้อมูลมากกว่า จึงควรพิจารณาเลือกไปใช้งาน

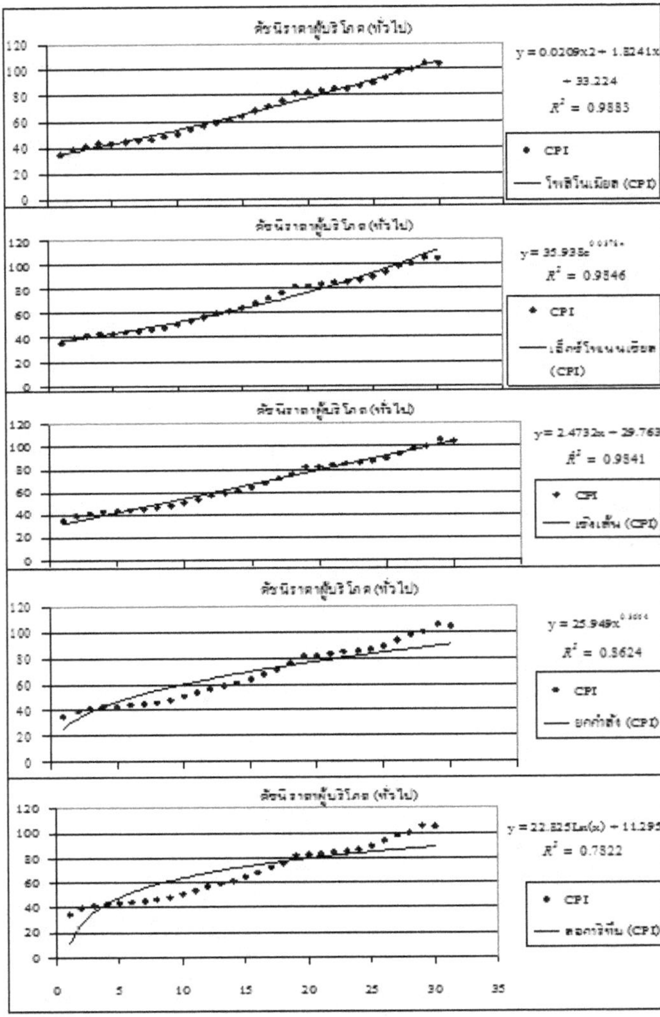

ภาพ 110 ผลการตรวจสอบรูปแบบความสัมพันธ์ของข้อมูล CPI

การตรวจสอบข้อมูล GDP_{CAP} ระหว่าง พ.ศ. 2523-2552

EViews - [Series: LNGDP_CAP Workfile: LN_DATA::Untitled\]

File Edit Object View Proc Quick Options Window Help

View Proc Object Properties Print Name Freeze Sample Genr Sheet Stats Ident Line Bar

Augmented Dickey-Fuller Unit Root Test on D(LNGDP_CAP)

Null Hypothesis: D(LNGDP_CAP) has a unit root
Exogenous: Constant
Lag Length: 0 (Automatic based on SIC, MAXLAG=7)

		t-Statistic	Prob.*
Augmented Dickey-Fuller test statistic		-2.650072	0.0954
Test critical values:	1% level	-3.689194	
	5% level	-2.971853	
	10% level	-2.625121	

*MacKinnon (1996) one-sided p-values.

Augmented Dickey-Fuller Test Equation
Dependent Variable: D(LNGDP_CAP,2)
Method: Least Squares
Date: 05/11/11 Time: 16:58
Sample (adjusted): 2525 2552
Included observations: 28 after adjustments

Variable	Coefficient	Std. Error	t-Statistic	Prob.
D(LNGDP_CAP(-1))	-0.467609	0.176451	-2.650072	0.0135
C	0.018820	0.011014	1.708811	0.0994

R-squared	0.212667	Mean dependent var	-0.002286
Adjusted R-squared	0.182385	S.D. dependent var	0.044517
S.E. of regression	0.040254	Akaike info criterion	-3.518484
Sum squared resid	0.042129	Schwarz criterion	-3.423327
Log likelihood	51.25878	F-statistic	7.022884
Durbin-Watson stat	1.714738	Prob(F-statistic)	0.013513

ภาพ 111 ผลการตรวจสอบความนิ่งของข้อมูล GDP_{CAP}

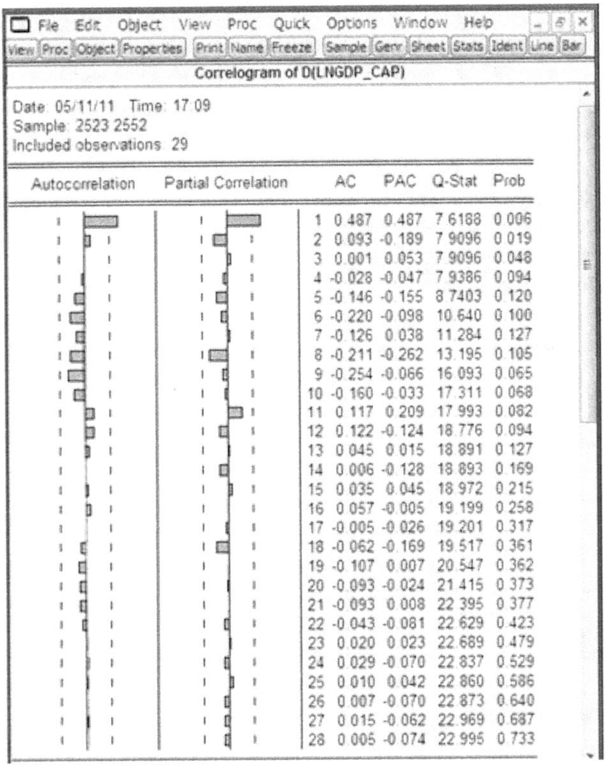

File Edit Object View Proc Quick Options Window Help

View Proc Object Properties Print Name Freeze Sample Genr Sheet Stats Ident Line Bar

Correlogram of D(LNGDP_CAP)

Date: 05/11/11 Time: 17:09
Sample: 2523 2552
Included observations: 29

Autocorrelation	Partial Correlation		AC	PAC	Q-Stat	Prob
		1	0.487	0.487	7.6188	0.006
		2	0.093	-0.189	7.9096	0.019
		3	0.001	0.053	7.9096	0.048
		4	-0.028	-0.047	7.9386	0.094
		5	-0.146	-0.155	8.7403	0.120
		6	-0.220	-0.098	10.640	0.100
		7	-0.126	0.038	11.284	0.127
		8	-0.211	-0.262	13.195	0.105
		9	-0.254	-0.066	16.093	0.065
		10	-0.160	-0.033	17.311	0.068
		11	0.117	0.209	17.993	0.082
		12	0.122	-0.124	18.776	0.094
		13	0.045	0.015	18.891	0.127
		14	0.006	-0.128	18.893	0.169
		15	0.035	0.045	18.972	0.215
		16	0.057	-0.005	19.199	0.258
		17	-0.005	-0.026	19.201	0.317
		18	-0.062	-0.169	19.517	0.361
		19	-0.107	0.007	20.547	0.362
		20	-0.093	-0.024	21.415	0.373
		21	-0.093	0.008	22.395	0.377
		22	-0.043	-0.081	22.629	0.423
		23	0.020	0.023	22.689	0.479
		24	0.029	-0.070	22.837	0.529
		25	0.010	0.042	22.860	0.586
		26	0.007	-0.070	22.873	0.640
		27	0.015	-0.062	22.969	0.687
		28	0.005	-0.074	22.995	0.733

ภาพ 112 ผลการตรวจสอบสหสัมพันธ์ของข้อมูล GDP_{CAP}

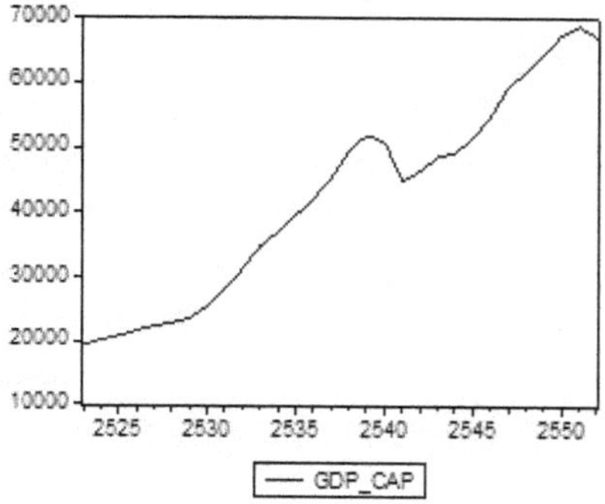

Series: GDP_CAP	
Sample 2523 2552	
Observations 30	
Mean	42455.03
Median	45192.50
Maximum	68856.00
Minimum	19457.00
Std. Dev.	15978.91
Skewness	0.032494
Kurtosis	1.781821
Jarque-Bera	1.860230
Probability	0.394508

ภาพ 113 ผลการตรวจสอบค่าสถิติของข้อมูล GDP_{CAP}

ตาราง 30

รูปแบบความสัมพันธ์ของตัวแปรผลิตภัณฑ์มวลรวมประชาติต่อหัว

รูปแบบ	สมการความสัมพันธ์
โพลิโนเมียล	$y = 1.1986x^2 + 1742.2x + 15073; R^2 = 0.9611$
เอ็กซ์โพเนนเชียล	$y = 19351e0.0457x; R^2 = 0.9438$
เชิงเส้น	$y = 1779.4x + 14874; R^2 = 0.9611$
ยกกำลัง	$y = 12662x0.455; R^2 = 0.8735$
ลอการิทึม	$y = 16755\ln(x) + 757.53; R^2 = 0.7952$

หมายเหตุ: รูปแบบของความสัมพันธ์ที่ให้ค่า R^2 สูงกว่า แสดงว่าผลจากการคำนวณจะให้ค่าที่ใกล้เคียงกับข้อมูลมากกว่า จึงควรพิจารณาเลือกไปใช้งาน

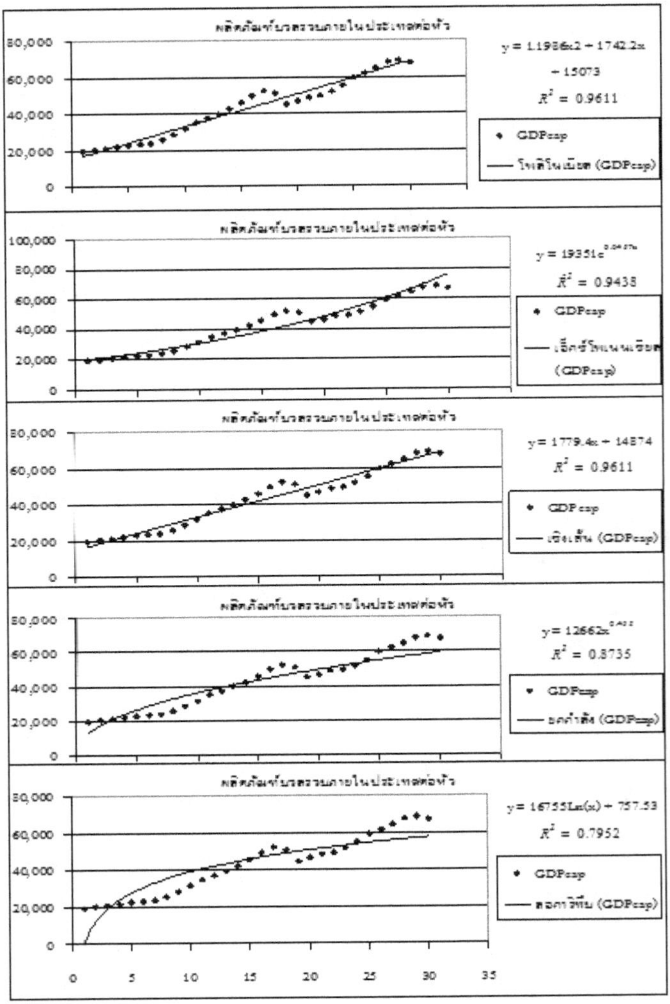

ภาพ 114 ผลการตรวจสอบรูปแบบความสัมพันธ์ของข้อมูล GDP_{CAP}

การตรวจสอบข้อมูล GOS ระหว่าง พ.ศ. 2523-2552

EViews - [Series: LNGOS Workfile: LN_DATA::Untitled\]

File Edit Object View Proc Quick Options Window Help

View Proc Object Properties Print Name Freeze Sample Genr Sheet Stats Ident Line Bar

Augmented Dickey-Fuller Unit Root Test on D(LNGOS)

Null Hypothesis: D(LNGOS) has a unit root
Exogenous: Constant
Lag Length: 0 (Automatic based on SIC, MAXLAG=7)

		t-Statistic	Prob.*
Augmented Dickey-Fuller test statistic		-9.202525	0.0000
Test critical values:	1% level	-3.689194	
	5% level	-2.971853	
	10% level	-2.625121	

*MacKinnon (1996) one-sided p-values.

Augmented Dickey-Fuller Test Equation
Dependent Variable: D(LNGOS,2)
Method: Least Squares
Date: 05/11/11 Time: 17:02
Sample (adjusted): 2525 2552
Included observations: 28 after adjustments

Variable	Coefficient	Std. Error	t-Statistic	Prob.
D(LNGOS(-1))	-1.524696	0.165682	-9.202525	0.0000
C	0.124934	0.026226	4.763823	0.0001

R-squared	0.765102	Mean dependent var	-0.006925
Adjusted R-squared	0.756068	S.D. dependent var	0.235332
S.E. of regression	0.116229	Akaike info criterion	-1.397755
Sum squared resid	0.351240	Schwarz criterion	-1.302597
Log likelihood	21.56857	F-statistic	84.68646
Durbin-Watson stat	1.895737	Prob(F-statistic)	0.000000

ภาพ 115 ผลการตรวจสอบความนิ่งของข้อมูล GOS

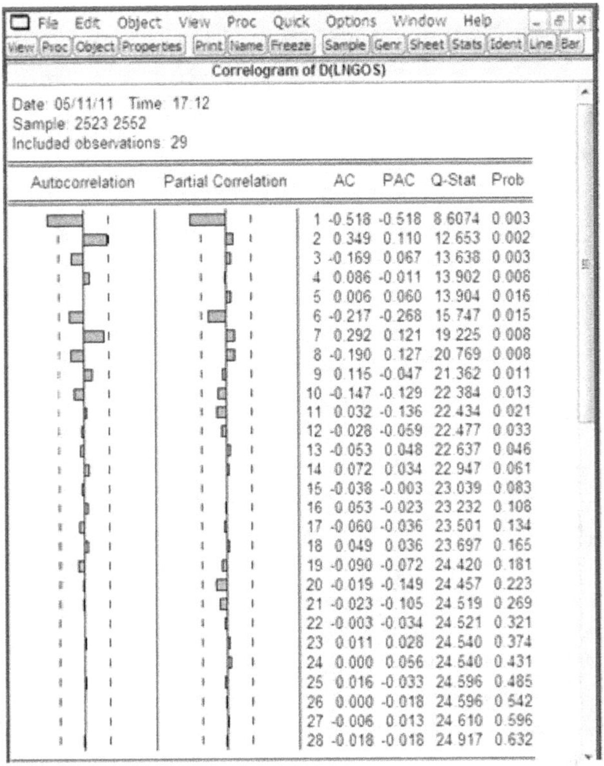

Correlogram of D(LNGOS)

Date: 05/11/11 Time: 17:12
Sample: 2523 2552
Included observations: 29

	AC	PAC	Q-Stat	Prob
1	-0.518	-0.518	8.6074	0.003
2	0.349	0.110	12.653	0.002
3	-0.169	0.067	13.638	0.003
4	0.086	-0.011	13.902	0.008
5	0.006	0.060	13.904	0.016
6	-0.217	-0.268	15.747	0.015
7	0.292	0.121	19.225	0.008
8	-0.190	0.127	20.769	0.008
9	0.115	-0.047	21.362	0.011
10	-0.147	-0.129	22.384	0.013
11	0.032	-0.136	22.434	0.021
12	-0.028	-0.059	22.477	0.033
13	-0.053	0.048	22.637	0.046
14	0.072	0.034	22.947	0.061
15	-0.038	-0.003	23.039	0.083
16	0.053	-0.023	23.232	0.108
17	-0.060	-0.036	23.501	0.134
18	0.049	0.036	23.697	0.165
19	-0.090	-0.072	24.420	0.181
20	-0.019	-0.149	24.457	0.223
21	-0.023	-0.105	24.519	0.269
22	-0.003	-0.034	24.521	0.321
23	0.011	0.028	24.540	0.374
24	0.000	0.056	24.540	0.431
25	0.016	-0.033	24.596	0.485
26	0.000	-0.018	24.596	0.542
27	-0.006	0.013	24.610	0.596
28	-0.018	-0.018	24.917	0.632

ภาพ 116 ผลการตรวจสอบสหสัมพันธ์ของข้อมูล GOS

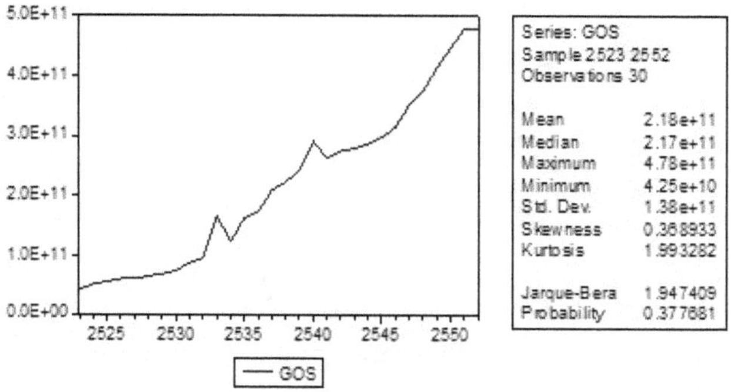

ภาพ 117 ผลการตรวจสอบค่าสถิติของข้อมูล GOS

ตาราง 31

รูปแบบความสัมพันธ์ของตัวแปรด้านรายจ่ายค่าจ้างเงินเดือนของข้าราชการ

รูปแบบ	สมการความสัมพันธ์
โพลิโนเมียล	$y = 292.97x^2 + 5618x + 23578; R^2 = 0.9765$
เอ็กซ์โพเนนเชียล	$y = 40157e^{0.0877x}; R^2 = 0.96$
เชิงเส้น	$y = 14700x - 24860; R^2 = 0.9539$
ยกกำลัง	$y = 17974x^{0.8692}; R^2 = 0.8802$
ลอการิทึม	$y = 131318\ln(x) - 123808; R^2 = 0.7104$

หมายเหตุ: รูปแบบของความสัมพันธ์ที่ให้ค่า R^2 สูงกว่า แสดงว่าผลจากการคำนวณจะให้ค่าที่ใกล้เคียงกับข้อมูลมากกว่า จึงควรพิจารณาเลือกไปใช้งาน

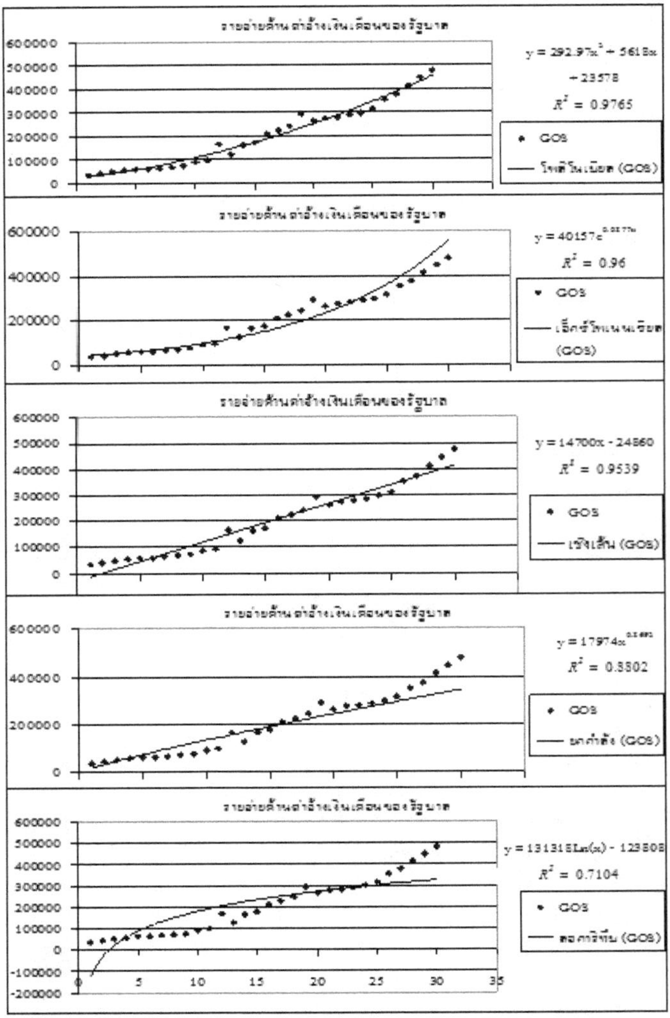

ภาพ 118 ผลการตรวจสอบรูปแบบความสัมพันธ์ของข้อมูล GOS

การตรวจสอบข้อมูล GOW ระหว่าง พ.ศ. 2523-2552

EViews - [Series: LNGOW Workfile: LN_DATA::Untitled\]

File Edit Object View Proc Quick Options Window Help

View Proc Object Properties Print Name Freeze Sample Genr Sheet Stats Ident Line Bar

Augmented Dickey-Fuller Unit Root Test on D(LNGOW)

Null Hypothesis: D(LNGOW) has a unit root
Exogenous: Constant
Lag Length: 0 (Automatic based on SIC, MAXLAG=7)

		t-Statistic	Prob.*
Augmented Dickey-Fuller test statistic		-4.512215	0.0013
Test critical values:	1% level	-3.689194	
	5% level	-2.971853	
	10% level	-2.625121	

*MacKinnon (1996) one-sided p-values.

Augmented Dickey-Fuller Test Equation
Dependent Variable: D(LNGOW,2)
Method: Least Squares
Date: 05/11/11 Time: 17:03
Sample (adjusted): 2525 2552
Included observations: 28 after adjustments

Variable	Coefficient	Std. Error	t-Statistic	Prob.
D(LNGOW(-1))	-0.907558	0.201134	-4.512215	0.0001
C	0.091278	0.026410	3.456159	0.0019

R-squared	0.439173	Mean dependent var	-0.004132
Adjusted R-squared	0.417602	S.D. dependent var	0.109719
S.E. of regression	0.083732	Akaike info criterion	-2.053634
Sum squared resid	0.182289	Schwarz criterion	-1.958477
Log likelihood	30.75088	F-statistic	20.36008
Durbin-Watson stat	1.895933	Prob(F-statistic)	0.000122

ภาพ 119 ผลการตรวจสอบความนิ่งของข้อมูล GOW

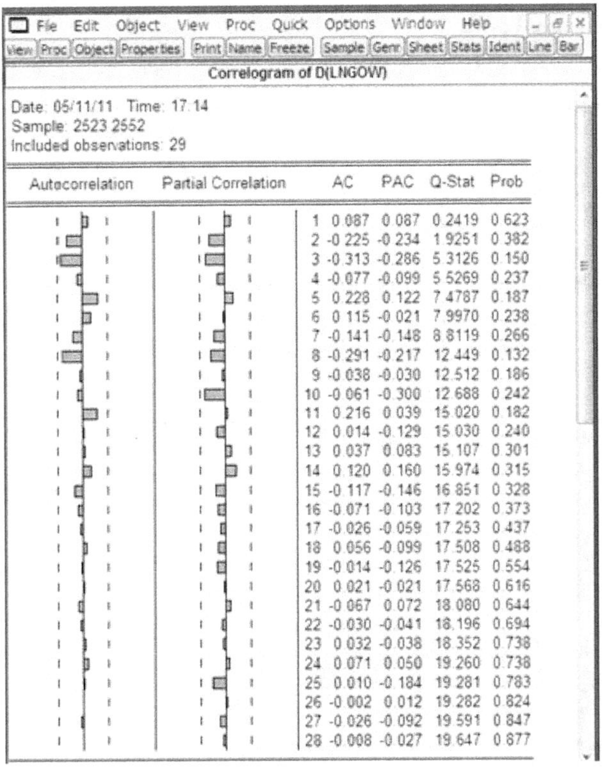

Correlogram of D(LNGOW)

Date: 05/11/11 Time: 17:14
Sample: 2523 2552
Included observations: 29

	AC	PAC	Q-Stat	Prob
1	0.087	0.087	0.2419	0.623
2	-0.225	-0.234	1.9251	0.382
3	-0.313	-0.286	5.3126	0.150
4	-0.077	-0.099	5.5269	0.237
5	0.228	0.122	7.4787	0.187
6	0.115	-0.021	7.9970	0.238
7	-0.141	-0.148	8.8119	0.266
8	-0.291	-0.217	12.449	0.132
9	-0.038	-0.030	12.512	0.186
10	-0.061	-0.300	12.688	0.242
11	0.216	0.039	15.020	0.182
12	0.014	-0.129	15.030	0.240
13	0.037	0.083	15.107	0.301
14	0.120	0.160	15.974	0.315
15	-0.117	-0.146	16.851	0.328
16	-0.071	-0.103	17.202	0.373
17	-0.026	-0.059	17.253	0.437
18	0.056	-0.099	17.508	0.488
19	-0.014	-0.126	17.525	0.554
20	0.021	-0.021	17.568	0.616
21	-0.067	0.072	18.080	0.644
22	-0.030	-0.041	18.196	0.694
23	0.032	-0.038	18.352	0.738
24	0.071	0.050	19.260	0.738
25	0.010	-0.184	19.281	0.783
26	-0.002	0.012	19.282	0.824
27	-0.026	-0.092	19.591	0.847
28	-0.008	-0.027	19.647	0.877

ภาพ 120 ผลการตรวจสอบสหสัมพันธ์ของข้อมูล GOW

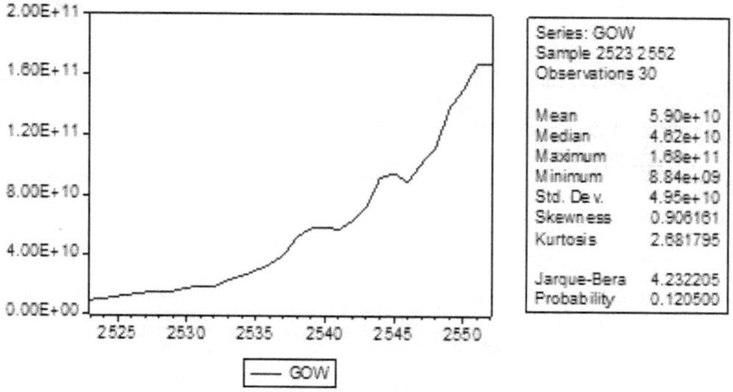

ภาพ 121 ผลการตรวจสอบค่าสถิติของข้อมูล GOW

ตาราง 32

รูปแบบความสัมพันธ์ของตัวแปรด้านรายจ่ายสวัสดิการของข้าราชการ

รูปแบบ	สมการความสัมพันธ์
โพลิโนเมียล	$y = 224.82x^2 - 2101.1x + 15309; R^2 = 0.9826$
เอ็กซ์โพเนนเชียล	$y = 6881.8e^{0.1069x}; R^2 = 0.9899$
เชิงเส้น	$y = 4868.3x - 21860; R^2 = 0.8715$
ยกกำลัง	$y = 2826.1x^{1.0236}; R^2 = 0.8465$
ลอการิทึม	$y = 40888\ln(x) - 48156; R^2 = 0.5737$

หมายเหตุ: รูปแบบของความสัมพันธ์ที่ให้ค่า R^2 สูงกว่า แสดงว่าผลจากการคำนวณจะให้ค่าที่ใกล้เคียงกับข้อมูลมากกว่า จึงควรพิจารณาเลือกไปใช้งาน

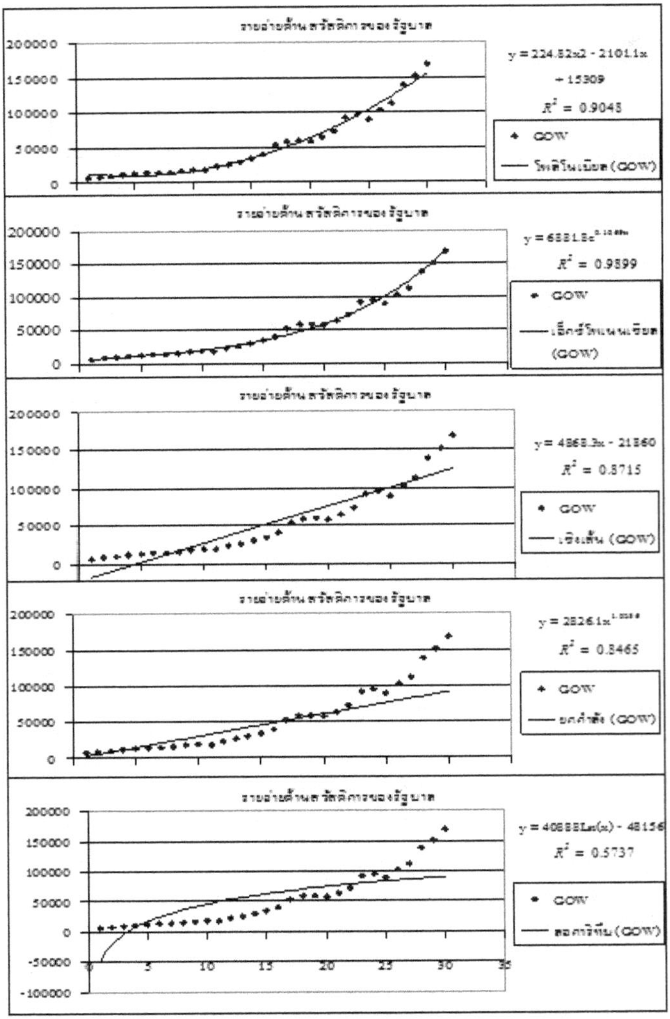

ภาพ 122 ผลการตรวจสอบรูปแบบความสัมพันธ์ของข้อมูล GOW

การตรวจสอบข้อมูล Y_{MAX} ระหว่าง พ.ศ. 2523-2552

EViews - [Series: LNYMAX Workfile: LN_DATA::Untitled\]

File Edit Object View Proc Quick Options Window Help

View Proc Object Properties Print Name Freeze Sample Genr Sheet Stats Ident Line Bar

Augmented Dickey-Fuller Unit Root Test on D(LNYMAX)

Null Hypothesis: D(LNYMAX) has a unit root
Exogenous: Constant
Lag Length: 0 (Automatic based on SIC, MAXLAG=7)

		t-Statistic	Prob.*
Augmented Dickey-Fuller test statistic		-5.308356	0.0002
Test critical values:	1% level	-3.689194	
	5% level	-2.971853	
	10% level	-2.625121	

*MacKinnon (1996) one-sided p-values.

Augmented Dickey-Fuller Test Equation
Dependent Variable: D(LNYMAX,2)
Method: Least Squares
Date: 05/11/11 Time: 17:05
Sample (adjusted): 2525 2552
Included observations: 28 after adjustments

Variable	Coefficient	Std. Error	t-Statistic	Prob.
D(LNYMAX(-1))	-1.040212	0.195968	-5.308356	0.0000
C	0.052170	0.022205	2.349537	0.0267

R-squared	0.520106	Mean dependent var	0.000000
Adjusted R-squared	0.501649	S.D. dependent var	0.149247
S.E. of regression	0.105360	Akaike info criterion	-1.594125
Sum squared resid	0.288617	Schwarz criterion	-1.498968
Log likelihood	24.31775	F-statistic	28.17864
Durbin-Watson stat	1.893469	Prob(F-statistic)	0.000015

ภาพ 123 ผลการตรวจสอบความนิ่งของข้อมูล Y_{MAX}

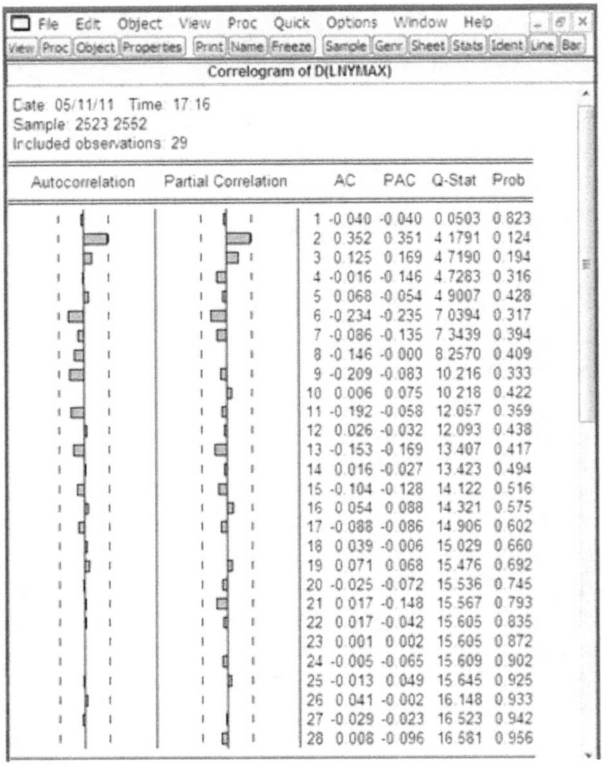

File Edit Object View Proc Quick Options Window Help

View Proc Object Properties Print Name Freeze Sample Genr Sheet Stats Ident Line Bar

Correlogram of D(LNYMAX)

Date: 05/11/11 Time: 17:16
Sample: 2523 2552
Included observations: 29

	AC	PAC	Q-Stat	Prob
1	-0.040	-0.040	0.0503	0.823
2	0.352	0.351	4.1791	0.124
3	0.125	0.169	4.7190	0.194
4	-0.016	-0.146	4.7283	0.316
5	0.068	-0.054	4.9007	0.428
6	-0.234	-0.235	7.0394	0.317
7	-0.086	-0.135	7.3439	0.394
8	-0.146	-0.000	8.2570	0.409
9	-0.209	-0.083	10.216	0.333
10	0.006	0.075	10.218	0.422
11	-0.192	-0.058	12.057	0.359
12	0.026	-0.032	12.093	0.438
13	-0.153	-0.169	13.407	0.417
14	0.016	-0.027	13.423	0.494
15	-0.104	-0.128	14.122	0.516
16	0.054	0.088	14.321	0.575
17	-0.088	-0.086	14.906	0.602
18	0.039	-0.006	15.029	0.660
19	0.071	0.068	15.476	0.692
20	-0.025	-0.072	15.536	0.745
21	0.017	-0.148	15.567	0.793
22	0.017	-0.042	15.605	0.835
23	0.001	0.002	15.605	0.872
24	-0.005	-0.065	15.609	0.902
25	-0.013	0.049	15.645	0.925
26	0.041	-0.002	16.148	0.933
27	-0.029	-0.023	16.523	0.942
28	0.008	-0.096	16.581	0.956

ภาพ 124 ผลการตรวจสอบสหสัมพันธ์ของข้อมูล Y_{MAX}

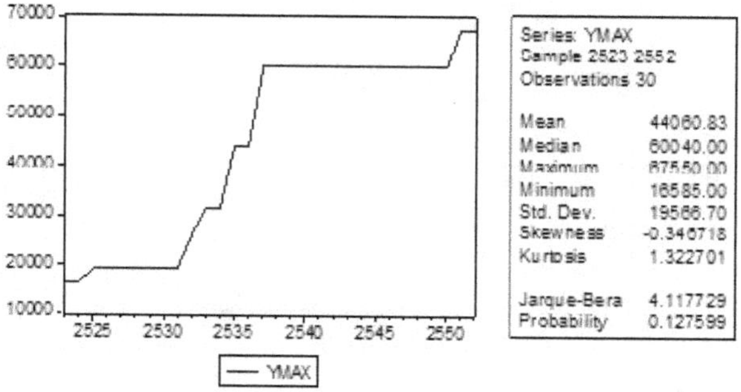

ภาพ 125 ผลการตรวจสอบค่าสถิติของข้อมูล Y_{MAX}

ตาราง 33

รูปแบบความสัมพันธ์ของอัตราเงินเดือนขั้นสูงสุดของโครงสร้างเงินเดือน

รูปแบบ	สมการความสัมพันธ์
โพลิโนเมียล	$y = -49.619x^2 + 3573.3x + 3995.5; R^2 = 0.8921$
เชิงเส้น	$y = 2033.2x + 12199, R^2 = 0.8615$
เอ็กซ์โพเนนเชียล	$y = 16349e^{0.0336x}; R^2 = 0.841$
ยกกำลัง	$y = 9529.9x^{0.3622}; R^2 = 0.805$
ลอการิทึม	$y = 19873\ln(x) - 5711.4; R^2 = 0.7666$

หมายเหตุ: รูปแบบของความสัมพันธ์ที่ให้ค่า R^2 สูงกว่า แสดงว่าผลจากการคำนวณจะให้ค่าที่ใกล้เคียงกับข้อมูลมากกว่า จึงควรพิจารณาเลือกไปใช้งาน

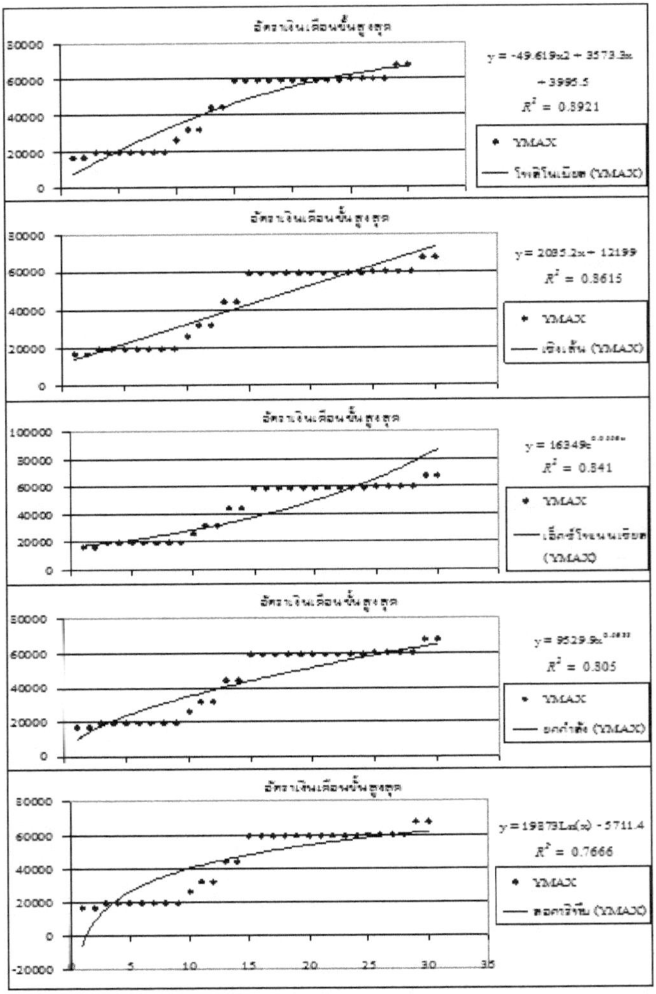

ภาพ 126 ผลการตรวจสอบรูปแบบความสัมพันธ์ของข้อมูล Y_{MAX}

การตรวจสอบข้อมูล $Y_{\text{[illegible]}}$ ระหว่าง พ.ศ. 2523-2552

EViews - [Series: LNYMIN Workfile: LN_DATA::Untitled\]

File Edit Object View Proc Quick Options Window Help

View Proc Object Properties Print Name Freeze Sample Genr Sheet Stats Ident Line Bar

Augmented Dickey-Fuller Unit Root Test on D(LNYMIN)

Null Hypothesis: D(LNYMIN) has a unit root
Exogenous: Constant
Lag Length: 0 (Automatic based on SIC, MAXLAG=7)

		t-Statistic	Prob.*
Augmented Dickey-Fuller test statistic		-5.380797	0.0001
Test critical values:	1% level	-3.689194	
	5% level	-2.971853	
	10% level	-2.625121	

*MacKinnon (1996) one-sided p-values.

Augmented Dickey-Fuller Test Equation
Dependent Variable: D(LNYMIN,2)
Method: Least Squares
Date: 05/11/11 Time: 17:06
Sample (adjusted): 2525 2552
Included observations: 28 after adjustments

Variable	Coefficient	Std. Error	t-Statistic	Prob.
D(LNYMIN(-1))	-1.053736	0.195833	-5.380797	0.0000
C	0.039700	0.016650	2.384291	0.0247

R-squared	0.526868	Mean dependent var	0.000000
Adjusted R-squared	0.508671	S.D. dependent var	0.112682
S.E. of regression	0.078984	Akaike info criterion	-2.170393
Sum squared resid	0.162200	Schwarz criterion	-2.075235
Log likelihood	32.38550	F-statistic	28.95298
Durbin-Watson stat	1.843020	Prob(F-statistic)	0.000012

ภาพ 127 ผลการตรวจสอบความนิ่งของข้อมูล $Y_{\text{[illegible]}}$

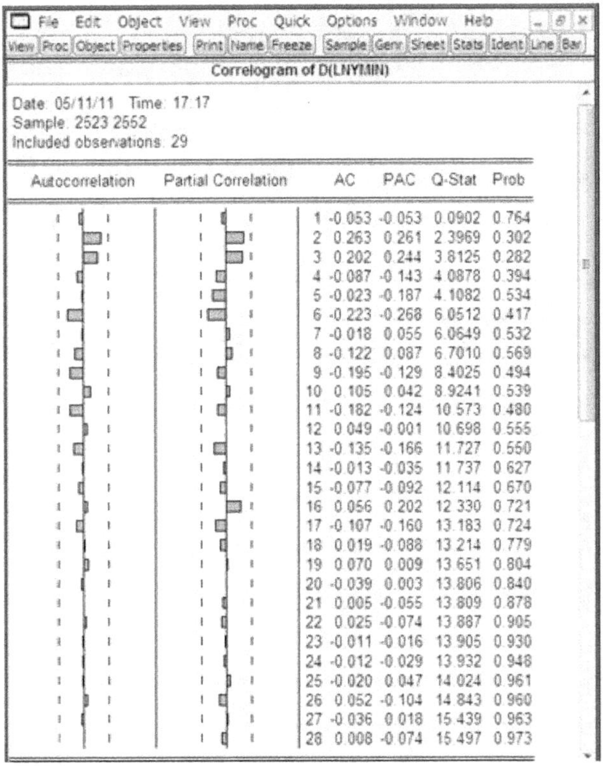

	AC	PAC	Q-Stat	Prob
1	-0.053	-0.053	0.0902	0.764
2	0.263	0.261	2.3969	0.302
3	0.202	0.244	3.8125	0.282
4	-0.087	-0.143	4.0878	0.394
5	-0.023	-0.187	4.1082	0.534
6	-0.223	-0.268	6.0512	0.417
7	-0.018	0.055	6.0649	0.532
8	-0.122	0.087	6.7010	0.569
9	-0.195	-0.129	8.4025	0.494
10	0.105	0.042	8.9241	0.539
11	-0.182	-0.124	10.573	0.480
12	0.049	-0.001	10.698	0.555
13	-0.135	-0.166	11.727	0.550
14	-0.013	-0.035	11.737	0.627
15	-0.077	-0.092	12.114	0.670
16	0.056	0.202	12.330	0.721
17	-0.107	-0.160	13.183	0.724
18	0.019	-0.088	13.214	0.779
19	0.070	0.009	13.651	0.804
20	-0.039	0.003	13.806	0.840
21	0.005	-0.055	13.809	0.878
22	0.025	-0.074	13.887	0.905
23	-0.011	-0.016	13.905	0.930
24	-0.012	-0.029	13.932	0.948
25	-0.020	0.047	14.024	0.961
26	0.052	-0.104	14.843	0.960
27	-0.036	0.018	15.439	0.963
28	0.008	-0.074	15.497	0.973

ภาพ 128 ผลการตรวจสอบสหสัมพันธ์ของข้อมูล Y_{MIN}

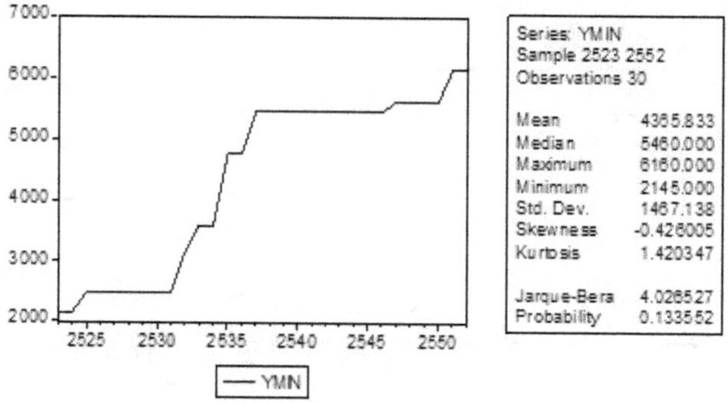

ภาพ 129 ผลการตรวจสอบค่าสถิติของข้อมูล Y_{MIN}

ตาราง 34

รูปแบบความสัมพันธ์ของอัตราเงินเดือนขั้นต่ำสุดของโครงสร้างอัตราเงินเดือน

รูปแบบ	สมการความสัมพันธ์
โพลิโนเมียล	$y = -4.3462x^2 + 289.66x + 1245.9; R^2 = 0.9048$
เชิงเส้น	$y = 154.93x + 1964.4; R^2 = 0.8642$
เอ็กซ์โพเนนเชียล	$y = 2195.4e^{0.0401x}; R^2 = 0.8416$
ยกกำลัง	$y = 1472.4x^{0.4104}; R^2 = 0.8219$
ลอการิทึม	$y = 1537.2\ln(x) + 540.42; R^2 = 0.7939$

หมายเหตุ: รูปแบบของความสัมพันธ์ที่ให้ค่า R^2 สูงกว่า แสดงว่าผลจากการคำนวณจะให้ค่าที่ใกล้เคียงกับข้อมูลมากกว่า จึงควรพิจารณาเลือกไปใช้งาน

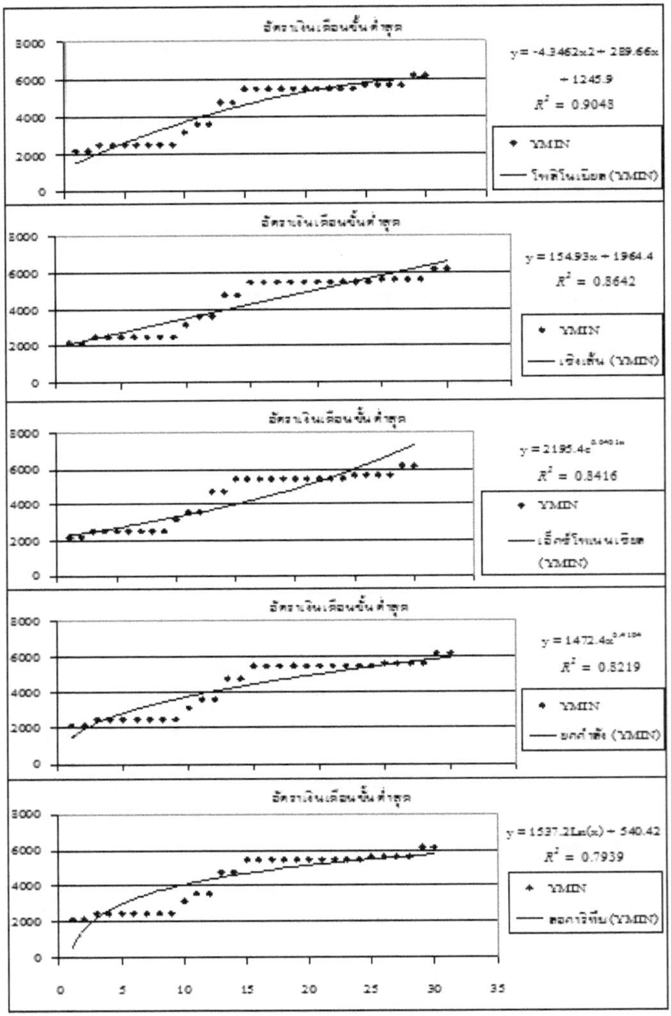

ภาพ 130 ผลการตรวจสอบรูปแบบความสัมพันธ์ของข้อมูล Y_{MIN}

Appendix 2

Highest Possibility

การตรวจสอบสมการเส้นขอบเขตความควรจะเป็นสูงสุด

การตรวจสอบสมการเส้นขอบเขตความควรจะเป็นสูงสุด

ตาราง 35

สมการเส้นความควรจะเป็นสูงสุดของขั้นสูงสุดในแต่ละรูปแบบความสัมพันธ์

ลักษณะเส้น	เส้นขอบเขตค่าสูงสุด
โพลิโนเมียล	$y = 10.342x^2 + 2736.3x + 9440.5; R^2 = 0.9643$
เชิงเส้น	$y = 3056.9x + 7730.7; R^2 = 0.9637$
เอ็กซ์โพเนนเชียล	$y = 17437e^{0.0646x}; R^2 = 0.9342$
ยกกำลัง	$y = 9420.1x0.6501; R^2 = 0.8815$
ลอการิทึม	$y = 28495\ln(x) - 15800; R^2 = 0.7814$

ตาราง 36

สมการเส้นความควรจะเป็นสูงสุดของขั้นต่ำสุดในแต่ละรูปแบบความสัมพันธ์

ลักษณะเส้น	เส้นขอบเขตค่าต่ำสุด
โพลิโนเมียล	$y = -2.8615x^2 + 278.73x + 1528.4; R^2 = 0.9404$
เชิงเส้น	$y = 190.02x + 2001.5; R^2 = 0.9278$
เอ็กซ์โพเนนเชียล	$y = 2363.4e^{0.0431x}; R^2 = 0.8925$
ยกกำลัง	$y = 1537.2x0.4411; R^2 = 0.8737$
ลอการิทึม	$y = 1855\ln(x) + 330.48; R^2 = 0.8251$

เส้นความควรจะเป็นสูงสุดของขั้นสูงสุด

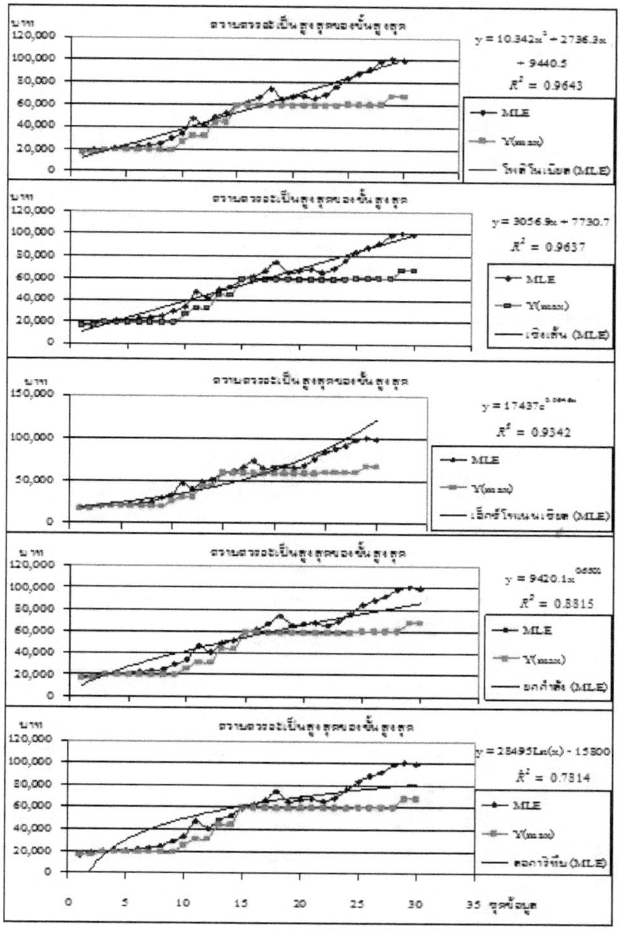

ภาพ 132 ผลการตรวจสอบรูปแบบความสัมพันธ์ความควรจะเป็นสูงสุดของขั้นสูงสุด

เส้นความควรจะเป็นสูงสุดของขั้นต่ำสุด

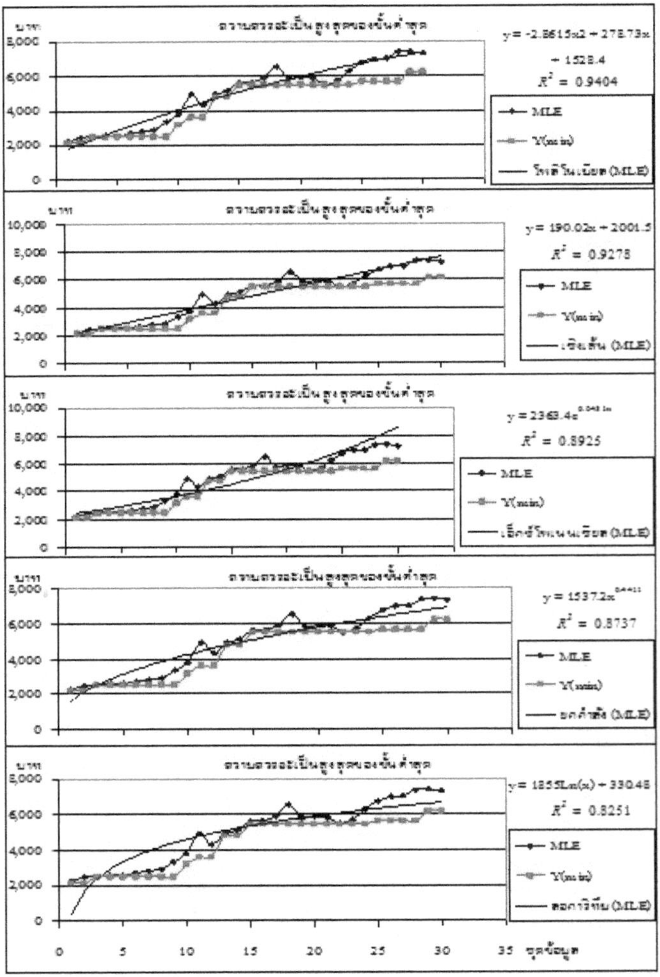

ภาพ 133 ผลการตรวจสอบรูปแบบความสัมพันธ์ความควรจะเป็นสูงสุดของขั้นต่ำสุด

Appendix 3

The statistics of the basic salary

ค่าสถิติของตารางอัตราเงินเดือนพื้นฐาน

ตาราง 37

เปรียบเทียบค่าทางสถิติของตารางอัตราเงินเดือนข้าราชการทหารที่สร้างจากตัวแบบคำนวณ กับตารางอัตราเงินเดือนข้าราชการทหารไทยและข้าราชการทหารต่างประเทศ

ตารางเงินเดือน	จำนวนกลุ่มงาน	จำนวนขั้นของกลุ่มงาน																		
		1	2	3	4	5	6	7	8	9	10	11	12	13	14	15	16	17	18	19
ข้าราชการทหารไทยที่สร้างขึ้น	9	36	33	25	18	16	16	11	7	3	-	-	-	-	-	-	-	-	-	-
ข้าราชการทหารไทยใช้จริง	9	37	26	30	26	25	19	16	14	9	-	-	-	-	-	-	-	-	-	-
ข้าราชการพลเรือนไทยใช้จริง	10	20	20	20	20	20	24	20	19	16	10	-	-	-	-	-	-	-	-	-
ข้าราชการทหารอเมริกาใช้จริง	10	3	6	14	10	22	30	30	34	15	3	-	-	-	-	-	-	-	-	-
ข้าราชการทหารญี่ปุ่นใช้จริง	11	145	137	129	105	97	81	57	45	45	4	8	-	-	-	-	-	-	-	-
ข้าราชการทหารออสเตรเลียใช้จริง	19	10	10	10	10	10	10	10	10	10	10	10	10	10	10	10	10	10	10	10
ข้าราชการทหารอังกฤษใช้จริง	6	10	9	9	9	9	5	-	-	-	-	-	-	-	-	-	-	-	-	-
ข้าราชการทหารอินเดียใช้จริง	8	7	7	11	10	6	6	9	5	-	-	-	-	-	-	-	-	-	-	-

Appendix 3: The statistics of the basic salary

ตาราง 38

เปรียบเทียบค่าทางสถิติของตารางอัตราเงินเดือนข้าราชการทหารที่สร้างจากตัวแบบคำนวณเทียบกับตารางอัตราเงินเดือนข้าราชการทหารที่ใช้งานจริง พ.ศ. 2552

เปรียบเทียบตารางเงินเดือน	ขั้นสูงสุดต่อขั้นต่ำสุดของโครงสร้าง	อัตราความเหลื่อมล้ำ	อัตราความกว้าง	อัตราความก้าวหน้า (Progress)							
				ขั้นสูงสุด	ค่าเฉลี่ย	ค่าตรงกลาง	ค่ากลาง	ขั้นต่ำสุด	ค่ากลางช่วงบน	ค่ากลางช่วงกลาง	ค่ากลางช่วงขั้นบันได
ตารางเงินเดือนข้าราชการทหารไทยที่สร้างขึ้น	10.97	67, 67, 67, 67, 67, 67, 67, 50	332, 158, 103, 77, 61, 51, 43, 25, 11	26, 20, 17, 14, 13, 11, 0, 0	35, 25, 21, 17, 8, 20, 5, 6	33, 22, 20, 17, 15, 11, 4, 6	42, 29, 23, 19, 16, 14, 6, 6	111, 42, 29, 23, 19, 16, 14, 14	29, 23, 19, 16, 12, 12	42, 29, 23, 19, 16, 14, 12	71, 34, 26, 20, 17, 14, 13
ตารางเงินเดือนข้าราชการทหารไทยที่ใช้จริง	10.97	70, 86, 89, 86, 85, 84, 88, 55	346,168, 208, 167, 157, 109, 93, 73, 34	22, 41, 7, 18, 0, 8, 0, 3	44, 33, 13, 20, 8, 11, 4, 14	47, 32, 14, 21, 9, 12, 4, 15	37, 36, 10, 19, 6, 11, 4, 14	103, 23, 23, 23, 23, 17, 11, 33	-	-	-

ตาราง 38 (ต่อ)

เปรียบเทียบตารางเงินเดือน	ขั้นสูงสุดต่อขั้นต่ำสุดของโครงสร้าง	อัตราความเหลื่อมล้ำ	อัตราความกว้าง	อัตราความก้าวหน้า (Progress)							
				ขั้นสูงสุด	ค่าเฉลี่ย	ค่าตรงกลาง	ค่ากลาง	ขั้นต่ำสุด	ค่ากลางช่วงบน	ค่ากลางช่วงกลาง	ค่ากลางช่วงขั้นบันได
ตารางเงินเดือนข้าราชการพลเรือนไทยที่ใช้จริง	9.78	81, 81, 81, 81, 81, 85, 81, 84, 55	118, 119, 118, 119, 118, 151, 118, 109, 93, 40	23, 22, 24, 22, 41, 7, 18, 8, 3	23, 23, 23, 22, 2, 48, 20, 11, 17	23, 23, 23, 23, 33, 14, 20, 12, 17	23, 22, 24, 22, 36, 11, 20, 11, 16	22, 22, 23, 23, 23, 23, 23, 17, 42	-	-	-
ตารางเงินเดือนข้าราชการทหารอเมริกาที่ใช้จริง	5.55	41, 59, 78, 76, 71, 55, 59, 6, 3	26, 38, 63, 67, 70, 77, 49, 44, 15, 0	27, 36, 17, 18, 25, 14, 16, 13, 0	32, 29, 16, 13, 21, 24, 16, 21, 7	48, 24, 15, 11, 18, 29, 16, 20, 7	22, 28, 16, 17, 23, 21, 18, 24, 7	15, 16, 14, 16, 20, 35, 20, 41, 14	-	-	-

ตาราง 38 (ต่อ)

เปรียบเทียบตาราง-เงินเดือน	ขั้นสูงสุดต่อขั้น-ต่ำสุดของโครงสร้าง	อัตรา-ความ-เหลื่อม-ล้ำ	อัตรา-ความ-กว้าง	อัตราความก้าวหน้า (Progress)							
				ขั้นสูงสุด	ค่าเฉลี่ย	ค่าตรงกลาง	ค่ากลาง	ขั้นต่ำสุด	ค่ากลางช่วงบน	ค่ากลางช่วง-กลาง	ค่ากลางช่วง-ขั้นบันได
ตารางเงินเดือนข้าราชการทหาร-ญี่ปุ่นที่ใช้จริง	5.10	96, 88, 74, 83, 67, 53, 80, 42, – 136, 100	90, 86, 71, 51, 46, 30, 17, 19, 16, 27, 66	0.87, 1.72, 4.78, 5.10, 2.48, 3.19, 4.72, 8.37, 50.62, 31.30	3.21, 5.03, 9.64, 6.20, 6.32, 6.24, 4.38, 9.03, 41.85, 17.32	3.79, 6.07, 9.84, 5.49, 4.64, 5.84, 4.58, 8.01, 40.14, 17.80	1.74, 4.84, 9.73, 6.52, 7.78, 7.90, 4.15, 9.52, 44.86, 17.49	3.39, 10.61, 18.19, 8.68, 15.52, 14.01, 3.48, 10.90, 38.17, 0	-	-	-

ตาราง 38 (ต่อ)

เปรียบเทียบตารางเงินเดือน	ขั้นสูงสุดต่อขั้นต่ำสุดของโครงสร้าง	อัตราความเหลื่อมล้ำ	อัตราความกว้าง	อัตราความก้าวหน้า (Progress)							
				ขั้นสูงสุด	ค่าเฉลี่ย	ค่าตรงกลาง	ค่ากลาง	ขั้นต่ำสุด	ค่ากลางช่วงบน	ค่ากลางช่วงกลาง	ค่ากลางช่วงขั้นบันได
ตารางเงินเดือนข้าราชการทหารอาสาสมัครเสียที่ใช้จริง	3.68	96, 96, 95, 95, 95, 89, 94, 94, 94, 94, 94, 89, 95, 92, 30, 91, 60, 90	84, 81, 79, 76, 73, 70, 65, 63, 60, 58, 56, 54, 51, 50, 48, 36, 35, 31, 30	1.91, 1.88, 2.14, 2.19, 2.18, 4.42, 2.48, 2.42, 2.36, 2.32, 2.26, 3.86, 2.24, 2.19, 23, 2.49, 10, 2.25	2.49, 2.43, 2.76, 2.81, 2.78, 5.59, 3.11, 3.01, 2.92, 2.85, 2.76, 4.70, 2.66, 2.68, 27, 2.88, 12, 2.55	2.52, 2.46, 2.79, 2.84, 2.80, 5.65, 3.14, 3.03, 2.94, 2.88, 2.79, 4.74, 2.73, 2.65, 27, 2.89, 12, 2.56	2.47, 2.42, 2.75, 2.79, 2.76, 5.56, 3.10, 2.99, 2.90, 2.84, 2.75, 4.68, 2.44, 2.88, 27, 2.87, 12, 2.54	3.51, 3.40, 3.82, 3.85, 3.77, 7.52, 4.11, 3.93, 3.78, 3.66, 3.52, 5.95, 2.73, 3.92, 33, 3.38, 14, 2.93	-	-	-

Appendix 3: The statistics of the basic salary

ตาราง 38 (ต่อ)

เปรียบเทียบตารางเงินเดือน	ขั้นสูงสุดต่อขั้นต่ำสุดของโครงสร้าง	อัตราความเหลื่อมล้ำ	อัตราความกว้าง	อัตราความก้าวหน้า (Progress)							
				ขั้นสูงสุด	ค่าเฉลี่ย	ค่าตรงกลาง	ค่ากลาง	ขั้นต่ำสุด	ค่ากลางช่วงบน	ค่ากลางช่วงกลาง	ค่ากลางช่วงขั้นบันได
ตารางเงินเดือนข้าราชการทหารอังกฤษที่ใช้จริง	6.48	– 30, – 37, – 104, – 35, – 94, 0	110, 19, 20, 16, 10, 4	38, 27, 36, 15, 13	65, 25, 37, 18, 16	55, 25, 34, 21, 16	72, 26, 38, 18, 16	143, 26, 40, 21, 19	-	-	-
ตารางเงินเดือนข้าราชการทหารอินเดียที่ใช้จริง	3.15	25, – 11, 42, 56, 89, – 36, 0, – 71, 0	22, 19, 28, 27, 15, 15, 22, 9, 0	13, 30, 15, 1.46, 1.44, 27, 9.38, 6.12	14, 45, 13, – 12, 1.52, 45, – 12, – 8	15, 26, 16, 6.05, 1.54, 24, 15, 11	15, 26, 16, 6.05, 1.54, 24, 15, 11	16, 21, 16, 12, 1.66, 20, 22, 16	-	-	-

ตาราง 39

เปรียบเทียบค่าทางสถิติอัตราการเพิ่มในแต่ละขั้นของกลุ่มงานในตารางอัตราเงินเดือนข้าราชการต่าง ๆ พ.ศ. 2552

ตารางเงินเดือน	อัตราเพิ่มในแต่ละขั้นของกลุ่มงานที่ 1
ข้าราชการทหารไทย (ตัวแบบ)	18.46, 15.58, 13.48, 11.87, 10.62, 9.6, 4.78, 4.56, 4.36, 4.18, 4.01, 3.86, 3.71, 3.58, 3.46, 3.34, 3.23, 1.91, 1.88, 1.84, 1.81, 1.78, 1.75, 1.72, 1.69, 1.66, 1.63, 1.61, 1.58, 1.56, 1.53, 1.51, 1.49, 1.47, 1.44
ข้าราชการทหารไทย	5.03, 5.10, 5.44, 5.44, 5.03, 4.79, 5.41, 5.25, 5.09, 5.05, 5.69, 5.39, 5.11, 5.03, 4.63, 4.42, 4.31, 4.06, 4.04, 3.95, 3.98, 3.89, 3.92, 3.77, 3.74, 3.66, 3.48, 3.31, 3.25, 3.15, 3.01, 2.96, 2.88, 2.76, 3.58, 3.31
ข้าราชการพลเรือนไทย	5.44, 5.44, 5.03, 4.79, 4.57, 4.37, 4.30, 4.01, 3.96, 3.91, 4.04, 3.97, 3.91, 4.01, 3.86, 3.64, 3.51, 3.46, 3.21
ข้าราชการทหารอเมริกา	4.08, 20.87
ข้าราชการทหารญี่ปุ่น	0.42, 0.42, 0.42, 0.38, 0.42, 0.42, 0.41, 0.45, 0.82, 0.81, 0.81, 0.80, 0.79, 0.79, 0.78, 0.70, 0.69, 0.69, 0.68, 0.68, 0.64, 0.63, 0.63, 0.59, 0.58,0.58, 0.58, 0.50, 0.57, 0.57, 0.57, 0.53, 0.56, 0.56, 0.55, 0.52, 0.62, 0.61, 0.64, 0.54, 0.67, 0.66, 0.66, 0.62, 0.65, 0.65, 0.64, 0.61, 0.63, 0.63,0.63, 0.59, 0.62, 0.61, 0.61, 0.64, 0.60, 0.60, 0.60, 0.56, 0.59, 0.59, 0.58, 0.58, 0.55, 0.54, 0.54, 0.48, 0.51, 0.50, 0.50, 0.47, 0.53, 0.52, 0.52,0.49, 0.49, 0.49, 0.48, 0.45, 0.48, 0.48, 0.47, 0.45, 0.44, 0.44, 0.44, 0.44, 0.44, 0.43, 0.43, 0.40, 0.43, 0.43, 0.42, 0.40, 0.35, 0.35, 0.34, 0.32,0.27, 0.27, 0.27, 0.24, 0.24, 0.24, 0.24, 0.26, 0.2,2, 0.22, 0.21, 0.24, 0.24, 0.24, 0.24, 0.24, 0.21, 0.21, 0.21, 0.21, 0.19, 0.19, 0.19, 0.21, 0.21,0.21, 0.21, 0.18, 0.21, 0.21, 0.21, 0.16, 0.18, 0.18, 0.18, 0.20, 0.18, 0.18, 0.18,
ข้าราชการทหารออสเตรเลีย	8.09, 8.64, 6.89, 7.19, 7.52, 7.02, 7.09, 6.63, 4.15
ข้าราชการทหารอังกฤษ	9.28, 9.12, 17.44, 12.86, 20.20, 2.64, 2.56, 2.49, 2.45
ข้าราชการทหารอินเดีย	3.64, 3.51, 3.39, 3.28, 3.17, 3.08

Appendix 3: The statistics of the basic salary

ตาราง 39 (ต่อ)

ตารางเงินเดือน	อัตราเพิ่มในแต่ละขั้นของกลุ่มงานที่ 2
ข้าราชการทหารไทย (ตัวแบบ)	8.76, 8.05, 7.45, 6.94, 6.48, 6.09, 3.44, 3.33, 3.23, 3.12, 3.03, 2.94, 2.85, 2.77, 2.7, 2.63, 1.6, 1.57, 1.55, 1.53, 1.5, 1.48, 1.46, 1.44, 1.42, 1.4, 1.38, 1.36, 1.34, 1.33, 1.31, 1.29
ข้าราชการทหารไทย	5.67, 5.44, 5.23, 4.90, 4.54, 4.53, 4.28, 4.10, 3.99, 4.10, 4.04, 3.98, 3.92, 3.87, 3.81, 3.67, 3.50, 3.42, 3.31, 2.76, 3.75, 3.55, 3.49, 3.37, 3.26
ข้าราชการพลเรือนไทย	5.41, 5.25, 5.09, 5.05, 4.61, 4.50, 4.40, 4.21, 3.96, 3.97, 3.97, 3.82, 3.96, 3.81, 3.87, 3.72, 3.53, 3.41, 3.35
ข้าราชการทหารอเมริกา	13.90, 15.17, 3.38, 0.00, 2.05
ข้าราชการทหารญี่ปุ่น	0.82, 0.81, 0.81, 0.84, 0.83, 0.83, 0.82, 0.77, 0.77, 0.76, 0.76, 0.75, 0.71, 0.70, 0.70, 0.62, 0.65, 0.65, 0.64, 0.64, 0.60, 0.60, 0.59, 0.59, 0.62,0.62, 0.61, 0.54, 0.64, 0.64, 0.67, 0.59, 0.69, 0.69, 0.68, 0.64, 0.64, 0.64, 0.63, 0.66, 0.65, 0.65, 0.65, 0.58, 0.67, 0.66, 0.66, 0.60, 0.62, 0.62,0.61, 0.55, 0.58, 0.58, 0.57, 0.57, 0.51, 0.51, 0.50, 0.50, 0.50, 0.50, 0.49, 0.46, 0.52, 0.51, 0.51, 0.45, 0.51, 0.50, 0.50, 0.45, 0.50, 0.49, 0.49,0.44, 0.46, 0.46, 0.46, 0.43, 0.43, 0.43, 0.42, 0.42, 0.37, 0.37, 0.37, 0.32, 0.29, 0.29, 0.29, 0.31, 0.24, 0.24, 0.24, 0.24, 0.21, 0.21, 0.21, 0.24,0.21, 0.21, 0.21, 0.16, 0.21, 0.21, 0.21, 0.23, 0.21, 0.21, 0.21, 0.16, 0.18, 0.18, 0.18, 0.21, 0.18, 0.18, 0.18, 0.21, 0.18, 0.18, 0.18, 0.20, 0.18,0.18, 0.18, 0.20, 0.18, 0.18, 0.18, 0.20, 0.18, 0.18, 0.18, 0.20
ข้าราชการทหารออสเตรเลีย	7.82, 8.37, 6.69, 6.99, 7.33, 6.85, 6.94, 6.49, 4.07
ข้าราชการทหารอังกฤษ	2.68, 2.64, 2.58, 2.49, 2.45, 2.37, 1.18, 1.15
ข้าราชการทหารอินเดีย	3.13, 3.03, 2.94, 2.86, 2.78, 2.70

ตาราง 39 (ต่อ)

ตารางเงินเดือน	อัตราเพิ่มในแต่ละขั้นของกลุ่มงานที่ 3
ข้าราชการทหารไทย (ตัวแบบ)	6.89, 6.45, 6.05, 5.71, 5.40, 3.20, 3.10, 3.01, 2.92, 2.84, 2.76, 2.69, 2.61, 1.86, 1.82, 1.79, 1.76, 1.73, 1.70, 1.67, 1.64, 1.61, 1.59, 1.57
ข้าราชการทหารไทย	5.65, 5.34, 5.19, 4.82, 4.71, 4.39, 4.21, 4.09, 4.01, 3.99, 3.92, 3.85, 3.94, 3.90, 3.75, 3.55, 3.49, 3.37, 3.26, 3.49, 3.77, 3.61, 3.48, 3.39, 3.26, 3.78, 3.62, 3.52, 3.38
ข้าราชการพลเรือนไทย	5.69, 5.39, 5.11, 5.03, 4.63, 4.42, 4.31, 4.06, 4.04, 3.95, 3.98, 3.89, 3.92, 3.77, 3.74, 3.66, 3.48, 3.31, 3.25
ข้าราชการทหารอเมริกา	13.36, 7.94, 9.02, 0.00, 4.78, 0.00, 5.02, 0.00, 3.09, 0.00, 4.93, 0.00, 2.44
ข้าราชการทหารญี่ปุ่น	0.78, 0.77, 0.77, 0.72, 0.72, 0.71, 0.71, 0.67, 0.59, 0.59, 0.59, 0.58, 0.68, 0.68, 0.67, 0.60, 0.70, 0.69, 0.69, 0.65, 0.71, 0.71, 0.70, 0.73, 0.66,0.66, 0.65, 0.59, 0.67, 0.67, 0.67, 0.60, 0.66, 0.65, 0.65, 0.62, 0.61, 0.61, 0.60, 0.63, 0.60, 0.59, 0.59, 0.56, 0.53, 0.52, 0.52, 0.55, 0.54, 0.54,0.54, 0.53, 0.51, 0.50, 0.50, 0.47, 0.50, 0.49, 0.49, 0.49, 0.46, 0.46, 0.46, 0.48, 0.45, 0.45, 0.45, 0.40, 0.37, 0.37, 0.37, 0.34, 0.32, 0.32, 0.31,0.29, 0.26, 0.26, 0.26, 0.29, 0.19, 0.19, 0.19, 0.21, 0.19, 0.19, 0.19, 0.21, 0.21, 0.21, 0.21, 0.23, 0.19, 0.19, 0.18, 0.21, 0.18, 0.18, 0.18, 0.21,0.18, 0.18, 0.18, 0.20, 0.18, 0.18, 0.18, 0.16, 0.20, 0.20, 0.20, 0.16, 0.18, 0.18, 0.18, 0.20, 0.18, 0.18, 0.18, 0.20, 0.18, 0.18, 0.18, 0.20, 0.17,0.17, 0.17, 0.20
ข้าราชการทหารออสเตรเลีย	7.56, 8.12, 6.50, 6.80, 7.14, 6.69, 6.79, 6.36, 3.99
ข้าราชการทหารอังกฤษ	2.47, 2.39, 2.37, 2.29, 2.26, 2.20, 2.14, 2.11
ข้าราชการทหารอินเดีย	2.80, 2.73, 2.65, 2.58, 2.52, 2.46, 2.40, 2.34, 2.29, 2.24

ตาราง 39 (ต่อ)

ตารางเงินเดือน	อัตราเพิ่มในแต่ละขั้นของกลุ่มงานที่ 4
ข้าราชการทหารไทย (ตัวแบบ)	6.41, 6.02, 5.68, 5.37, 3.4, 3.29, 3.18, 3.09, 2.99, 2.91, 2.12, 2.07, 2.03, 1.99, 1.91, 1.88, 1.84
ข้าราชการทหารไทย	5.71, 5.45, 5.12, 4.83, 4.65, 4.44, 4.25, 4.08, 4.03, 3.98, 3.89, 3.88, 3.89, 3.89, 3.77, 3.61, 3.48, 3.39, 3.26, 3.78, 3.62, 3.52, 3.38, 3.27, 3.16
ข้าราชการพลเรือนไทย	5.67, 5.44, 5.23, 4.90, 4.54, 4.53, 4.28, 4.10, 3.99, 4.10, 4.04, 3.98, 3.92, 3.87, 3.81, 3.67, 3.50, 3.42, 3.31
ข้าราชการทหารอเมริกา	15.76, 6.67, 1.40,0.00,5.72,0.00, 5.81, 0.00, 6.83
ข้าราชการทหารญี่ปุ่น	0.72, 0.72, 0.71, 0.64, 0.76, 0.76, 0.75, 0.72, 0.77, 0.76, 0.76, 0.69, 0.72, 0.71, 0.71, 0.70, 0.70, 0.69, 0.69, 0.68, 0.68, 0.67, 0.67, 0.64, 0.63,0.63, 0.63, 0.57, 0.59, 0.59, 0.59, 0.61, 0.58, 0.58, 0.57, 0.52, 0.57, 0.56, 0.56, 0.51, 0.53, 0.53, 0.52, 0.50, 0.50, 0.49, 0.49, 0.51, 0.32, 0.32,0.32, 0.32, 0.25, 0.25, 0.25, 0.23, 0.23, 0.23, 0.23, 0.20, 0.18, 0.18, 0.18, 0.20, 0.18, 0.18, 0.18, 0.16, 0.20, 0.20, 0.20, 0.15, 0.20, 0.20, 0.20,0.17, 0.20, 0.20, 0.20, 0.13, 0.19, 0.19, 0.19, 0.15, 0.19, 0.19, 0.19, 0.15, 0.19, 0.19, 0.19, 0.15, 0.19, 0.19, 0.19, 0.15, 0.19, 0.19, 0.19, 0.15,0.19, 0.19, 0.19, 0.15
ข้าราชการทหารออสเตรเลีย	7.28, 7.83, 6.29, 6.60, 6.94, 6.52, 6.62, 6.21, 3.90
ข้าราชการทหารอังกฤษ	1.33, 1.30, 1.28, 1.26, 5.74, 1.33, 1.33, 1.31
ข้าราชการทหารอินเดีย	2.96, 2.88, 2.80, 2.72, 2.65, 2.58, 2.52, 2.45, 2.40

ตาราง 39 (ต่อ)

ตารางเงินเดือน	อัตราเพิ่มในแต่ละขั้นของกลุ่มงานที่ 5
ข้าราชการทหารไทย (ตัวแบบ)	5.1, 4.85, 4.63, 4.42, 3.39, 3.28, 3.17, 2.99, 2.07, 2.03, 1.99, 1.95, 1.91, 1.87, 1.84
ข้าราชการทหารไทย	5.64, 5.38, 5.18, 4.96, 4.73, 4.62, 4.32, 4.17, 4.00, 4.05, 3.83, 3.90, 3.93, 3.76, 3.62, 3.52, 3.38, 3.27, 3.16, 3.64, 3.53, 3.39, 3.30, 3.18
ข้าราชการพลเรือนไทย	5.65, 5.34, 5.19, 4.82, 4.71, 4.39, 4.21, 4.09, 4.01, 3.99, 3.92, 3.85, 3.94, 3.90, 3.75, 3.55, 3.49, 3.37, 3.26
ข้าราชการทหารอเมริกา	12.65, 6.93, 1.22, 0.00, 3.99, 0.00, 2.30, 0.00, 4.94, 0.00, 3.45, 0.00, 4.31, 0.00, 6.32, 0.00, 2.83, 0.00, 2.72, 0.00, 3.00
ข้าราชการทหารญี่ปุ่น	0.78, 0.77, 0.77, 0.70, 0.81, 0.81, 0.80, 0.82, 0.73, 0.73, 0.72, 0.72, 0.71, 0.71, 0.70, 0.64, 0.61, 0.61, 0.61, 0.63, 0.60, 0.60, 0.59, 0.61, 0.59,0.58, 0.58, 0.55, 0.55, 0.55, 0.54, 0.54, 0.51, 0.51, 0.51, 0.51, 0.50, 0.50, 0.50, 0.47, 0.47, 0.47, 0.47, 0.44, 0.40, 0.39, 0.39, 0.39, 0.28, 0.28,0.28, 0.24, 0.28, 0.28, 0.28, 0.28, 0.21, 0.21, 0.21, 0.21, 0.21, 0.21, 0.21, 0.19, 0.19, 0.19, 0.19, 0.15, 0.19, 0.19, 0.19, 0.19, 0.18, 0.18, 0.18,0.18, 0.18, 0.18, 0.18, 0.16, 0.18, 0.18, 0.18, 0.14, 0.18, 0.18, 0.18, 0.14, 0.18, 0.18, 0.18, 0.14, 0.18, 0.18, 0.18, 0.14
ข้าราชการทหารออสเตรเลีย	7.01, 7.56, 6.09, 6.40, 6.74, 6.34, 6.45, 6.06, 3.82
ข้าราชการทหารอังกฤษ	1.24, 1.23, 1.21, 1.20, 1.18, 1.17, 1.16, 1.15
ข้าราชการทหารอินเดีย	2.98, 2.89, 2.81, 2.74, 2.66

ตาราง 39 (ต่อ)

ตารางเงินเดือน	อัตราเพิ่มในแต่ละขั้นของกลุ่มงานที่ 6
ข้าราชการทหารไทย (ตัวแบบ)	4.23, 4.06, 3.9, 3.76, 2.90, 2.82, 2.74, 2.67, 2.60, 2.11, 2.06, 2.02, 1.98, 1.95, 1.91
ข้าราชการทหารไทย	5.57, 5.41, 5.16, 4.94, 4.76, 4.52, 4.35, 4.14, 3.98, 4.03, 3.86, 3.90, 3.82, 3.62, 3.53, 3.39, 3.30, 3.18
ข้าราชการพลเรือนไทย	5.71, 5.45, 5.12, 4.83, 4.65, 4.44, 4.25, 4.08, 4.03, 3.98, 3.89, 3.88, 3.89, 3.89, 3.77, 3.61, 3.48, 3.39, 3.26, 3.78, 3.62, 3.52, 3.38
ข้าราชการทหารอเมริกา	9.86, 6.56, 0.00, 0.00, 0.38, 0.00, 4.29, 0.00, 0.54, 0.00, 0.00, 0.00, 5.68, 0.00, 9.51, 0.00, 5.10, 0.00, 4.84, 0.00, 2.63, 0.00, 2.60, 0.00, 4.91, 0.00, 0.00, 0.00, 2.00
ข้าราชการทหารญี่ปุ่น	0.72, 0.72, 0.71, 0.66, 0.70, 0.70, 0.69, 0.62, 0.66, 0.66, 0.65, 0.65, 0.58, 0.57, 0.57, 0.54, 0.50, 0.49, 0.49, 0.51, 0.44, 0.44, 0.44, 0.44, 0.41,0.41, 0.41, 0.41, 0.28, 0.28, 0.28, 0.28, 0.30, 0.29, 0.29, 0.25, 0.19, 0.19, 0.19, 0.17, 0.19, 0.19, 0.19, 0.21, 0.18, 0.18, 0.18, 0.20, 0.18, 0.18,0.18, 0.20, 0.18, 0.18, 0.18, 0.20, 0.18, 0.18, 0.18, 0.20, 0.18, 0.18, 0.18, 0.20, 0.18, 0.18, 0.18, 0.20, 0.18, 0.18, 0.18, 0.20, 0.18, 0.18, 0.17,0.19, 0.17, 0.17, 0.17, 0.19
ข้าราชการทหารออสเตรเลีย	6.76, 7.30, 5.90, 6.21, 6.55, 6.17, 6.29, 5.92, 3.73
ข้าราชการทหารอังกฤษ	1.01, 1.00, 0.99, 0.99
ข้าราชการทหารอินเดีย	2.93, 2.85, 2.77, 2.69, 2.62

ตาราง 39 (ต่อ)

ตารางเงินเดือน	อัตราเพิ่มในแต่ละขั้นของกลุ่มงานที่ 7
ข้าราชการทหารไทย (ตัวแบบ)	4.83, 4.61, 4.4, 4.22, 4.05, 3.89, 2.81, 2.73, 2.66, 2.59
ข้าราชการทหารไทย	5.63, 5.47, 5.27, 5.13, 4.98, 4.79, 4.59, 4.41, 4.26, 4.07, 3.93, 3.84, 3.66, 3.56, 3.44
ข้าราชการพลเรือนไทย	5.64, 5.38, 5.18, 4.96, 4.73, 4.62, 4.32, 4.17, 4.00, 4.05, 3.83, 3.90, 3.93, 3.76, 3.62, 3.52, 3.38, 3.27, 3.16
ข้าราชการทหารอเมริกา	4.65, 2.05, 1.60, 0.00, 2.85, 0.00, 2.74, 0.00, 3.08, 0.00, 2.98, 0.00, 2.91, 0.00, 8.87, 0.00, 6.88, 0.00, 0.00, 0.00, 0.00, 0.00, 0.00, 0.00, 0.51, 0.00, 0.00, 0.00, 2.00
ข้าราชการทหารญี่ปุ่น	0.46, 0.46, 0.46, 0.48, 0.49, 0.49, 0.49, 0.47, 0.46, 0.46, 0.46, 0.42, 0.41, 0.41, 0.41, 0.43, 0.41, 0.41, 0.40, 0.36, 0.32, 0.32, 0.32, 0.34, 0.30,0.30, 0.30, 0.27, 0.18, 0.18, 0.18, 0.19, 0.17, 0.17, 0.17, 0.19, 0.17, 0.17, 0.17, 0.19, 0.17, 0.17, 0.17, 0.19, 0.17, 0.17, 0.17, 0.17, 0.17, 0.17,0.17, 0.15, 0.17, 0.17, 0.17, 0.15
ข้าราชการทหารออสเตรเลีย	6.28, 6.82, 5.53, 5.85, 6.19, 5.85, 5.98, 5.65, 3.57
ข้าราชการทหารอังกฤษ	-
ข้าราชการทหารอินเดีย	2.72, 2.65, 2.58, 2.51, 2.45, 2.39, 2.34, 2.28

ตาราง 39 (ต่อ)

ตารางเงินเดือน	อัตราเพิ่มในแต่ละขั้นของกลุ่มงานที่ 8
ข้าราชการทหารไทย (ตัวแบบ)	4.22, 4.05, 3.89, 3.74, 3.61, 3.48
ข้าราชการทหารไทย	5.27, 5.13, 4.98, 4.79, 4.59, 4.41, 4.26, 4.07, 3.93, 3.84, 3.66, 3.56, 3.44
ข้าราชการพลเรือนไทย	5.57, 5.41, 5.16, 4.94, 4.76, 4.52, 4.35, 4.14, 3.98, 4.03, 3.86, 2.62, 5.11, 3.62, 3.53, 3.39, 3.30, 3.18
ข้าราชการทหารอเมริกา	3.27, 2.11, 0.58, 0.00, 2.56, 0.00, 4.17, 0.00, 0.93, 0.00, 3.76, 0.00, 1.04, 0.00, 3.09, 0.00, 4.34, 0.00, 3.84, 0.00, 2.47, 0.00, 0.00, 0.00, 0.00, 0.00, 0.00, 0.00, 2.50, 0.00, 0.00, 0.00, 2.50
ข้าราชการทหารญี่ปุ่น	0.66, 0.65, 0.65, 0.64, 0.64, 0.64, 0.63, 0.65, 0.56, 0.56, 0.56, 0.55, 0.55, 0.55, 0.54, 0.56, 0.52, 0.52, 0.51, 0.47, 0.38, 0.38, 0.37, 0.39, 0.22,0.22, 0.22, 0.20, 0.20, 0.20, 0.20, 0.20, 0.22, 0.22, 0.22, 0.20, 0.22, 0.22, 0.22, 0.20, 0.22, 0.21, 0.21, 0.20
ข้าราชการทหารออสเตรเลีย	6.04, 6.57, 5.34, 5.65, 6.00, 5.68, 5.82, 5.50, 3.48
ข้าราชการทหารอังกฤษ	-
ข้าราชการทหารอินเดีย	2.34, 2.29, 2.24, 2.19

ตาราง 39 (ต่อ)

ตารางเงินเดือน	อัตราเพิ่มในแต่ละขั้นของกลุ่มงานที่ ๑
ข้าราชการทหารไทย (ตัวแบบ)	5.62, 5.32
ข้าราชการทหารไทย	4.26, 4.07, 3.93, 3.84, 3.66, 3.56, 3.44, 3.33
ข้าราชการพลเรือนไทย	5.63, 5.47, 5.27, 5.13, 4.98, 4.79, 4.59, 4.41, 4.26, 4.07, 3.93, 3.84, 3.66, 3.56, 3.44
ข้าราชการทหารอเมริกา	0.00, 1.44, 0.00, 2.05, 0.00, 3.51, 0.00, 0.00, 0.00, 5.00, 0.00, 0.00, 0.00, 2.04
ข้าราชการทหารญี่ปุ่น	0.65, 0.64, 0.64, 0.62, 0.63, 0.63, 0.62, 0.58, 0.49, 0.49, 0.49, 0.45, 0.28, 0.28, 0.28, 0.26, 0.28, 0.28, 0.28, 0.26, 0.28, 0.28, 0.28, 0.24, 0.28,0.27, 0.27, 0.24, 0.27, 0.27, 0.27, 0.22, 0.24, 0.24, 0.24, 0.25, 0.23, 0.23, 0.23, 0.22, 0.22, 0.21, 0.21, 0.18
ข้าราชการทหารออสเตรเลีย	5.81, 6.33, 5.16, 5.47, 5.82, 5.52, 5.66, 5.36, 3.40
ข้าราชการทหารอังกฤษ	-
ข้าราชการทหารอินเดีย	-

ตาราง 39 (ต่อ)

ตารางเงินเดือน	อัตราเพิ่มในแต่ละขั้นของกลุ่มงานที่ 10
ข้าราชการทหารไทย (ตัวแบบ)	-
ข้าราชการทหารไทย	-
ข้าราชการพลเรือนไทย	4.41, 4.26, 4.07, 3.93, 3.84, 3.66, 3.56, 3.44, 3.33
ข้าราชการทหารอเมริกา	0.00, 0.42
ข้าราชการทหารญี่ปุ่น	7.73, 7.44, 9.43
ข้าราชการทหารออสเตรเลีย	5.60, 6.12, 4.99, 5.30, 5.65, 5.36, 5.51, 5.22, 3.32
ข้าราชการทหารอังกฤษ	-
ข้าราชการทหารอินเดีย	-

ตาราง 39 (ต่อ)

ตารางเงินเดือน	อัตราเพิ่มในแต่ละขั้นของกลุ่มงานที่ 11
ข้าราชการทหารไทย (ตัวแบบ)	-
ข้าราชการทหารไทย	-
ข้าราชการพลเรือนไทย	-
ข้าราชการทหารอเมริกา	-
ข้าราชการทหารญี่ปุ่น	7.73, 7.44, 9.43, 7.85, 7.18, 7.08, 6.08
ข้าราชการทหารออสเตรเลีย	5.40, 5.91, 4.84, 5.14, 5.46, 5.22, 5.37, 5.09, 3.24
ข้าราชการทหารอังกฤษ	-
ข้าราชการทหารอินเดีย	-

ตาราง 39 (ต่อ)

ตารางเงินเดือน	อัตราเพิ่มในแต่ละขั้นของกลุ่มงานที่							
	12	13	14	15	16	17	18	19
ข้าราชการทหารออสเตรเลีย	5.22, 5.72, 4.69, 4.99, 5.33, 5.08, 5.23, 4.97, 3.16	4.92, 5.41, 4.45, 4.75, 5.08, 4.85, 5.01, 4.77, 3.04	5.43, 5.24, 4.31, 4.62, 4.95, 4.73, 4.89, 4.66, 2.97	4.61, 5.09, 4.19, 4.49, 4.81, 4.61, 4.77, 4.55, 2.91	3.45, 3.85, 3.21, 3.47, 3.76, 3.64, 3.80, 3.66, 2.36	3.34, 3.73, 3.12, 3.37, 3.65, 3.54, 3.70, 3.57, 2.30	2.94, 3.29, 2.76, 3.00, 3.26, 3.17, 3.33, 3.22, 2.08	2.85, 3.20, 2.69, 2.92, 3.18, 3.09, 3.24, 3.15, 2.04

Appendix 4

Frontier 4.1 Calculation Results

ผลการคำนวณด้วยโปรแกรม frontier 4.1

ผลการคำนวณด้วยโปรแกรม frontier 4.1

ผลการคำนวณกรณีอัตราเงินเดือนขั้นสูงสุดของโครงสร้างอัตราเงินเดือน

Output from the program FRONTIER (Version 4.1c)

instruction file = stp4-i.txt

data file = s004-d.txt

Tech. Eff. Effects Frontier (see B&C 1993)

The model is a production function

The dependent variable is not logged

the ols estimates are :

	coefficient	standard-error	t ratio
beta 0	– 0.36650912E+01	0.55789953E+01	– 0.65694466E+00
beta 1	0.62246790E+00	0.96021934E+00	0.64825595E+00
beta 2	0.49453500E+00	0.44525544E+00	0.11106771E+01
beta 3	0.62283950E+00	0.33499194E+00	0.18592671E+01
beta 4	– 0.39835405E+00	0.23844017E+00	– 0.16706667E+01
sigma-squared	0.17272266E– 01		

log likelihood function = 0.21046466E+02

the estimates after the grid search were :

beta 0	– 0.35364662E+01
beta 1	0.62246790E+00
beta 2	0.49453500E+00
beta 3	0.62283950E+00
beta 4	– 0.39835405E+00
delta 0	0.00000000E+00
delta 1	0.00000000E+00
sigma-squared	0.30937955E– 01

gamma 0.84000000E+00

iteration = 0 func evals = 20 llf = 0.21441767E+02

– 0.35364662E+01 0.62246790E+00 0.49453500E+00 0.62283950E+00–
0.39835405E+00

0.00000000E+00 0.00000000E+00 0.30937955E– 01 0.84000000E+00

gradient step

iteration = 5 func evals = 47 llf = 0.23006255E+02

– 0.35885200E+01 0.80353582E+00 0.71564771E+00 0.57668150E+00–
0.47279686E+00

– 0.20897509E+00 0.17527508E– 01 0.30913264E–01 0.94187208E+00

iteration = 10 func evals = 91 llf = 0.23642650E+02

– 0.37938997E+01 0.62978654E+00 0.73147983E+00 0.40090320E+00–
0.25524932E+00

– 0.20093284E+00 0.17691497E– 01 0.23296729E–01 0.86663093E+00

iteration = 15 func evals = 194 llf = 0.23997585E+02

– 0.43455582E+01 0.85910487E+00 0.48365982E+00 0.40778780E+00–
0.17054491E+00

– 0.21041886E+00 0.22579416E– 01 0.17262768E–01 0.77333610E+00

iteration = 20 func evals = 297 llf = 0.24028748E+02

– 0.43918978E+01 0.93736601E+00 0.42636409E+00 0.43106862E+00–
0.18153214E+00

– 0.19649403E+00 0.22852548E– 01 0.16813901E–01 0.73573151E+00

iteration = 25 func evals = 361 llf = 0.24839973E+02

– 0.67057287E+01 0.36595851E+00 0.59426895E+00 0.63057024E+00–
0.27171399E+00

0.30926191E–01 0.12026963E– 01 0.16637006E–01 0.99999999E+00

pt better than entering pt cannot be found

iteration = 30 func evals = 403 llf = 0.25791833E+02

– 0.59952155E+01 0.36924476E+00 0.67474635E+00 0.55075938E+00–

0.25268877E+00

– 0.19642519E– 01 0.12659908E– 01 0.17819690E– 01 0.99999999E+00

the final mle estimates are :

	coefficient	standard-error	*t* ratio
beta 0	– 0.59952155E+01	0.13929308E+01	– 0.43040297E+01
beta 1	0.36924476E+00	0.27421265E+00	0.13465635E+01
beta 2	0.67474635E+00	0.13701535E+00	0.49246042E+01
beta 3	0.55075938E+00	0.18555100E+00	0.29682371E+01
beta 4	– 0.25268877E+00	0.14701225E+00	– 0.17188281E+01
delta 0	– 0.19642519E– 01	0.11777329E+00	– 0.16678245E+00
delta 1	0.12659908E– 01	0.26104053E– 02	0.48497863E+01
sigma-squared	0.17819690E– 01	0.22490935E– 02	0.79230545E+01
gamma	0.99999999E+00	0.29488458E– 06	0.33911573E+07

log likelihood function = 0.25791833E+02

LR test of the one-sided error = 0.94907335E+01

with number of restrictions = 3

[note that this statistic has a mixed chi-square distribution]

number of iterations = 30

(maximum number of iterations set at : 1000)

number of cross-sections = 1

number of time periods = 30

total number of observations = 30

thus there are: 0 obsns not in the panel

covariance matrix :

0.19402562E+01 0.27252682E+00 – 0.38131073E+00 0.35981448E+00 – 0.17906555E+00

0.20629979E+00 − 0.13535956E− 02 − 0.63127363E− 02 0.24944252E− 06

0.27252682E+00 0.75192577E− 01 − 0.13051514E− 01 0.61317031E− 02 − 0.24885855E− 01

− 0.59723656E− 03 0.27215236E− 03 0.84431902E− 04 0.45303297E− 08

− 0.38131073E+00 − 0.13051514E− 01 0.18773205E− 01 0.46494646E− 01− 0.22845659E− 01

0.25918829E− 01 − 0.57684359E− 03 − 0.90405550E− 03 0.31567793E− 07

0.35981448E+00 0.61317031E− 02 0.46494646E− 01 0.34429175E− 01 0.46750774E− 04

− 0.23389107E− 01 0.18740370E− 03 0.80573156E− 03 − 0.23401852E− 07

− 0.17906555E+00 − 0.24885855E− 01 − 0.22845659E− 01 0.46750774E− 04 0.21612601E− 01

0.49046894E− 02 0.63938734E− 04 − 0.20906601E− 03 − 0.23032189E− 09

0.20629979E+00 − 0.59723656E− 03 0.25918829E− 01 − 0.23389107E− 01 0.49046894E− 02

0.13870548E− 01 0.88624800E− 04 0.42634569E− 03 − 0.16164177E− 07

− 0.13535956E− 02 0.27215236E− 03 − 0.57684359E− 03 0.18740370E− 03 0.63938734E− 04

0.88624800E− 04 0.68142159E− 05 − 0.47303335E− 05 0.11657391E− 09

− 0.63127363E− 02 0.84431902E− 04 − 0.90405550E− 03 0.80573156E− 03−0.20906601E− 03

0.42634569E− 03 − 0.47303335E− 05 0.50584215E− 05 0.65857077E− 09

0.24944252E− 06 0.45303297E− 08 0.31567793E− 07 − 0.23401852E− 07 −0.23032189E− 09

− 0.16164177E− 07 0.11657391E− 09 0.65857077E− 09 0.86956914E− 13

technical efficiency estimates :

firm	year	eff.-est.
1	1	0.99999722E+00
1	2	0.98763609E+00
1	3	0.99799576E+00
1	4	0.99340625E+00
1	5	0.99212218E+00
1	6	0.98682412E+00
1	7	0.98182705E+00
1	8	0.97576395E+00
1	9	0.95948636E+00
1	10	0.97558243E+00

```
1  11     0.96350363E+00
1  12     0.97568384E+00
1  13     0.99057090E+00
1  14     0.98490570E+00
1  15     0.99987792E+00
1  16     0.99567497E+00
1  17     0.98923356E+00
1  18     0.97954236E+00
1  19     0.99124210E+00
1  20     0.98872760E+00
1  21     0.98758017E+00
1  22     0.99060444E+00
1  23     0.98628922E+00
1  24     0.97751512E+00
1  25     0.97047784E+00
1  26     0.96610847E+00
1  27     0.96286328E+00
1  28     0.95686509E+00
1  29     0.96540686E+00
1  30     0.96657327E+00
mean efficiency  =  0.98132959E+00
summary of panel of observations:
(1 = observed, 0 = not observed)
t:  1  2  3  4  5  6  7  8  9 10 11 12 13 14 15 16 17 18 19 20 21 22 23 24
25 26 27 28 29 30
n  1  1  1  1  1  1  1  1  1  1  1  1  1  1  1  1  1  1  1  1  1  1  1  1  1  1
1  1  1  1 30
```

Appendix 4: Frontier 4.1 Calculation Results

1 1 1 1 1 1 1 1 1 1 1 1 1 1 1 1 1 1 1 1 1 1 1 1 1 1 1 1

1 1 30

DATA INPUT FOR FRONTIER 4.1

1	1	9.7163	3.6738	9.8760	24.4722	22.9020	1
1	2	9.7163	3.7233	9.9142	24.6661	23.0177	2
1	3	9.8692	3.7612	9.9463	24.7628	23.1674	3
1	4	9.8692	3.7705	9.9870	24.8376	23.2719	4
1	5	9.8692	3.7932	10.0215	24.8459	23.3644	5
1	6	9.8692	3.8111	10.0433	24.9143	23.3865	6
1	7	9.8692	3.8351	10.0746	24.9738	23.4334	7
1	8	9.8692	3.8733	10.1487	25.0389	23.5818	8
1	9	9.8692	3.9259	10.2535	25.2151	23.6435	9
1	10	10.1659	3.9834	10.3517	25.2909	23.6230	10
1	11	10.3641	4.0395	10.4584	25.8402	23.8561	11
1	12	10.3641	4.0792	10.5195	25.5474	23.9705	12
1	13	10.6956	4.1125	10.5869	25.8223	24.1057	13
1	14	10.6956	4.1620	10.6521	25.8855	24.2441	14
1	15	10.9868	4.2180	10.7245	26.0685	24.4091	15
1	16	10.9868	4.2739	10.8122	26.1336	24.6833	16
1	17	10.9868	4.3294	10.8592	26.2157	24.7845	17
1	18	10.9868	4.4067	10.8354	26.3986	24.7977	18
1	19	10.9868	4.4092	10.7128	26.2962	24.7747	19
1	20	10.9868	4.4248	10.7466	26.3402	24.8721	20
1	21	10.9868	4.4415	10.7917	26.3578	25.0042	21
1	22	10.9868	4.4473	10.8062	26.3845	25.2440	22
1	23	10.9868	4.4659	10.8502	26.4205	25.2751	23

1	24	10.9868	4.4931	10.9147	26.4746	25.2093	24
1	25	11.0028	4.5369	10.9940	26.5889	25.3464	25
1	26	11.0028	4.5829	11.0318	26.6494	25.4435	26
1	27	11.0028	4.6052	11.0749	26.7470	25.6520	27
1	28	11.0028	4.6578	11.1208	26.8258	25.7397	28
1	29	11.1206	4.6492	11.1398	26.8937	25.8456	29
1	30	11.1206	4.6587	11.1140	26.8937	25.8456	30

PROGRAM SETTING FOR FRONTIER 4.1

```
2          1 = ERROR COMPONENTS MODEL, 2 = TE EFFECTS MODEL
s004-d.txt      DATA FILE NAME
stp4-o.txt      OUTPUT FILE NAME
1          1 = PRODUCTION FUNCTION, 2 = COST FUNCTION
n          LOGGED DEPENDENT VARIABLE (Y/N)
1         NUMBER OF CROSS-SECTIONS
30          NUMBER OF TIME PERIODS
30          NUMBER OF OBSERVATIONS IN TOTAL
4          NUMBER OF REGRESSOR VARIABLES (Xs)
y          MU (Y/N) [OR DELTA0 (Y/N) IF USING TE EFFECTS MODEL]
1          ETA (Y/N) [OR NUMBER OF TE EFFECTS REGRESSORS (Zs)]
n          STARTING VALUES (Y/N)
          IF YES THEN BETA0
                  BETA1 TO
                  BETAK
                  SIGMA SQUARED
                  GAMMA
                  MU [OR DELTA0
```

ETA DELTA1 TO

DELTAP]

NOTE: IF YOU ARE SUPPLYING STARTING VALUES AND YOU HAVE RESTRICTED MU [OR DELTA0] TO BE ZERO THEN YOU SHOULD NOT SUPPLY A STARTING VALUE FOR THIS PARAMETER.

ผลการคำนวณกรณีอัตราเงินเดือนขั้นต่ำสุดของโครงสร้างอัตราเงินเดือน

Output from the program FRONTIER (Version 4.1c)

instruction file = stp4-i.txt

data file = s004-d.txt

Tech. Eff. Effects Frontier (see B&C 1993)

The model is a production function

The dependent variable is not logged

the ols estimates are :

	coefficient	standard-error	*t* ratio
beta 0	– 0.30076654E+01	0.38050778E+01	– 0.79043468E+00
beta 1	0.23442748E+00	0.65490452E+00	0.35795673E+00
beta 2	0.45894258E+00	0.30368041E+00	0.15112683E+01
beta 3	0.47569020E+00	0.22847669E+00	0.20820076E+01
beta 4	– 0.27925960E+00	0.16262487E+00	– 0.17172011E+01

sigma-squared 0.80346024E– 02

log likelihood function = 0.32526634E+02

the estimates after the grid search were :

beta 0	– 0.29064425E+01
beta 1	0.23442748E+00
beta 2	0.45894258E+00

beta 3 0.47569020E+00

beta 4 - 0.27925960E+00

delta 0 0.00000000E+00

delta 1 0.00000000E+00

sigma-squared 0.16941580E- 01

gamma 0.95000000E+00

iteration = 0 func evals = 20 llf = 0.34449400E+02

- 0.29064425E+01 0.23442748E+00 0.45894258E+00 0.47569020E+00-0.27925960E+00

0.00000000E+00 0.00000000E+00 0.16941580E- 01 0.95000000E+00

gradient step

iteration = 5 func evals = 48 llf = 0.36634346E+02

- 0.29370704E+01 0.34060056E+00 0.57675662E+00 0.46115721E+00-0.33102679E+00

- 0.85586445E-01 0.71619278E- 02 0.18040982E-01 0.99999999E+00

pt better than entering pt cannot be found

iteration = 9 func evals = 74 llf = 0.36965114E+02

- 0.29460340E+01 0.36595108E+00 0.60042753E+00 0.48670362E+00-0.37248098E+00

- 0.77644013E- 01 0.66940221E- 02 0.17484753E-01 0.99999999E+00

the final mle estimates are :

	coefficient	standard-error	*t* ratio
beta 0	- 0.29460340E+01	0.98570858E+00	- 0.29887475E+01
beta 1	0.36595108E+00	0.51511836E+00	0.71042135E+00
beta 2	0.60042753E+00	0.62340041E+00	0.96314907E+00
beta 3	0.48670362E+00	0.34531790E+00	0.14094364E+01
beta 4	- 0.37248098E+00	0.31161646E+00	- 0.11953187E+01

delta 0 - 0.77644013E-01 0.56565856E-01 - 0.13726304E+01

delta 1 0.66940221E-02 0.41493012E-02 0.16132890E+01

sigma-squared 0.17484753E-01 0.72971343E-02 0.23961122E+01

gamma 0.99999999E+00 0.13996306E-01 0.71447421E+02

log likelihood function = 0.36965114E+02

LR test of the one-sided error = 0.88769582E+01

with number of restrictions = 3

[note that this statistic has a mixed chi-square distribution]

number of iterations = 9

(maximum number of iterations set at : 1000)

number of cross-sections = 1

number of time periods = 30

total number of observations = 30

thus there are: 0 obsns not in the panel

covariance matrix :

0.97162140E+00 0.12356862E+00 0.73524156E- 01 - 0.80111837E- 01 -0.79869722E- 02

- 0.10249866E- 01 0.85172124E- 03 0.34968654E- 03 0.24312531E- 03

0.12356862E+00 0.26534693E+00 - 0.23823741E+00 0.16042121E+00 - 0.11740422E+00

0.46485903E- 02 - 0.14284554E- 02 - 0.11942683E- 03 - 0.10371407E- 02

0.73524156E- 01 - 0.23823741E+00 0.38862808E+00 - 0.15240213E+00 0.30686082E- 01

- 0.67444775E- 02 - 0.30776184E- 03 - 0.66724495E- 03 0.57275111E- 02

- 0.80111837E- 01 0.16042121E+00 - 0.15240213E+00 0.11924445E+00 - 0.84654036E- 01

- 0.55588213E- 02 - 0.70350087E- 03 0.30733008E- 04 0.12112819E- 03

- 0.79869722E- 02 - 0.11740422E+00 0.30686082E- 01 - 0.84654036E- 01 0.97104819E- 01

0.84403727E- 02 0.10934633E- 02 0.26489194E- 03 - 0.24541907E- 02

- 0.10249866E- 01 0.46485903E- 02 - 0.67444775E- 02- 0.55588213E- 02 0.84403727E- 02

0.31996960E- 02 0.32930758E- 03 - 0.26152302E- 04 - 0.19259788E- 03

0.85172124E- 03 -0.14284554E- 02 -0.30776184E- 03 - 0.70350087E- 03 0.10934633E- 02

0.32930758E- 03 0.17216700E- 04 0.44037111E- 06 - 0.72306541E- 04

0.34963654E– 03 – 0.11942683E– 03 – 0.66724495E– 03 0.30733008E– 04 0.26489194E– 03

– 0.26152302E– 04 0.44037111E– 06 0.53248168E– 04 – 0.28003245E– 04

0.24312531E– 03 – 0.10371407E– 02 0.57275111E– 02 0.12112819E– 03 –0.24541907E– 02

– 0.19259788E– 03 – 0.72306541E– 04 – 0.28003245E– 04 0.19589659E– 03

technical efficiency estimates :

firm	year	eff.-est.
1	1	0.99513925E+00
1	2	0.98336108E+00
1	3	0.99908727E+00
1	4	0.99586468E+00
1	5	0.99604142E+00
1	6	0.99040133E+00
1	7	0.98552404E+00
1	8	0.98120984E+00
1	9	0.96367857E+00
1	10	0.97790562E+00
1	11	0.96278516E+00
1	12	0.97819084E+00
1	13	0.99570835E+00
1	14	0.99145658E+00
1	15	0.99683283E+00
1	16	0.99652527E+00
1	17	0.99069783E+00
1	18	0.97963390E+00
1	19	0.99251119E+00
1	20	0.99123774E+00
1	21	0.99208890E+00

1 22 0.99963731E+00

1 23 0.99511016E+00

1 24 0.98378803E+00

1 25 0.97965881E+00

1 26 0.97602634E+00

1 27 0.97559862E+00

1 28 0.96984714E+00

1 29 0.97973837E+00

1 30 0.98106182E+00

mean efficiency = 0.98587828E+00

summary of panel of observations:

(1 = observed, 0 = not observed)

t: 1 2 3 4 5 6 7 8 9 10 11 12 13 14 15 16 17 18 19 20 21 22 23
24 25 26 27 28 29 30

n 1 1 1 1 1 1 1 1 1 1 1 1 1 1 1 1 1 1 1 1 1 1 1 1
1 1 1 1 1 30

1 1 1 1 1 1 1 1 1 1 1 1 1 1 1 1 1 1 1 1 1 1 1 1 1
1 1 1 1 30

DATA INPUT FOR FRONTIER 4.1

1	1	7.6709	3.6738	9.8760	24.4722	22.9020	1
1	2	7.6709	3.7233	9.9142	24.6661	23.0177	2
1	3	7.8180	3.7612	9.9463	24.7628	23.1674	3
1	4	7.8180	3.7705	9.9870	24.8376	23.2719	4
1	5	7.8180	3.7932	10.0215	24.8459	23.3644	5
1	6	7.8180	3.8111	10.0433	24.9143	23.3865	6
1	7	7.8180	3.8351	10.0746	24.9738	23.4334	7
1	8	7.8180	3.8733	10.1487	25.0389	23.5818	8

1	9	7.8180	3.9259	10.2535	25.2151	23.6435	9
1	10	8.0552	3.9834	10.3517	25.2909	23.6230	10
1	11	8.1859	4.0395	10.4584	25.8402	23.8561	11
1	12	8.1859	4.0792	10.5195	25.5474	23.9705	12
1	13	8.4680	4.1125	10.5869	25.8223	24.1057	13
1	14	8.4680	4.1620	10.6521	25.8855	24.2441	14
1	15	8.6052	4.2180	10.7245	26.0685	24.4091	15
1	16	8.6052	4.2739	10.8122	26.1336	24.6833	16
1	17	8.6052	4.3294	10.8592	26.2157	24.7845	17
1	18	8.6052	4.4067	10.8354	26.3986	24.7977	18
1	19	8.6052	4.4092	10.7128	26.2962	24.7747	19
1	20	8.6052	4.4248	10.7466	26.3402	24.8721	20
1	21	8.6052	4.4415	10.7917	26.3578	25.0042	21
1	22	8.6052	4.4473	10.8062	26.3845	25.2440	22
1	23	8.6052	4.4659	10.8502	26.4205	25.2751	23
1	24	8.6052	4.4931	10.9147	26.4746	25.2093	24
1	25	8.6359	4.5369	10.9940	26.5889	25.3464	25
1	26	8.6359	4.5829	11.0318	26.6494	25.4435	26
1	27	8.6359	4.6052	11.0749	26.7470	25.6520	27
1	28	8.6359	4.6578	11.1208	26.8258	25.7397	28
1	29	8.7258	4.6492	11.1398	26.8937	25.8456	29
1	30	8.7258	4.6587	11.1140	26.8937	25.8456	30

PROGRAM SETTING FOR FRONTIER 4.1

2 1 = ERROR COMPONENTS MODEL, 2 = TE EFFECTS MODEL

s004-d.txt DATA FILE NAME

stp4-o.txt OUTPUT FILE NAME

Appendix 4: Frontier 4.1 Calculation Results

```
1        1 = PRODUCTION FUNCTION, 2 = COST FUNCTION
n        LOGGED DEPENDENT VARIABLE (Y/N)
1        NUMBER OF CROSS-SECTIONS
30       NUMBER OF TIME PERIODS
30       NUMBER OF OBSERVATIONS IN TOTAL
4        NUMBER OF REGRESSOR VARIABLES (Xs)
y        MU (Y/N) [OR DELTA0 (Y/N) IF USING TE EFFECTS MODEL]
1        ETA (Y/N) [OR NUMBER OF TE EFFECTS REGRESSORS (Zs)]
n        STARTING VALUES (Y/N)
         IF YES THEN    BETA0
                        BETA1 TO
                        BETAK
                        SIGMA SQUARED
                        GAMMA
                        MU        [OR DELTA0
                        ETA          DELTA1 TO
                                  DELTAP]
                        NOTE: IF YOU ARE SUPPLYING STARTING VALUES
                        AND YOU HAVE RESTRICTED MU [OR DELTA0] TO BE
                        ZERO THEN YOU SHOULD NOT SUPPLY A STARTING
                        VALUE FOR THIS PARAMETER.
```

DAVID A. KODDE AND FRANZ C. PALM

TABLE I

UPPER AND LOWER BOUNDS FOR THE CRITICAL VALUE FOR JOINTLY TESTING EQUALITY AND INEQUALITY RESTRICTIONS[a]

df	α .25	.10	.05	.025	.01	.005	.001
1	0.455	1.642	2.706	3.841	5.412	6.635	9.500
2	2.090	3.808	5.138	6.483	8.273	9.634	12.810
3	3.475	5.528	7.045	8.542	10.501	11.971	15.357
4	4.776	7.094	8.761	10.384	12.483	14.045	17.612
5	6.031	8.574	10.371	12.103	14.325	15.968	19.696
6	7.257	9.998	11.911	13.742	16.074	17.791	21.666
7	8.461	11.383	13.401	15.321	17.755	19.540	23.551
8	9.648	12.737	14.853	16.856	19.384	21.232	25.370
9	10.823	14.067	16.274	18.354	20.972	22.879	27.133
10	11.987	15.377	17.670	19.824	22.525	24.488	28.856
11	13.142	16.670	19.045	21.268	24.049	26.065	30.542
12	14.289	17.949	20.410	22.691	25.549	27.616	32.196
13	15.430	19.216	21.742	24.096	27.026	29.143	33.823
14	16.566	20.472	23.069	25.484	28.485	30.649	35.425
15	17.696	21.718	24.384	26.856	29.927	32.136	37.005
16	18.824	22.956	25.689	28.219	31.353	33.607	38.566
17	19.943	24.186	26.983	29.569	32.766	35.063	40.109
18	21.060	25.409	28.268	30.908	34.167	36.505	41.636
19	22.174	26.625	29.545	32.237	35.556	37.935	43.148
20	23.285	27.835	30.814	33.557	36.935	39.353	44.646
21	24.394	29.040	32.077	34.869	38.304	40.761	46.133
22	25.499	30.240	33.333	36.173	39.664	42.158	47.607
23	26.602	31.436	34.583	37.470	41.016	43.547	49.071
24	27.703	32.627	35.827	38.761	42.360	44.927	50.524
25	28.801	33.813	37.066	40.045	43.696	46.299	51.986
26	29.898	34.996	38.301	41.324	45.026	47.663	53.403
27	30.992	36.176	39.531	42.597	46.349	49.020	54.830
28	32.085	37.352	40.756	43.865	47.667	50.371	56.248
29	33.176	38.524	41.977	45.128	48.978	51.715	57.660
30	34.266	39.694	43.194	46.387	50.284	53.054	59.064
31	35.354	40.861	44.408	47.641	51.585	54.386	60.461
32	36.440	42.025	45.618	48.891	52.881	55.713	61.852
33	37.525	43.186	46.825	50.137	54.172	57.035	63.237
34	38.609	44.345	48.029	51.379	55.459	58.352	64.616
35	39.691	45.501	49.229	52.618	56.742	59.665	65.989
36	40.773	46.655	50.427	53.853	58.020	60.973	67.357
37	41.853	47.808	51.622	55.085	59.295	62.276	68.720
38	42.932	48.957	52.814	56.313	60.566	63.576	70.078
39	44.010	50.105	54.003	57.539	61.833	64.871	71.432
40	45.087	51.251	55.190	58.762	63.097	66.163	72.780

[a] The values in the table are obtained by solving the equation $\alpha = \frac{1}{2}\Pr[\chi^2(df-1) \geq c] + \frac{1}{2}\Pr[\chi^2(df) \geq c]$ for c, given α and df

ภาพ 131 ค่าวิกฤติของ Kodde and Palm สำหรับขอบเขตบนและขอบเขตล่าง

ที่มา. จาก "Wald Criteria for Jointly Testing Equality and Inequality Restrictions," by D. A. Kodde and F. C. Palm, 1986, *Econometrica, 54*(5), p. 1246.

PECHRACH PUBLISHING

You may be interested in other titles from Pechrach publishing:

Paperback: 260 pages
Publisher: Pechrach Publishing (25 Dec. 2014)
Language: English, Thai
ISBN-10: 0993117813
ISBN-13: 978-0993117817
Product Dimensions: 13.3 x 1.7 x 20.3 cm

This book is written in two languages: Thai and English. You can create the way you want your life to go. If you really want something, you can find a way. You have to know who you are, what your advantages and disadvantages are. When you tell yourself how good you are, you feel good. You see pictures of yourself confident and successful. When you change your way of thinking, you will feel your emotions changing. Wisdom creates confidence. Charm can be created by practising meditation. When your mind is peaceful, you can see how to solve problems and how you deal with them. You can find money whenever you need it. You create your income from inspiration, creativity and skills.

Paperback: 268 pages
Publisher: Pechrach Publishing (25 May 2015)
Language: English
ISBN-10: 099311783X
ISBN-13: 978-0993117831
Product Dimensions: 15.2 x 1.7 x 22.9 cm

This Architecture Technology for Engineers book is a basic principles for first year architecture students. The benefit to engineers, this book will help to have a better understanding the reason behind the architecture ideas and design. This book consists of 12 chapters cover overall knowledge of architecture structure such as monolithic, frame and shell, how to conduct a site surveys, sketching, drawings, and diagram, learn about materials, sources of materials, process and manufacturing, the sequence of construction which includes foundation, floor, walls and roof, the affect of the environment, solar energy, thermal control, heat gain and heat loss, the carbon emissions, climate analysis, health and well- being in architecture, the services includes domestic services, fresh water, waste water, hot water, electricity, energy saving, heating and ventilation and how to develop and modify the building to be sustainability. There are exercises and case studies at the end of each chapter.

Paperback: 180 pages
Publisher: Pechrach Publishing (24 Dec. 2014)
Language: English
ISBN-10: 0993117805
ISBN-13: 978-0993117800
Product Dimensions: 14 x 1 x 21.6 cm

This book demonstrates how a piezoelectric actuator can be used as part of the actuation system in a circuit breaker mechanism. The design of circuit breaker systems could be simplified by the use of smart materials. The simpler the operating mechanism becomes, the number of mechanical parts can be minimized. This will improve reliability, reduce size, power consumption and manufacturing costs. It allows substantial miniaturization of these devices resulting in a completely new type of circuit breakers.

www.ingramcontent.com/pod-product-compliance
Lightning Source LLC
LaVergne TN
LVHW052015200926
848481LV00005B/1496